Shadowing

シャドーイング

日本語を話そう！

Mari berbicara bahasa Jepang!
มาพูดภาษาญี่ปุ่นกันเถอะ
Hãy nói tiếng Nhật!

インドネシア語・タイ語・ベトナム語 訳版

音声ダウンロード付

🔊

就職・アルバイト・進学面接編

Wawancara untuk bekerja
การสัมภาษณ์เข้าทำงาน
Phỏng vấn xin việc

Wawancara untuk kerja sambilan
การสัมภาษณ์งานพิเศษ
Phỏng vấn xin việc làm thêm

Wawancara masuk universitas/sekolah kejuruan
การสัมภาษณ์เข้าศึกษาในมหาวิทยาลัย / โรงเรียนอาชีวศึกษา
Phỏng vấn tuyển sinh của các trường dạy nghề/trường đại học

斎藤仁志　深澤道子　酒井理恵子　中村雅子 ｜ 著

くろしお出版

はじめに

　本書は「面接試験」に特化した教材です。アルバイト探し・専門学校／大学入学試験・就職活動における面接に合格し、夢の扉を一つずつ開いていってもらいたい…本書はこうした想いで、留学生の日本語指導や就職指導を行ってきた教員が内容の吟味を重ね、3年という時間をかけてようやく完成させたものです。

　本書に収録された面接での「質問」は、専門学校や大学の教職員・就職支援アドバイザー・企業の人事担当者の助言の下に厳選しました。質問に対する「回答」においても、就職支援アドバイザーの意見を反映させ、幾度となく推敲を重ねました。このような工程を経ることで、本書は従来の日本語教師が語学教員の視点で執筆した日本語学習用の教材とは一線を画すものになりえたと自負しています。

　特に、就職活動では日本人学生でも面接に慣れるために数十社も受けるというようなことがあり、実体験が非常に大切だと言われています。本書を使用される皆さんには、同時通訳の練習方法であるシャドーイングで、「聞きながら復唱する」疑似体験を数多く積み、面接に慣れると共に、緊張しても揺らがない日本語力を身に付けてほしいと思います。ただし、厳しい面接を勝ち抜くためには、流暢な日本語だけでは不十分です。それは、日本企業は面接で応募者が一緒に働く仲間として相応しいかどうかを評価したいと考えているからです。そのためには、まず自分の長所や短所を客観的に把握し、短所についてはどう克服してきたかをよく見つめなおす必要があります。企業の採用担当者も応募者に対して本当に採用していいのか、常に不安を感じているはずです。こうした採用者側の不安を拭い去ることができれば、合格もぐんと近づきます。ぜひ、本書を参考に十分な面接準備を行い、志望する道で自己実現をしてほしいと思います。本書が皆さんの夢の一助になることを心から願っています。

　最後に、執筆にあたり有益な助言をいただいたキャリア・デベロップメント・アドバイザーの山口聖孝さん、あきれるほど時間がかかった執筆活動を最後まで辛抱強く支え、導いてくださった編集担当の市川麻里子さん、また多くの示唆に富むご助言をいただいた企業ならびに学校関係者の方々、学生の皆さん、この場を借りて心からお礼を申し上げます。

2016年11月

著者一同

CONTENTS

Introduction

Unit 1 アルバイトの面接 25

Wawancara untuk kerja sambilan／การสัมภาษณ์งานพิเศษ／Phỏng vấn xin việc làm thêm

Unit 2 大学・専門学校入試の面接 51

Wawancara masuk universitas／sekolah kejuruan／
การสัมภาษณ์เข้าศึกษาในมหาวิทยาลัย／โรงเรียนอาชีวศึกษา／
Phỏng vấn tuyển sinh của các trường dạy nghề／trường đại học

本書には、**アルバイトの面接、大学・専門学校入試の面接、就職面接**を想定した会話が収録されています。スクリプトを確認しながら音声を繰り返し聞き、シャドーイングのトレーニングをすることで、面接試験の対策ができます。自分の用途に合わせ、抜粋して練習してください。また、各章には

○**面接会話スクリプト**：様々な面接場面を想定した会話を練習する

○**通し練習（入室から退出まで）**：面接本番をシミュレーションできる

○**マイページ（面接官の音声のみ流れます）**：自分の応答を実際に考えて練習する
（※書き込み式）

があります。これらを適宜使用して有意義に面接の練習をしてください。本書は以下の３ユニットで構成されています。

■ Unit 1：アルバイトの面接

アルバイトの面接にあたって、面接の問合せや予約をするための電話、スモールトーク（面接前の雑談）、アポイントメントと実際の面接場面を練習します。

■ Unit 2：大学・専門学校入試の面接

専門学校・大学の入学試験で行われる面接試験の練習をします。志望理由や将来の目標、自己ＰＲなどを具体的に話します。学費の工面などについても質問されることが多いのでしっかり答えられるようにしておきましょう。

■ Unit 3：就職面接

就職のための試験は主に、書類選考（エントリーシート、履歴書）、学力試験、そして面接試験があります。企業によっては面接を複数回実施します。面接の形式は「グループ（集団）面接」、「グループディスカッション」、「個人面接」といった種類に大別できます。

グループ面接：応募者５人程度が横一列に座り、面接官の質問に応募者が順々に答えていく選考方法です。じっくり話ができる個人面接と異なり、外見や態度など表面的なことで評価されがちです。そのため第一印象が最も大切です。マナーや服装にも気をつけましょう。自己紹介で他の応募者と差別化できれば合格に近づきます。

グループディスカッション：３〜５人程度で１つのテーマについて議論し発表まで行います。面接官がその議論を観察し、協調性や発言力などを評価する選考方法です。他の応募者を「ライバル」ではなく「仲間」と考え、建設的に議論に貢献できるような話し方を心がけましょう。

個人面接：就職面接の中でもっとも重視される面接です。あなたの特性（自己ＰＲ）、志望理由、企業への知識や想いなどを質問されます。面接内容も深く発展していくことが多いので、しっかり準備をして臨みましょう。

　企業にもよりますが、個人面接では特に「自己PR」と「志望動機」が重視される傾向があります。本書では、そういった個人面接の「自己PR」「志望動機」の練習を重視し、数多くの場面の会話例を紹介しています。自分の用途に合わせて練習してください。

① **グループ(集団)面接・グループディスカッションの練習　[Unit3-1]**
　　⇒他者の回答を聞きつつ、自分の考えを端的に答える。

② **自己PRを述べる練習　[Unit3-2]**
　　⇒長所・短所、大学・学業(専門や卒論)、学業以外(サークル・ボランティア・アルバイト)、将来の計画、技術・能力(日本語能力・資格など)、個人の資質、外国人特有の質問に答える。

③ **志望動機を述べる練習　[Unit3-3]**
　　⇒志望理由や業界・企業についての知識などを具体的に答える。業種別(メーカー、サービス業、商社など)に練習できます。

音声番号

場面やカテゴリー、業種の提示。

様々な場面を想定し、バラエティに富んだ会話スクリプトが満載。

面接を受ける際に役立つポイント。受け答えのコツなどを紹介しています。

英語、中国語、韓国語の意訳。意味を確認する手助けとなります。

面接のポイント、英語、中国語、韓国の意訳。

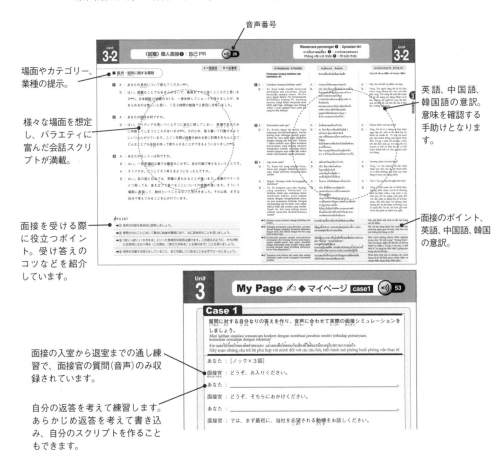

面接の入室から退室までの通し練習で、面接官の質問(音声)のみ収録されています。

自分の返答を考えて練習します。あらかじめ返答を考えて書き込み、自分のスクリプトを作ることもできます。

5

面接のマナー

　面接は人と人とのコミュニケーションです。そのため、身だしなみや、きちんとした挨拶、声の大きさなど様々な点が、直接的間接的に面接評価に影響します。面接は第一印象が大切だと言われることがありますが、面接のマナーを身につけ、好印象を与えることが大切です。ここでは就職面接のためのマナーを中心にまとめます。アルバイト面接や大学受験の面接にも参考にしてください。

■身だしなみ

面接の身だしなみは、職種や業界、企業ごとに厳しさは異なりますが、下に紹介する例を参考にして、清潔で明るいイメージを心がけましょう。

◉アルバイト面接 / 大学入試面接の身だしなみ：「おしゃれ」より「清潔感」が大切です。

　マニキュア、派手なピアス、カジュアルな服装、サンダル、ブーツは避けましょう。

◉就職面接の身だしなみ：

女 性

髪型 前髪はひたいを隠さない方が良い。長い場合は後ろでまとめる。ゴムやピンは黒か茶色。

アクセサリー ネックレス、ピアス、指輪、派手なマニキュア、ネイルアート、香水は避ける。

カバン 色は黒が基本。大きなロゴが入ったものは避ける。A4サイズの書類が入るもの。

ストッキング 自分の肌色にあう自然な色が無難。黒や派手な色は厳禁。

メイク 健康的なナチュラルメイクが無難。マスカラや口紅のつけすぎは注意。

服装 上下がそろっているリクルートスーツ。シングルの2つボタンか3つボタンで、色は紺か黒、ダークグレーが基本。スカートの丈は立った状態で膝丈、シャツは白が基本。

靴 ヒール高3〜5cm程度のシンプルなパンプスで色は黒が無難。サンダルやブーツは不適切。

男 性

髪型 長髪、髭は不適切。清潔感がある短髪が好印象。

カバン 黒が基本。大きなロゴが入ったものは避ける。A4サイズの書類が入るもの。

靴下 靴下は黒か紺が無難。白は避ける。くるぶし丈のような短い長さは不適切。

服装 上下がそろっているリクルートスーツ。シングルの2つボタンか3つボタンで、黒の無地が基本、光沢した生地やストライプは避ける。ジャケットの一番下のボタンはとめない。ズボンはきちんと折り目をプレスする。シャツは白が基本。

ネクタイ 色は青、オレンジ、黄色などで、チェックやドットの柄が無難。花柄や動物柄は避ける。

時計 赤や黄色の派手な時計、大きな時計は避ける。

靴 靴は黒が無難。きれいに磨いておく。

■入退室の仕方

《入室時》

①ドアを3回ゆっくりとノックし、「どうぞ」と聞こえたらドアを開け、「失礼いたします」と挨拶し入室します。開けたドアは、ドアに向き直って閉めます。

②面接官のほうに向き直り、「よろしくお願いいたします」と元気に挨拶してから一礼します。

③座席まで進み、椅子の横に立ち、「○○大学○○学部○○学科、○○(氏名)と申します。」と名乗ってから一礼します。

④着席の指示を受けたら「失礼いたします」と述べ、座ります。荷物は指定の場所か足元に置きます。女性は足をそろえて座り、男性は足を20cmほど広げて座ります。女性は手を脚の上で軽く重ね、男性は手を握り、膝の上に置きます。

《退室時》

①面接終了後、「ありがとうございました」と座ったまま、お礼を述べてから一礼します。

②椅子の横に立ち、「失礼いたします」と述べてから一礼します。

③ドアの前まで歩き、面接官の方に向き直り、再度、「失礼いたします」と述べてから、一礼します。

④ドアを開け、面接官のほうに向き直り一礼し、静かにドアを閉めます。

■面接の態度／姿勢

面接中は発言だけでなく、姿勢や表情、視線も評価されています。次の点に注意しましょう。

・着席したら、背中をまっすぐに伸ばし、きれいな姿勢を保ちます。話しながら自然に身振りや手振りをしても構いません。

・面接官の顔全体を見るようにします。目だけをじっと見るのは避けましょう。

・面接官が複数の時は、全員に視線を向けるようにします。

・ブライダルやホテル関連の接客業(サービス業)では表情も評価に含まれています。顔の表情を曇らせないように注意しましょう。

■面接の話し方

・大きく明るい声で、はっきりと丁寧に話します。

・答え方は、結論から先に述べ、理由や具体例を示し、再度結論を述べる形が基本です。

・自分の言いたいことを簡潔に分かりやすく伝えることが大切です。

普段の表現	面接での表現
僕, 俺, わたし	わたくし
失礼します	失礼いたします
この会社	御社 ※貴社は履歴書などの文章中で使用します。
…です。だから… …です。なので…、	…です。そのため (文頭に「なので」は使わない)
〜んじゃないですか	〜のではないでしょうか

シャドーイングについて

シャドーイングってなに？

　　シャドーイングとは流れてくる音声を聞きながら、「影」のように音声のすぐ後をできるだけ忠実に復唱する練習方法です。もともと、同時通訳のトレーニング法として高い運用力を求める外国語学習者の間で長く行われていました。「聞く」と「話す」という二つの課題を同時に行うトレーニングです。一般的に、課題を二つ同時に行おうとするとエラーが起こりやすく、反応時間が長くかかるという傾向が見られます。しかし、こうした認知負荷の高い課題であっても、毎日同じ教材を繰り返し学習することで負荷が軽減し、より忠実に復唱することが可能になります。

　　そしてこのトレーニングを日常的に反復練習することで、会話で使われている語彙や表現が、自分自身の日常的な言葉として口をついて出るまで定着します。つまり、結果として読めばわかるといった「知識レベル」であった表現が、流暢に口をついて出るという「運用力レベル」にまで引き上げられます。シャドーイングは短い時間でも毎日続けることが効果的です。同じスクリプトを繰り返し練習しましょう。

シャドーイングの進め方

　　まずは、自分に必要な場面、自分に適した難易度のユニットを自由に選んでください。難易度も場面により異なります。練習方法は下の Step 1 ～ 5 を参考にしてください。

Step 1　意味の把握

　　シャドーイングをする前に、スクリプトを見ながら音声を聞き、会話の内容や言葉の意味、聞き取れない箇所を確認します。またページ下部にあるポイントを読み、答え方の注意点や面接のコツなどを確認してください。

Step 2　サイレント・シャドーイング（音をつかむ）

　　音声を聞きながら、声には出さずに頭の中だけで復唱します。

Step 3　スクリプト付きシャドーイング（口を動かす）

　　スクリプトを見ながら音声を聞き、すぐ後を復唱します。面接官に聞き取りやすい自然なスピードではっきり言うための口慣らしの練習として行いましょう。

マンブリング

　　スクリプトを見ずにブツブツつぶやきながら復唱します。つぶやくように復唱するため、大きく口を動かす必要がなく、言いにくい文も復唱しやすくなります。

Step 4　プロソディー・シャドーイング（発音を意識して口を動かす）

　　スクリプトを見ずに、音声に忠実にシャドーイングをします。スピード、アクセント、イントネーション、声の強弱（プロミネンス）や間（ポーズ）に忠実に復唱してください。この練習の目的は流暢さなので、会話の内容が意識されなくても構いません。

Step 5　コンテンツ・シャドーイング（意味を意識して口を動かす）

　　スクリプトを見ずに、意味内容を意識しながらシャドーイングをします。アクセントやイントネーションを崩さずに、会話の意味を意識しながらシャドーイングしてください。

Pada buku ini dimuat beberapa percakapan tentang wawancara untuk kerja sambilan, tes masuk sekolah kejuruan/ tes masuk universitas, dan wawancara untuk bekerja. Dengan mendengarkan audio berulang-ulang sambil melihat teks dan melakukan shadowing, anda akan dapat menghadapi tes wawancara dengan baik. Berlatihlah sesuai dengan kondisi yang ada. Setiap bab buku ini terdiri atas:

○ Teks wawancara: latihan wawancara dalam berbagai situasi dan adegan
○ Latihan lengkap (mulai masuk ruangan sampai keluar): simulasi wawancara secara nyata
○ My page (hanya rekaman pewawancara): latihan menjawab pertanyaan secara konkret (※ untuk ditulis)

Gunakanlah semua latihan ini sehingga akan terasa manfaatnya dalam wawancara. Buku ini terdiri atas 3 unit berikut.

■ Unit1: Wawancara untuk kerja sambilan

Latihan menelepon untuk menanyakan atau menentukan waktu wawancara, obrolan pendek (sebelum wawancara), membuat janji, dan latihan praktek wawancaranya.

■ Unit 2: Wawancara masuk universitas/sekolah kejuruan

Di sini disajikan latihan wawancara yang diselenggarakan ketika mengikuti ujian masuk. Berisi tentang alasan memilih sekolah ini, tujuan masa depan, dan ekspresi diri pribadi. Ada kalanya ditanya tentang biaya kuliah, sehingga harus bisa menjawabnya dengan baik.

■ Unit3 : Wawancara untuk bekerja

Tes untuk masuk kerja umumnya terdiri atas seleksi dokumen (formulir data, riwayat pendidikan), tes keahlian, dan tes wawancara. Tes wawancara ada yang dilakukan berkali-kali bergantung jenis perusahannya. Wawancara umumnya dilaksakan dalam bentuk wawancara berkelompok, diskusi kelompok, atau wawancara perorangan.

Wawancara kelompok: Pesertanya 5 orang dengan duduk berderet, setiap orang menjawab pertanyaan dari pewawancara secara urutan. Berbeda dengan wawancara perorangan yang bisa menjawab dengan tenang, dalam wawan ini bahkan tampilan, sikap, dan yang lainnya bisa dijadikan penilaian. Untuk itu, kesan pertama merupakan hal penting. Tatakrama dan pakaian pun harus diperhatikan. Waktu pekrenalan pun jika kita bisa menunjukkan kekhasan yang berbeda dengan peserta lainnya akan memperbesar peluang kelulusan.

Diskusi kelompok: Dalam satu grup terdiri atas 3-5 orang, masing-masing menyampaikan pendapat, ide, atau berdebat tentang suatu tema. Pewawancara biasanya mengamati dan menilai dengan melihat kemampuan menyampaikan pendapat dan kerja samanya. Harus diperhatikan bahwa peserta yang lain jangan dianggap sebagai saingan, tetapi anggaplah sebagai rekan satu tim, sehingga kita bisa berkontribusi dalam diskusi tersebut.

Wawancara perorangan: Wawancara ini cukup penting dalam wawancara penerimaan karyawan. Anda akan ditanya tentang karakter diri sendiri (kepribadian), alasan melamar, pengetahuan tentang perusahaan, pendapat, dan sebagainya. Isi wawancara pun bisa lebih mendalam dan berkembang. Perlu persiapan yang lebih matang lagi.

Dalam wawancara perorangan cenderung lebih menekankan pada kepribadian, motivasi dan aspirasi. Buku ini menekankan pada wawancara perorangan yang mencakup kepribadian, motivasi, dan aspirasi, dengan memperkenalkan berbagai contoh percakapan dalam berbagai situasi dan kondisi.

① **Latihan wawancara kelompok, dikusi kelompok [Unit 3-1]**

⇒ Dengarkan jawaban orang lain, lalu jawab dengan pendapat anda sendiri secara jelas dan singkat.

② **Latihan menyampaikan ekspresi diri [Unit 3-2]**

⇒Menjawab pertanyaan tentang kelebihan dan kekurangan, universitas, jurusan (keahlian, skripsi), kemampuan akademik lainnya (organisasi, kegiatan volentir, kerja sambilan), rencana ke depan, teknologi, kemampuan (kemampuan berbahasa Jepang, karakter, dll.), potensi pribadi, keistimewaan sebagai orang asing.

③ **Latihan menyampaikan alasan mendaftar [Unit 3-3]**

⇒ Menjawab alasan memilih perusahaan, pengetahuan tentang dunia bisnis dan perusahaan. Bisa juga latihan untuk bidang perusahaan (mekanik, jasa, pemasaran, dll.).

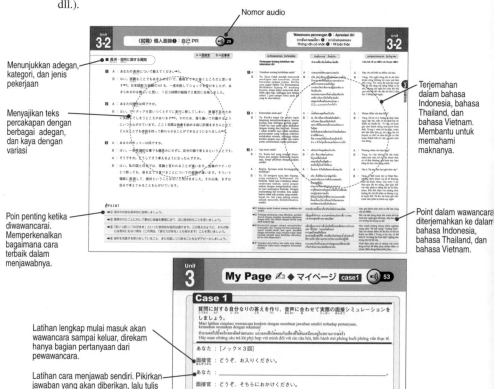

Nomor audio

Menunjukkan adegan, kategori, dan jenis pekerjaan

Menyajikan teks percakapan dengan berbagai adegan, dan kaya dengan variasi

Poin penting ketika diwawancarai. Memperkenalkan bagaimana cara terbaik dalam menjawabnya.

Terjemahan dalam bahasa Indonesia, bahasa Thailand, dan bahasa Vietnam. Membantu untuk memahami maknanya.

Point dalam wawancara diterjemahkan ke dalam bahasa Indonesia, bahasa Thailand, dan bahasa Vietnam.

Latihan lengkap mulai masuk akan wawancara sampai keluar, direkam hanya bagian pertanyaan dari pewawancara.

Latihan cara menjawab sendiri. Pikirkan jawaban yang akan diberikan, lalu tulis sehingga bisa membuat teks sendiri.

Wawancara adalah komukasi antara seseorang dengan orang lain. Oleh karena itu, kepribadian, cara memberi salam, volume suara, dan banyak hal lainnya akan berpengaruh pada penilaiannya. Dalam wawancara kesan pertama dianggap sangat penting, untuk itu pahami baik-baik tatakrama dalam wawancara, sehingga bisa memberikan kesan yang baik. Fokus bahwasan di sini pada tatakrama dalam wawancara untuk melamar pekerjaan. Hal ini bisa dijadikan acuan untuk wawancara dalam kerja sambilan atau tes masuk universitas.

■ Penampilan

Penampilan dalam wawancara tingkat keketatannya berbeda berdasarkan jenis pekerjaan atau tipe perusahannya, contoh yang akan diperkenalkan berikut dapat dijadikan acuan, sehingga dapat memberi gambaran dengan jelas.

◉ **Penampilan dalam wawancara untuk kerja sambilan atau masuk universitas:** lebih mengutamakan kesopanan daripada tampilan fisik. Hindari cat kuku, anting-anting, pakaian mewah atau pakaian serba mewah mencolok, sandal dan sepatu boot.

◉ **Penampilan dalam wawancara masuk kerja:**

Wanita

Potongan rambul Bagian depan jangan sampai menutupi dahi. Jika berambut panjang diikat sampai belakang. Ikat atau pita berwarna hitam atau coklat.

Perhiasan Hindari penggunaan kalung, anting-anting, cincin, cat kuku yang mencolok, jepit rambut, dan parfum.

Tas Pada dasarnya berwarna hitam. Hindari tas yang berlogo ukuran besar. Berukuran bisa memuat dokumen A4.

Stoking Berwarna serasi dengan warna kulit sendiri, tidak boleh berwarna hitam atau yang mencolok.

Riasan Alami dan tidak mengganggu kesehatan. Jangan pakai masker atau lipstik yang berlebihan.

Pakaian Pakai stelan formal dari atas ke bawah. Kancing baju 2 ata 3 buah, berwarna hitam atau gelap. Panjang rok waktu berdiri sekitar lutut, kemeja putih.

Sepatu Berhak tinggi sekitar 3-5 cm, simpel dan bukan sepatu panjang, berwarna hitam. Sepatu boot dan sandal tidak boleh.

Pria

Potongan rambut Tidak boleh panjang dan tidak berkumis atau berjenggot. Diutamakan rambut pendek tampak bersahaja.

Tas Hitam, jangan yang berlogo ukuran besar, bisa muat dokumen berukuran A4.

Kaus kaki Berwarna hitam atau abu-abu. Jangan berwarna putih. Panjangnya normal, jangan sampai kaus kaki pendek sebatas mata kaki.

Pakaian Pakaian stelan atas dan bawah. Jas formal 2 atau 3 kancing, berwarna hitam. Hindari warna mengkilap atau mencolok. Jika berjaket, kancing paling bawah di lepas. Celana panjang formal dan kemeja putih.

Dasi Warna biru, oranye, kuning, boleh bermotif. Tetapi hindari yang bermotif gambar bunga atau binatang.

Jam tangan Hindari jam tangan mewah yang berwarna merah atau kuning, atau tam tangan berukuran besar.

Sepatu Warna hitam, disemir mengkilap.

■ Cara keluar dan masuk ruangan

《Saat masuk ruangan》

① Ketuk pintu 3 kali pelan-pelan, jika terdengar perintah ' どうぞ', bukalah pintu lalu masuk dengan mengucapkan salam ' 失礼いたします'. Kemudian tutup pintunya dengan wajah menghadap ke pintu.

② Lagsung menghadap kepada para pewawancara dengan mengucapkan ' よろしくお願いいたします'.

③ Langsung menuju tempat duduk, berdiri di samping kursi, dan ucapkan: ' ○○大学○○学部○○学科、○○(氏名)と申します。'.

④ Setelah ada aba-aba untuk duduk, lalu duduk sambil mengucapkan ' 失礼いたします'. Jika bawa sesuatu barang simpan di tempat yang diharuskan, atau di letakkan di dekat kaki. Bagi wanita duduk dengan kaki rapat, bagi laki-laki bisa membuka jarak kaki sekitar 20 cm. Bagi wanita letakan telapak tangan di atas paha, sedangkan bagi laki-laki letakan telapak tangan di atas lutut.

《Saat keluar dari ruangan》

① Setelah selesai wawancara ucapkan salam ' ありがとうございました' sambil duduk.

② Lalu berdiri di samping kursi dan ucapkan salam ' 失礼いたします'.

③ Berjalan menuju pintu, kemudia setelah dekat pintu membalikkan badan menghadap ke para pewawancara, ucapkan kembali salam ' 失礼いたします'.

④ Bukalah pintu, wajah menghadap lagi para pewawancara, kemudian keluar dan tutup pintu secara perlahan.

■ Sikap dan penampilan waktu wawancara

Dalam wawancara yang dinilai bukan hanya pembicaraan tetapi juga penampilan dan ekspresi wajah, serta pandangan mata kita. Perhatikan beberapa hal berikut.

· Begitu duduk usahakan agar punggung tetap tegak, sehingga penampilan tetap baik. Gerakan tangan atau tubuh ketika sedang berbicara tidak masalah.

· Upayakan seolah-olah kita melihat wajah pewawancara secara keseluruhan, tetapi hindari jangan sampai menatap matanya secara lama.

· Jika pewawancaranya lebih dari satu, upayakan agar pandangan kita melihat semuanya.

· Dalam industri jasa seperti layanan hotel dan resepsi pernikahan, ekspresi wajah pun dijadikan sebagai bahan penilaian. Sehingga seseorang harus memperhatikan ekspresi wajahnya, jangan sampai tampak murung.

■ Cara berbicara dalam wawancara

· Suara harus jelas dan nyaring serta berbicara dengan sopan.

· Saat menjawab pertanyaan pada dasarnya diawali dengan simpulan dulu, kemudian sampaikan alasan dan contoh konkretnya, lalu kembali pada simpulan tadi.

· Apa yang ingin dikatakan harus disampaikan dengan jelas dan mudah dipahami.

Ungkapan umum	Ungkapan yang digunakan dalam wawancara
僕, 俺, わたし	わたくし
失礼します	失礼いたします
この会社	御社 ※ Istilah ' 貴社' digunakan dalam bahasa tulisan seperti riwayat hidup, dll.
…です。だから… …です。なので…、	…です。そのため（文頭に「なので」は使わない）
～んじゃないですか	～のではないでしょうか

■ Apa itu Shadowing?

Shadowing adalah metode praktek dengan cara menirukan bunyi rekaman yang kita dengar secara langsung seperti bayangan. Semula metode ini digunakan cukup lama dalam melatih terjemahan langsung yang menuntut kemampuan yang cukup tinggi dari para pembelajar bahasa asing. Di sini latihan mendengar dan berbicara diselenggarakan secara bersamaan. Umumnya, suatu tema jika diangkat secara bersamaan akan mudah menimbulkan kesalahan berbahasa, dan cenderung lebih banyak memakan waktu untuk meresponnya. Tetapi, topik yang memerlukan beban kognitif yang tinggi pun jika dipelajari setiap hari dengan berulang-ulang, maka beban pun akan terasa ringan, dan memungkinkan untuk bisa mengulangnya dengan seksama.

Kemudian, dengan mengulang-ngulang latihan seperti ini setiap hari, nantinya kita akan menguasai setiap kata atau ungkapan yang sering muncul dalam percakapan dengan sendirinya dalam kehidupan sehari-hari. Pendeknya, ungkapan yang dipahami sebagai pengetahuan dasar saja akan keluar dari mulut secara lancar menjadi suatu keterampilan. Shadowing bisa dilakukan dalam waktu yang pendek juga asal secara rutin setiap hari. Mari berlatih dengan mengulang berkali-kali suatu teks yang sama.

■ Cara melangsungkan shadowing

Pertama, pilihlah tema, unit yang tingkat kesulitannya cocok dengan diri sendiri. Tingkat kesulitan ini berbeda-beda berdasarkan adegannya. Cara berlatihnya gunakan lima langkat berikut sebagai acuan!

Langkah 1 Memahami makna

Sebelum melakukan shadowing, dengankanlah CD sambil melihat teksnya, pahami baik-baik bagian isi atau makna setiap kosakata, atau bagian yang sulit didengar. Kemudian baca juga poin penting di bawahnya, serta perhatikan poin apa yang harus diperhatikan tentang cara menjawab dan langkah-langkah dalam wawancara.

Langkah 2 Shadowing dalam hati (memahami bunyi)

Dengarkan bunyinya, kemudian diulang kembali tanpa mengeluarkan suara.

Langkah 3 Shadowing melalui naskah

Dengarkan bunyi sambil melihat naskah, kemudian ikuti di belakangnya. Hal ini dilakukan sebagai latihan untuk membiasakan mulut agar bisa mengucapkan bahasa dengan jelas dengan kecepatan secara alami, sehingga mudah didengar oleh pewawancara nanti.

Komat-kamit

Mengulang tanpa melihat naskah, hanya dengan mulut yang berkomat-kamit saja. Untuk latihan mengulang secara berkomat-kamit tidak perlu membuka mulut lebar-lebar, kalimat yang sulit diucapkan pun terus diulang sampai lancar.

Langkah 4 Langkah 4 Prosidi Sadowing (pahami lafalnya lalu gerakkan mulut)

Lakukan shadowing dengan seksama tanpa melihat naskah. Ulangi baik-baik sampai paham betul masalah kecepatannya, aksen, intonasi, prominensi, dan kesenyapannya. Tujuan latihan ini adalah untuk kelancaran dalam pengucapan, meskipun maknanya belum dipahami.

Langkah 5 Shadowing konten (gerakan mulut sambil memahami maknanya)

Lakukan shadowing sambil memahami makanya tanpa melihat naskah. Lakukan tanpa merusak aksen dan intonasinya, sambil memahami makna percakapan tersebut.

โครงสร้างของตำราเล่มนี้

ตำราเล่มนี้ประกอบด้วยบทสนทนาซึ่งสมมติสถานการณ์การสัมภาษณ์เข้าทำงานพิเศษ
การสัมภาษณ์เข้าศึกษาต่อโรงเรียนอาชีวศึกษา / มหาวิทยาลัย และการสัมภาษณ์เข้าทำงานบริษัท
การฝึกพูดแชโดอิ้งโดยดูบทไปพร้อม ๆ กับการฟังซ้ำ ๆ จะช่วยให้สามารถเตรียมพร้อมสู่การสอบสัมภาษณ์
โดยสามารถเลือกฝึกส่วนที่ตรงกับความต้องการการนำไปใช้ของตัวเอง นอกจากนี้แต่ละบทประกอบด้วย

◯ บทสนทนาการสัมภาษณ์ : ฝึกบทสนทนาที่สมมติสถานการณ์การสัมภาษณ์แบบต่าง ๆ
◯ บทสนทนาเต็ม (ตั้งแต่เข้าห้องจนถึงออกจากห้อง) : สามารถลองสถานการณ์การสัมภาษณ์จริง
◯ หน้าของฉัน (ในซีดีมีแต่เสียงผู้สัมภาษณ์) : ฝึกโดยคิดว่าถ้าเป็นตัวเองจะตอบอย่างไร (*เป็นแบบให้เขียนลงไปได้)

ขอให้ผู้อ่านทุกท่านใช้ประโยชน์กับสิ่งเหล่านี้เพื่อฝึกบทสนทนาการสัมภาษณ์ ตำราเล่มนี้ประกอบด้วย 3 Unit ดังต่อไปนี้

■ Unit 1 : การสัมภาษณ์งานพิเศษ

เพื่อเตรียมตัวสำหรับการสัมภาษณ์งานพิเศษ ในยูนิตนี้จะฝึกฝนบทสนทนาเกี่ยวกับการสอบถาม
หรือการขอนัดเข้าสัมภาษณ์ทางโทรศัพท์ สมอลทอร์ค (การพูดคุยเรื่องทั่ว ๆ ไปก่อนการสัมภาษณ์) การนัดหมายวันเวลา
และการสัมภาษณ์จริง

■ Unit 2 : การสัมภาษณ์เข้าศึกษาในมหาวิทยาลัย / โรงเรียนอาชีวศึกษา

ในยูนิตนี้จะฝึกฝนบทสนทนาการสอบสัมภาษณ์เพื่อเข้าศึกษาต่อโรงเรียนอาชีวศึกษา /
มหาวิทยาลัย ซึ่งจำเป็นจะต้องพูดถึงเหตุผลที่ต้องการเข้าศึกษาในมหาวิทยาลัย เป้าหมายในอนาคต
และการนำเสนอตนเองอย่างเป็นรูปธรรม นอกจากนี้มักจะมีการสอบถามเกี่ยวกับการหาเงินค่าเล่าเรียน
ดังนั้นควรเตรียมตัวตอบคำถามให้ดี

■ Unit 3 : การสัมภาษณ์เข้าทำงาน

การสอบคัดเลือกเข้าทำงาน ส่วนใหญ่ประกอบด้วยการพิจารณาเอกสาร (ใบสมัครและประวัติส่วนตัว)
การทดสอบด้านวิชาการ และการสัมภาษณ์ บางบริษัทอาจจัดสอบสัมภาษณ์มากกว่า 1 ครั้ง รูปแบบการสัมภาษณ์แบ่งใหญ่
ๆ ได้เป็น "การสัมภาษณ์กลุ่ม" "การอภิปรายกลุ่ม" "การสัมภาษณ์เดี่ยว"

การสัมภาษณ์กลุ่ม : เป็นวิธีการคัดเลือกโดยให้ผู้สมัครจำนวนประมาณ 5 คนนั่งเรียงหน้ากระดาน
และตอบคำถามผู้สัมภาษณ์ไปทีละคน การสัมภาษณ์แบบนี้แตกต่างจากการสัมภาษณ์เดี่ยวที่สามารถพูดคุยได้เต็มที่
มักมีการประเมินรูปลักษณ์ภายนอกและพฤติกรรมการแสดงออก ดังนั้นความประทับใจแรกเป็นสิ่งสำคัญมาก
ควรระมัดระวังการแต่งกาย และมารยาทด้วย หากแนะนำตัวเอง และสามารถแสดงให้เห็นว่าแตกต่างจากผู้สมัครคนอื่น
ก็มีโอกาสผ่านการสัมภาษณ์สูง
การอภิปรายกลุ่ม : เป็นวิธีการคัดเลือกที่แบ่งผู้สมัครออกเป็นกลุ่ม กลุ่มละประมาณ 3-5 คน
เพื่ออภิปรายเกี่ยวกับหัวข้อใดหัวข้อหนึ่งและนำเสนอผลการอภิปราย ผู้สัมภาษณ์จะสังเกตการณ์การอภิปราย
และประเมินทักษะต่าง ๆ เช่นการร่วมมือกับผู้อื่น ความสามารถในการแสดงความคิดเห็นเป็นต้น
ควรคิดว่าผู้สมัครคนอื่นเป็น "เพื่อน" ไม่ใช่ "คู่แข่ง" และระวังลักษณะการพูดที่จะช่วยให้การอภิปรายเป็นไปอย่างสร้างสรรค์
การสัมภาษณ์เดี่ยว : เป็นการสัมภาษณ์ที่มีความสำคัญที่สุดในการสัมภาษณ์เข้าทำงาน
ผู้สัมภาษณ์จะตั้งคำถามเกี่ยวกับลักษณะเด่นของคุณ (การนำเสนอตนเอง) เหตุผลการสมัคร ความคิด
ความเข้าใจเกี่ยวกับธุรกิจ ฯลฯ การสัมภาษณ์มักลงลึกในเนื้อหา ดังนั้นผู้สมัครต้องเตรียมตัวอย่างดี

แต่ละบริษัทอาจมีความแตกต่างกันบ้าง อย่างไรก็ตาม การสัมภาษณ์เดี่ยวมีแนวโน้มที่จะให้ความสำคัญกับ "การนำเสนอตนเอง" และ "เหตุผลการสมัคร" ตำราเล่มนี้จึงเน้นการฝึกพูดเกี่ยวกับ "การนำเสนอตนเอง" และ "เหตุผลการสมัคร" สำหรับการสัมภาษณ์เดี่ยว โดยแนะนำตัวอย่างบทสนทนาหลาย ๆ สถานการณ์

① การฝึกการสัมภาษณ์กลุ่ม การอภิปรายกลุ่ม [Unit 3-1]

⇒ ฟังคำตอบของคนอื่น และพูดแสดงความคิดเห็นของตัวเองอย่างชัดเจน ตรงประเด็น

② การฝึกพูดนำเสนอตนเอง [Unit 3-2]

⇒ ตอบคำถามเกี่ยวกับข้อดี ข้อเสียของตัวเอง มหาวิทยาลัย การเล่าเรียน (วิชาเอก ปริญญานิพนธ์ ฯลฯ) เรื่องอื่น ๆ นอกเหนือจากการเรียน (กิจกรรมชมรม การเป็นอาสาสมัคร การทำงานพิเศษ) แผนการในอนาคต ความเชี่ยวชาญ ความสามารถต่าง ๆ (ความสามารถทางภาษาญี่ปุ่น ประกาศนียบัตร ฯลฯ) ลักษณะนิสัยส่วนตัว นอกจากนี้ยังมีคำถามเฉพาะสำหรับชาวต่างชาติด้วย

③ การฝึกพูดเหตุผลการสมัครงาน [Unit 3-3]

⇒ พูดถึงเหตุผลการสมัครงาน ความรู้เกี่ยวกับบริษัทและวงการธุรกิจนั้นโดยละเอียด สามารถฝึกฝนโดยแยกตามประเภทธุรกิจ (บริษัทผู้ผลิต ธุรกิจการบริการ บริษัทการค้า ฯลฯ)

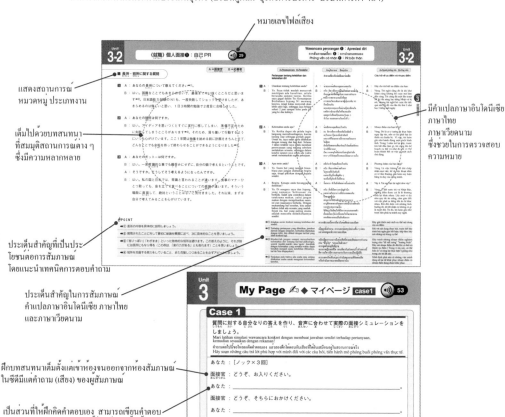

หมายเลขไฟล์เสียง

แสดงสถานการณ์ หมวดหมู่ ประเภทงาน

เต็มไปด้วยบทสนทนา ที่สมมุติสถานการณ์ต่าง ๆ ซึ่งมีความหลากหลาย

มีคำแปลภาษาอินโดนีเซีย ภาษาไทย ภาษาเวียดนาม ซึ่งช่วยในการตรวจสอบ ความหมาย

ประเด็นสำคัญที่เป็นประโยชน์ต่อการสัมภาษณ์ โดยแนะนำเทคนิคการตอบคำถาม

ประเด็นสำคัญในการสัมภาษณ์ คำแปลภาษาอินโดนีเซีย ภาษาไทย และภาษาเวียดนาม

ฝึกบทสนทนาเต็มตั้งแต่เข้าห้องสัมภาษณ์จนออกจากห้องสัมภาษณ์ ในซีดีมีแต่คำถาม (เสียง) ของผู้สัมภาษณ์

เป็นส่วนที่ให้คิดคำตอบเอง สามารถเขียนคำตอบ และเตรียมบทพูดของตัวเองไว้ก่อนล่วงหน้าได้

มารยาทในการเข้าสัมภาษณ์

การสัมภาษณ์คือการสื่อสารระหว่างบุคคล ดังนั้นสิ่งที่กระทบโดยตรงต่อการประเมินให้คะแนนมีหลายข้อ
เช่นลักษณะการแต่งกาย การทักทายอย่างเรียบร้อย ระดับน้ำเสียงการพูดจาเป็นต้น กล่าวกันว่าในการสอบสัมภาษณ์ ความ
ประทับใจแรกเห็นเป็นสิ่งสำคัญ ดังนั้นสิ่งสำคัญคือการเรียนรู้มารยาทในการสอบสัมภาษณ์ และการทำให้ผู้ฟังประทับใจ
ในที่นี้จะสรุปมารยาทที่จำเป็นต้องรู้ในการสัมภาษณ์เพื่อทำงาน ซึ่งสามารถนำไปใช้อ้างอิงสำหรับการสัมภาษณ์งานพิเศษ
หรือการสอบสัมภาษณ์เพื่อเข้าศึกษาต่อในมหาวิทยาลัย

■ ลักษณะการแต่งกาย

การแต่งการสำหรับการสัมภาษณ์ มีความเคร่งครัดในระดับที่แตกต่างกันขึ้นอยู่กับประเภทของงาน
แนวธุรกิจ และบริษัทนั้น ๆ แต่สิ่งสำคัญคือการระมัดระวังให้ดูสะอาดเรียบร้อย กระฉับกระเฉง
โดยศึกษาจากตัวอย่างที่แนะนำดังต่อไปนี้

● **ลักษณะการแต่งกายสำหรับการสัมภาษณ์งานพิเศษ หรือการสอบสัมภาษณ์เพื่อเข้าศึกษาต่อในมหาวิทยาลัย :**
ความสะอาดเรียบร้อยสำคัญกว่าความสวยงาม หลีกเลี่ยงการทาเล็บ ตุ้มหูแฟชั่น เสื้อผ้าแบบลำลอง รองเท้าแตะ
รองเท้าบูท

● **ลักษณะการแต่งกายสำหรับการสัมภาษณ์เข้าทำงานบริษัท**

ผู้หญิง

ทรงผม ไม่ควรมีผมม้าปิดหน้าผาก
หากผมยาวควรรวบไว้ด้านหลัง หนังยาง
กิ๊บติดผมที่ใช้ควรเป็นสีดำ หรือสีน้ำตาล

เครื่องประดับ หลีกเลี่ยงสร้อยคอ ตุ้มหู
แหวน การทาเล็บสีฉูดฉาด การเพนท์เล็บ
และการใส่น้ำหอม

กระเป๋า ควรเป็นสีดำ
หลีกเลี่ยงแบบที่มีโลโก้ใหญ่ ๆ ปรากฏอยู่
ควรใหญ่พอที่ใส่เอกสารขนาด A4 ได้

ถุงน่อง
ควรเป็นสีธรรมชาติที่กลมกลืนกับสีผิวของตัวเอง
ห้ามใช้สีดำหรือสีฉูดฉาด

การแต่งหน้า
ควรแต่งหน้าที่ดูมีสุขภาพและเป็นธรรมชาติ
ระวังไม่ปัดมาสคารา หรือทาลิปสติกเข้มเกินไป

เสื้อผ้า เลือกสูทสำหรับหางานที่เป็นคู่บนล่าง
เป็นสูทแบบกระดุมแถวเดียว 2 เม็ดหรือ 3 เม็ด
ควรเลือกสีกรมท่า สีดำ หรือสีเทาหม่น ความยาว
กระโปรงคือปิดเข่าขณะยืน เสื้อเชิ้ตควรเป็นสีขาว

รองเท้า เลือกรองเท้าหุ้มส้นสูงประมาณ
3-5 เซนติเมตร สีดำแบบเรียบ ๆ
ไม่ควรใส่รองเท้าแฟชั่น หรือรองเท้าบูท

ผู้ชาย

ทรงผม ไม่ควรไว้ผมยาว หรือปล่อยให้มี
หนวดเครา ควรตัดสั้นให้ดูสะอาดเรียบร้อย
จะช่วยสร้างความประทับใจที่ดี

กระเป๋า ควรเป็นสีดำ
หลีกเลี่ยงแบบที่มีโลโก้ใหญ่ ๆ ปรากฏอยู่
ควรใหญ่พอที่ใส่เอกสารขนาด A4 ได้

ถุงเท้า ควรเลือกสีดำหรือสีกรมท่า
หลีกเลี่ยงสีขาว ไม่ควรเลือกแบบสั้น ๆ
ระดับตาตุ่ม

เสื้อผ้า เลือกสูทสำหรับหางานที่เป็นคู่บนล่าง
เป็นสูทแบบกระดุมแถวเดียว 2 เม็ดหรือ 3 เม็ด
ควรเลือกสีดำที่ไม่มีลาย หลีกเลี่ยงผ้าที่เป็นเงามัน
หรือมีลายเส้น ไม่ต้องติดกระดุมเม็ดสุดท้ายของเสื้อสูท
กางเกงสูทควรรีดให้มีจีบ เสื้อเชิ้ตควรเป็นสีขาว

เนคไท ควรเลือกสีน้ำเงิน
สีส้ม หรือสีเหลืองที่มีลายสก๊อต หรือลายจุด
หลีกเลี่ยงลายดอกไม้ หรือลายรูปสัตว์

นาฬิกา หลีกเลี่ยงนาฬิกาเรือนใหญ่
และนาฬิกาแฟชั่นสีฉูดฉาดอย่างสีแดง สีเหลือง

รองเท้า ควรเลือกสีดำ และขัดให้สะอาดเงางาม

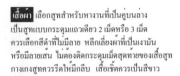

■ วิธีการเข้าห้อง และออกจากห้อง

《ตอนเข้าห้อง》

① เคาะประตูอย่างช้า ๆ 3 ครั้ง เมื่อได้ยินว่า「どうぞ」จึงค่อยเปิดประตู พูดว่า「失礼いたします」แล้วเดินเข้าห้อง
หันกลับมาทางประตูอีกครั้งและปิดประตู

② หันไปทางผู้สัมภาษณ์ และทักทายว่า「よろしくお願いいたします」อย่างกระฉับกระเฉงและโค้งคำนับ

③ เดินไปยังที่นั่ง ยืนข้างเก้าอี้ กล่าวแนะนำตัวเองว่า「○○大学○○学部○○学科、氏名と申します。」
และโค้งคำนับอีกครั้ง

④ เมื่อผู้สัมภาษณ์บอกให้นั่ง พูดว่า「失礼いたします」แล้วจึงนั่งลง สัมภาระวางไว้ที่ที่กำหนด หรือบริเวณใกล้ ๆ เท้า
สำหรับผู้หญิงนั่งให้ขาชิดกัน ส่วนผู้ชายนั่งให้ขาห่างจากกันประมาณ 20 เซนติเมตร ผู้หญิงวางมือซ้อนกันหลวม ๆ
ที่ขา ส่วนผู้ชายกำมือไว้บนเข่า

《ตอนออกจากห้อง》

① หลังเสร็จสิ้นการสัมภาษณ์ กล่าวขอบคุณว่า「ありがとうございました」ขณะนั่งและโค้งคำนับ

② ลุกขึ้นยืนข้าง ๆ เก้าอี้ พูดว่า「失礼いたします」และโค้งคำนับอีกครั้ง

③ เดินไปยังประตู หันกลับมาทางผู้สัมภาษณ์ พูดว่า「失礼いたします」อีกครั้งและโค้งคำนับ

④ เปิดประตู หันกลับมาโค้งคำนับผู้สัมภาษณ์ครั้งสุดท้าย และปิดประตูเบา ๆ

■ การแสดงออก และบุคลิกท่าทางขณะสัมภาษณ์

ขณะสัมภาษณ์ ไม่เพียงการแสดงความคิดเห็น
บุคลิกท่าทางและการแสดงออกทางสีหน้าก็สิ่งที่จะถูกประเมินให้คะแนนด้วย จึงควรระวังเรื่องดังต่อไปนี้

• เมื่อนั่งลงแล้ว ควรนั่งตัวตรง ระวังบุคลิกท่าทางให้ดูดีเสมอ ขณะพูดสามารถเคลื่อนไหวมือไม้ท่าทางได้ตามธรรมชาติ

• พยายามมองหน้าผู้สัมภาษณ์โดยรวม หลีกเลี่ยงการจ้องตาเพียงอย่างเดียว

• หากมีผู้สัมภาษณ์หลายคน ควรพยายามเบนสายตาไปมองทุกคน

• งานให้บริการลูกค้า (ธุรกิจการบริการ) เช่นธุรกิจงานแต่งงาน โรงแรม มักมีการประเมินการแสดงออกทางสีหน้าด้วย
ดังนั้นควรระวังที่จะไม่ทำสีหน้าตึงเครียด

■ ลักษณะการพูดขณะสัมภาษณ์

• พูดอย่างสุภาพด้วยน้ำเสียงแจ่มใส และได้ยินชัดเจน

• วิธีตอบคำถามที่ดีคือ ควรบอกข้อสรุปก่อน จากนั้นอธิบายเหตุผลหรือยกตัวอย่าง แล้วกลับไปพูดถึงข้อสรุปอีกครั้ง

• การพูดถ่ายทอดความคิดของตัวเองอย่างกระชับและเข้าใจง่าย เป็นสิ่งสำคัญ

สำนวนการพูดแบบทั่ว ๆ ไป	สำนวนการพูดในการสัมภาษณ์
僕, 俺, わたし	わたくし
失礼します	失礼いたします
この会社	御社 おんしゃ ※「貴社」เป็นภาษาเขียน โดยใช้เขียนในประวัติส่วนตัวเป็นต้น きしゃ
…です。だから… …です。なので…、	…です。そのため（文頭に「なので」は使わない）
〜んじゃないですか	〜のではないでしょうか

แชโดอิ้งคืออะไร

แชโดอิ้งเป็นวิธีฝึกพูดตามให้เหมือนกับเสียงที่ได้ยินในทันที เช่นเดียวกับเงาที่ไล่ตามหลัง
เดิมเป็นวิธีที่ผู้เรียนชาวต่างชาติซึ่งต้องการมีทักษะการสื่อสารขั้นสูง ใช้ฝึกเพื่อเป็นล่ามพูดพร้อม เป็นการฝึกฝนทั้ง
"การฟัง" และ "การพูด" ในเวลาเดียวกัน โดยทั่วไปการทำงาน 2 อย่างในเวลาเดียวกัน มักเกิดข้อผิดพลาดได้ง่าย
และมีแนวโน้มที่จะมีปฏิกิริยาตอบรับค่อนข้างช้า อย่างไรก็ตาม ถึงแม้จะเป็นงานที่หนักด้านภาระทางปัญญา
แต่เมื่อฝึกฝนด้วยสื่อเดียวกันซ้ำๆ ทุกวัน ภาระก็จะลดน้อยลง และสามารถฝึกพูดตามให้เหมือนได้ดียิ่งขึ้น
นอกจากนี้ การฝึกซ้ำๆ เป็นประจำทุกวัน จะทำให้ผู้ฝึกคุ้นเคยกับคำศัพท์ สำนวนที่อยู่ในบทสนทนาจนค่อยๆ
พูดได้โดยอัตโนมัติเสมือนเป็นศัพท์ในชีวิตประจำวันของผู้พูดเอง กล่าวคือสำนวนที่เคยอยู่ใน "ระดับความรู้"
ที่เห็นแล้วเข้าใจความหมาย จะพัฒนาขึ้นถึง "ระดับที่ใช้สื่อสารได้จริง" ซึ่งสามารถพูดได้คล่องปาก การฝึกแชโดอิ้งให้ได้ผล
ดีคือการฝึกต่อเนื่องทุกวันแม้จะใช้เวลาสั้นๆ ทั้งนี้ควรฝึกบทสนทนาเดียวกันซ้ำๆ

วิธีการฝึกแชโดอิ้ง

ก่อนอื่น ควรเลือกสถานการณ์ที่จำเป็นสำหรับตัวเอง และเลือกยูนิตที่ระดับความยากง่ายเหมาะสมกับตัวเอง
ระดับความยากง่ายจะแตกต่างกันไปขึ้นอยู่กับสถานการณ์ วิธีการฝึกฝนมี 5 ขั้นตอนดังต่อไปนี้

ขั้นตอนที่ 1　การทำความเข้าใจความหมาย

ก่อนเริ่มฝึกแชโดอิ้ง ขอให้ฟังซีดีและอ่านบทตาม ตรวจสอบเนื้อหาของบทสนทนา ความหมายของคำศัพท์
และส่วนที่ฟังไม่ทัน นอกจากนี้ขอให้อ่านประเด็นสำคัญด้านล่าง เพื่อดูข้อควรระวังในการตอบคำถาม
หรือเทคนิคในการสัมภาษณ์ ฯลฯ

ขั้นตอนที่ 2　แชโดอิ้งเงียบ (ฟังจับเสียง)

ฝึกพูดตามเสียงที่ได้ยินในใจ โดยไม่เปล่งเสียงออกมา

ขั้นตอนที่ 3　แชโดอิ้งพร้อมดูตัวบท (เคลื่อนไหวปาก)

ดูตัวบทไปพร้อมๆ กับฝึกพูดตามเสียงที่ได้ยินในทันที
ซึ่งเป็นการฝึกเพื่อให้คุ้นเคยกับการพูดระดับความเร็วที่เป็นธรรมชาติ ฟังชัดเจนเข้าใจง่ายสำหรับผู้สัมภาษณ์

การพืมพำในลำคอ

เป็นวิธีฝึกพูดตามเสียงที่ได้ยินด้วยการพึมพำเบาๆ โดยไม่ดูตัวบท เนื่องจากเป็นการพูดพึมพำตามซีดี
จึงไม่จำเป็นต้องเคลื่อนไหวปากมากนัก ทำให้สามารถฝึกประโยคที่พูดยากๆ ได้ค่อนข้างดี

ขั้นตอนที่ 4　แชโดอิ้งสัทสัมพันธ์ (แชโดอิ้งโดยสังเกตเสียง)

เป็นการฝึกแชโดอิ้งให้เหมือนเสียงที่ได้ยินมากที่สุดโดยไม่ดูตัวบท
สิ่งสำคัญคือการพูดตามให้เหมือนเสียงต้นแบบทั้งด้านความเร็ว เสียงสูงต่ำ ทำนองเสียง เสียงหนักเบา
(การเน้นข้อมูลสำคัญ) ระยะห่าง (การเว้นจังหวะ) วัตถุประสงค์ของการฝึกวิธีนี้คือเน้นความคล่อง
ดังนั้นไม่จำเป็นต้องสนใจความหมายในบทสนทนา

ขั้นตอนที่ 5　แชโดอิ้งเนื้อหา (แชโดอิ้งโดยทำความเข้าใจเนื้อหา)

เป็นการฝึกแชโดอิ้งไปพร้อมๆ กับทำความเข้าใจเนื้อหาโดยไม่ดูตัวบท ควรฝึกพูดตามพร้อมๆ
สังเกตความหมาย โดยยังคงรูปแบบเสียงสูงต่ำ และทำนองเสียงที่เหมาะสมไว้

Giáo trình này tập hợp các hội thoại mô phỏng tình huống phỏng vấn xin việc làm thêm, phỏng vấn tuyển sinh của các trường dạy nghề/trường đại học, phỏng vấn tuyển dụng. Vừa xem lời thoại, vừa nghe đĩa âm thanh nhiều lần rồi tập shadowing, bạn sẽ có thể qua được bài thi phỏng vấn. Hãy chọn ra phần nào phù hợp với mục đích của bạn để luyện tập. Ngoài ra, trong các chương còn có:

○ Lời thoại phỏng vấn: Luyện tập các hội thoại mô phỏng các tình huống phỏng vấn đa dạng.
○ Luyện tập đoạn hội thoại đầy đủ (Từ lúc vào phòng đến khi rời khỏi): Có thể mô phỏng buổi phỏng vấn thật.
○ My page (Chỉ có tiếng của người phỏng vấn): Tự nghĩ câu trả lời thực tế của mình để luyện tập (* Hình thức điền vào)

Hãy tùy ý sử dụng những phần này để luyện tập phỏng vấn một cách có ý nghĩa. Giáo trình này có cấu trúc gồm 3 unit như sau:

■ Unit 1: Phỏng vấn xin việc làm thêm

Luyện tập cách gọi điện thoại để hỏi và xin hẹn phỏng vấn, cách nói những câu chuyện nhỏ (chuyện gẫu trước khi phỏng vấn), xin hẹn và tình huống phỏng vấn thực tế.

■ Unit 2: Phỏng vấn tuyển sinh của các trường dạy nghề/trường đại học

Luyện tập thi phỏng vấn được tổ chức trong kỳ thi tuyển sinh của các trường dạy nghề/trường đại học. Trình bày cụ thể về lý do ứng tuyển, mục tiêu trong tương lai, PR bản thân... Nhiều trường hợp còn được hỏi cả về chuyện học phí nữa, cho nên hãy chuẩn bị để có thể trả lời một cách rõ ràng.

■ Unit 3 : Phỏng vấn xin việc

Thi tuyển dụng chủ yếu gồm có tuyển chọn qua hồ sơ (nguyện vọng xin việc (entry sheet), sơ yếu lý lịch), thi kiến thức và thi phỏng vấn. Có công ty còn thực hiện phỏng vấn nhiều lần. Các hình thức phỏng vấn chính gồm có "phỏng vấn theo nhóm (tập thể)", "thảo luận nhóm", "phỏng vấn cá nhân".

Phỏng vấn nhóm (tập thể): Là phương pháp tuyển lựa trong đó khoảng 5 ứng viên sẽ ngồi thành một hàng ngang và lần lượt trả lời câu hỏi của người phỏng vấn. Khác với phỏng vấn cá nhân mà ta có thể nói chuyện kỹ càng, cách này có xu hướng đánh giá các yếu tố bề ngoài như ngoại hình, thái độ. Bởi vậy, ấn tượng ban đầu là quan trọng nhất. Hãy chú ý đến các quy tắc giao tiếp và trang phục. Bạn cũng sẽ dễ trúng tuyển hơn nếu thể hiện được sự khác biệt với các ứng viên khác qua phần tự giới thiệu bản thân.

Thảo luận nhóm: Là phương pháp trong đó khoảng 3~5 người thảo luận về một chủ đề rồi phát biểu và người phỏng vấn sẽ quan sát buổi thảo luận đó để đánh giá tính hợp tác, khả năng thuyết trình... Hãy coi những ứng viên khác là "đồng đội" chứ không phải là "đối thủ" và lưu ý đến cách nói sao cho có thể đóng góp một cách tích cực vào buổi thảo luận.

Phỏng vấn cá nhân: Là loại phỏng vấn được coi trọng nhất trong phỏng vấn tuyển dụng. Bạn sẽ được hỏi về đặc điểm riêng (PR bản thân), lý do ứng tuyển, kiến thức và suy nghĩ của bạn đối với doanh nghiệp v.v... Nội dung phỏng vấn cũng thường phát triển rất sâu. Hãy chuẩn bị thật kỹ để tham gia.

Tùy từng doanh nghiệp, nhưng thường thì trong phỏng vấn cá nhân, phần "PR bản thân" và "động cơ ứng tuyển" sẽ được quan tâm nhất. Giáo trình này coi trọng phần luyện tập "PR bản thân" và "động cơ ứng tuyển" đó và giới thiệu các ví dụ hội thoại trong nhiều tình huống. Hãy luyện tập cho phù hợp với mục đích của riêng bạn.

① **Luyện tập phỏng vấn nhóm (tập thể), thảo luận nhóm [Unit 3-1]**
⇒ Nghe câu trả lời của người khác, trình bày suy nghĩ của mình một cách rõ ràng.

② **Luyện tập PR bản thân [Unit 3-2]**
⇒ Trả lời các câu hỏi về sở trường, sở đoản, trường đại học, việc học (chuyên môn, luận văn tốt nghiệp), ngoài việc học (hoạt động nhóm, hoạt động tình nguyện, việc làm thêm), kế hoạch trong tương lai, kỹ năng, năng lực (năng lực tiếng Nhật, chứng chỉ...), tư chất cá nhân, câu hỏi dành riêng cho người nước ngoài.

③ **Luyện tập trình bày về động cơ ứng tuyển [Unit 3-3]**
⇒ Trả lời về lý do ứng tuyển, kiến thức về ngành, về doanh nghiệp một cách cụ thể. Có thể luyện tập riêng theo từng ngành nghề riêng (sản xuất, dịch vụ, thương mại…)

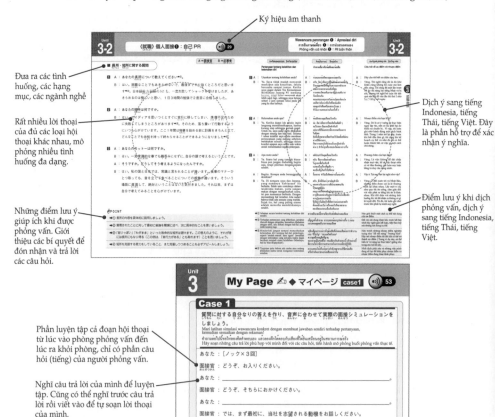

Ký hiệu âm thanh

Đưa ra các tình huống, các hạng mục, các ngành nghề

Rất nhiều lời thoại của đủ các loại hội thoại khác nhau, mô phỏng nhiều tình huống đa dạng.

Những điểm lưu ý giúp ích khi được phỏng vấn. Giới thiệu các bí quyết để đón nhận và trả lời các câu hỏi.

Dịch ý sang tiếng Indonesia, tiếng Thái, tiếng Việt. Đây là phần hỗ trợ để xác nhận ý nghĩa.

Điểm lưu ý khi dịch ý phỏng vấn, dịch ý sang tiếng Indonesia, tiếng Thái, tiếng Việt.

Phần luyện tập cả đoạn hội thoại từ lúc vào phòng phỏng vấn đến lúc ra khỏi phòng, chỉ có phần câu hỏi (tiếng) của người phỏng vấn.

Nghĩ câu trả lời của mình để luyện tập. Cũng có thể nghĩ trước câu trả lời rồi viết vào để tự soạn lời thoại của mình.

Phỏng vấn là giao tiếp giữa người với người. Vì vậy, mọi chi tiết từ vẻ bề ngoài, chào hỏi đầy đủ, giọng nói rõ ràng v.v.. sẽ ảnh hưởng một cách trực tiếp hoặc gián tiếp tới kết quả đánh giá. Người ta nói rằng, trong phỏng vấn, ấn tượng ban đầu là quan trọng, cần phải nắm rõ các quy tắc trong phỏng vấn để tạo ấn tượng tốt. Ở giáo trình này, chúng tôi chủ yếu nêu ra các quy tắc trong phỏng vấn xin việc. Các bạn hãy tham khảo cho cả các buổi phỏng vấn việc làm thêm và phỏng vấn tuyển sinh.

■ Vẻ bề ngoài

Mức độ khắt khe đối với vẻ bề ngoài khi tham gia phỏng vấn, khác nhau tùy thuộc từng nghề, ngành và doanh nghiệp, các bạn hãy tham khảo ví dụ chúng tôi giới thiệu dưới đây, lưu tâm tới việc tạo ra một vẻ ngoài sạch sẽ, sáng sủa.

⦿ **Vẻ bề ngoài khi phỏng vấn việc làm thêm/phỏng vấn tuyển sinh của trường đại học:** "Cảm giác sạch sẽ" quan trọng hơn "điệu đà". Hãy tránh đánh móng tay, đeo khuyên tai lòe loẹt, mặc trang phục đi chơi, đi dép xăng đan, bốt.

⦿ **Vẻ bề ngoài trong phỏng vấn xin việc**

Nữ giới

Kiểu tóc Tóc mái không nên che ngang trán. Nếu tóc dài hãy buộc lại ra sau. Chun và dây buộc tóc màu đen hoặc màu nâu.

Đồ trang sức Tránh đeo vòng cổ, hoa tai, nhẫn, đánh móng tay, vẽ móng lòe loẹt, xức nước hoa

Túi, cặp Về cơ bản là màu đen. Tránh những loại túi có logo lớn. Loại cho vừa tài liệu cỡ A4.

Tất dài Loại có màu tự nhiên hợp với da của mình là tốt hơn cả. Không được đi tất màu đen hoặc màu lòe loẹt.

Trang điểm Trang điểm tự nhiên, khỏe khoắn là tốt nhất. Chú ý không nên đánh mắt và tô son đậm quá.

Trang phục Vét chuyên dùng trong phỏng vấn, đồng bộ từ trên xuống dưới. Loại cúc đơn, hai hoặc ba cúc, màu xanh navy hoặc màu đen, màu xám sẫm. Gấu váy khi đứng dài đến đầu gối, áo sơ mi màu trắng.

Giày Giày không có dây buộc đơn giản có đế cao từ 3 ~ 5 cm, màu đen là tốt nhất. Dép xăng đan và bốt không thích hợp.

Nam giới

Kiểu tóc Tóc dài, râu là không thích hợp. Tóc ngắn có cảm giác sạch sẽ, sẽ tạo nên ấn tượng tốt.

Túi, cặp Về cơ bản là màu đen. Tránh những loại túi có logo lớn. Loại cho vừa tài liệu cỡ A4.

Tất Tất màu đen hoặc màu xanh navy. Tránh đi tất màu trắng. Loại tất ngắn đến cổ chân không thích hợp.

Trang phục Vét chuyên dùng trong phỏng vấn, đồng bộ từ trên xuống dưới. Loại cúc đơn, hai hoặc ba cúc, về cơ bản là màu đen, không hoa văn, tránh loại vải bóng hoặc da. Không cài cúc dưới cùng của áo khoác. Quần phải là li cẩn thận. Áo sơ mi màu trắng.

Cà vạt Màu xanh dương, da cam, màu vàng v.v.., họa tiết kẻ ca rô và chấm là tốt hơn cả. Tránh loại có họa tiết hoa và con vật.

Đồng hồ Tránh đeo đồng hồ có màu lòe loẹt như màu đỏ, màu vàng, đồng hồ lớn.

Giày Giày màu đen là tốt nhất. Đánh giày sạch sẽ.

■ Cách vào và ra khỏi phòng

《Khi vào phòng》

① Gõ cửa chậm rãi ba lần, khi nghe thấy tiếng " どうぞ " thì mở cửa, chào " 失礼いたしま
す " rồi vào phòng. Quay người hướng về phía cửa đang mở rồi đóng cửa lại.

② Quay lại phía người phỏng vấn, nói một cách khỏe khoắn " よろしくお願いいたしま
す " rồi cúi người chào.

③ Tiến về phía chỗ ngồi, đứng cạnh ghế, xưng danh " ○○大学○○学部○○学科、○○
(氏名)" rồi cúi người chào.

④ Khi được yêu cầu ngồi, nói " 失礼いたします " rồi ngồi xuống. Đồ đạc đặt ở chỗ được
chỉ định hoặc dưới chân. Các bạn nữ ngồi khép chân còn các bạn nam ngồi mở chân
khoảng 20 cm. Các bạn nữ để nhẹ tay lên đùi, các bạn nam tay nắm lại, để lên đầu gối.

《Khi ra khỏi phòng》

① Sau khi phỏng vấn kết thúc, ngồi nguyên tại chỗ nói " ありがとうございました " rồi
cúi người.

② Đứng bên cạnh ghế, nói " 失礼いたします " rồi cúi người chào.

③ Bước đi đến trước cửa, xoay người lại về phía người phỏng vấn, nói lại lần nữa " 失礼
いたします " rồi cúi chào.

④ Mở cửa, xoay người lại về phía người phỏng vấn, cúi chào rồi đóng cửa nhẹ nhàng.

■ Thái độ/ tư thế trong buổi phỏng vấn

Trong quá trình phỏng vấn, bạn được đánh giá không chỉ ở phát ngôn mà còn cả ở tư thế,
biểu cảm, hướng nhìn. Hãy chú ý những điểm dưới đây:

· Ngồi thẳng lưng, giữ tư thế ngay ngắn. Có thể vừa nói vừa làm các cử chỉ tự nhiên.

· Nhìn cả khuôn mặt người phỏng vấn. Hãy tránh chỉ nhìn chằm chằm vào mắt.

· Khi có nhiều hơn một người phỏng vấn, hãy hướng ánh nhìn vào tất cả mọi người.

· Ở ngành tiếp đón khách liên quan đến tổ chức đám cưới và khách sạn (ngành dịch vụ),
biểu cảm khuôn mặt cũng nằm trong tiêu chí đánh giá. Hãy chú ý giữ nét mặt không
rầu rĩ.

■ Cách nói khi phỏng vấn

· Nói rõ ràng, lịch sự với giọng to, khỏe khoắn.

· Về cơ bản, cách trả lời là trình bày kết luận trước, sau đó nêu lý do và dẫn chứng cụ thể
rồi kết luận lại một lần nữa.

· Quan trọng là truyền đạt những điều mình muốn nói một cách ngắn gọn, dễ hiểu.

Những cách nói thông thường	Những cách nói trong phỏng vấn
僕, 俺, わたし	わたくし
失礼します	失礼いたします
この会社	御社　※ " 貴社 " là từ sử dụng trong văn bản như sơ yếu lý lịch v.v..
…です。だから… …です。なので…、	…です。そのため（文頭に「なので」は使わない）
〜んじゃないですか	〜のではないでしょうか

Shadowing là gì?

Shadowing là phương pháp luyện tập vừa nghe băng vừa nhắc lại một cách trung thực nhất có thể những gì mình vừa được nghe. Đây là một phương pháp luyện tập phiên dịch đồng thời, vốn đã được áp dụng từ lâu cho những người học ngoại ngữ mong muốn rèn luyện năng lực vận dụng ngôn ngữ ở trình độ cao. Đây là phương pháp luyện tập đồng thời cả hai nhiệm vụ là "nghe" và "nói". Thường thì người ta có xu hướng dễ mắc lỗi khi định thực hiện đồng thời 2 nhiệm vụ và thời gian phản ứng sẽ chậm hơn. Mặc dù vậy, ngay cả đối với những nhiệm vụ đòi hỏi sự tập trung nhận thức cao độ, nếu ngày nào cũng sử dụng lại cùng một giáo trình để học thì mức độ đòi hỏi tập trung sẽ giảm nhẹ đi và người ta có thể nhắc lại một cách chính xác hơn.

Và với việc luyện tập đi luyện tập lại hàng ngày phương pháp này, các bạn sẽ nắm vững những từ ngữ và cách nói được dùng trong hội thoại đến mức nói ra thành lời như những từ ngữ thường dùng của bản thân. Nghĩa là, về mặt kết quả, những cách nói ở "trình độ kiến thức", đọc thì sẽ hiểu, sẽ được nâng lên "trình độ vận dụng", nói thành lời một cách lưu loát. Việc duy trì luyện đi luyện lại cùng một hội thoại hàng ngày, dù trong thời gian ngắn, cũng mang lại hiệu quả. Hãy luyện đi luyện lại cùng một hội thoại.

Cách thực hiện shadowing

Trước hết, hãy tự chọn unit có tình huống cần thiết cho mình, có độ khó phù hợp với mình. Độ khó khác nhau tùy theo tình huống. Về phương pháp luyện tập, hãy tham khảo Step 1 ~ 5

Bước 1 Hiểu rõ ý nghĩa

Trước khi shadowing, hãy vừa nghe vừa xem lời thoại, xác nhận trước nội dung của đoạn hội thoại, ý nghĩa của từ, những chỗ chưa nghe được. Ngoài ra, hãy đọc phần point ở cuối trang, kiểm tra những điểm lưu ý về cách trả lời, những bí quyết khi tham gia phỏng vấn v.v...

Bước 2 Shadowing câm (Nắm bắt âm thanh)

Vừa nghe, vừa nhẩm lại trong đầu mà không phát âm.

Bước 3 Shadowing cùng lời thoại (Tập nói)

Hãy vừa nhìn lời thoại vừa nghe và nhắc lại ngay sau đó. Hãy luyện tập cho quen miệng để có thể nói rõ ràng bằng tốc độ tự nhiên để người phỏng vấn dễ nghe.

Nhẩm theo

Hãy lầm nhầm nhắc lại mà không nhìn lời thoại. Vì chỉ nói như đang thì thầm, không cần mở to miệng nên dễ nhắc lại cả những câu khó.

Bước 4 Shadowing theo nhịp điệu (Tập nói theo nhịp điệu)

Hãy shadowing một cách trung thực các âm thanh mà không nhìn lời thoại. Hãy nhắc lại một cách trung thực tốc độ, trọng âm, ngữ điệu, cường độ âm thanh (prominence), nhịp ngưng nghỉ (pauses). Mục tiêu của việc luyện tập này là sự lưu loát nên không cần ý thức về nội dung hội thoại.

Bước 5 Shadowing với nội dung (Tập nói với ý thức về ý nghĩa)

Vừa shadowing vừa ý thức về nội dung ý nghĩa mà không nhìn lời thoại. Hãy vừa ý thức về ý nghĩa của hội thoại, vừa shadowing mà không thay đổi trọng âm và ngữ điệu.

Unit 1

アルバイトの面接

Wawancara untuk kerja sambilan
การสัมภาษณ์งานพิเศษ
Phỏng vấn xin việc làm thêm

〈アルバイト面接・電話アポイントメント　スモールトーク〉

Wawancara untuk kerja sambilan・Janjian melalui telepon・Obrolan pendek
การสัมภาษณ์งานพิเศษ・การนัดหมายทางโทรศัพท์・สมอลทอร์ค
Phỏng vấn xin việc làm thêm・Đặt hẹn phỏng vấn qua điện thoại・Những đoạn hội thoại nhỏ

1-1 … スモールトーク
⇒面接を受ける前の雑談や世間話などを練習する

1-2 … 電話アポイントメント
⇒電話で面接の予約をする

1-3 … アルバイト面接
⇒アルバイトの面接を練習する

1-4 … 通し練習 ⇒アルバイト面接と電話アポイントメントを疑似体験する

1-1 Obrolan pendek ⇒Latihan ngobrol atau berbincang-bincang sebelum wawancara	1-1 สมอลทอร์ค ⇒ฝึกการพูดคุยเรื่องทั่วๆไปก่อนเริ่มสัมภาษณ์	1-1 Những đoạn hội thoại nhỏ ⇒ Luyện tập cách nói những câu chuyện phiếm, chuyện gẫu trước khi phỏng vấn
1-2 Janjian melalui telepon ⇒ Menentukan jadwal wawancara melalui telepon.	1-2 การนัดหมายทางโทรศัพท์ ⇒ฝึกนัดหมายเพื่อเข้าสัมภาษณ์งานผ่านทางโทรศัพท์	1-2 Đặt hẹn phỏng vấn qua điện thoại ⇒ Thực hiện đặt hẹn phỏng vấn qua điện thoại
1-3 Wawancara untuk kerja sambilan ⇒ Latihan wawancara untuk kerja sambilan	1-3 การสัมภาษณ์งานพิเศษ ⇒ฝึกการสัมภาษณ์งานพิเศษ	1-3 Phỏng vấn xin việc làm thêm ⇒ Luyện tập phỏng vấn xin việc làm thêm
1-4 Latihan percakapan lengkap ⇒ Simulasi wawancara untuk kerja sambilan dan janjian lewat telepon	1-4 บทสนทนาเต็ม ⇒ลองฝึกสนทนาการสัมภาษณ์งานพิเศษกับการนัดหมายทางโทรศัพท์	1-4 Luyện tập đoạn hội thoại hoàn chỉnh ⇒ Trải nghiệm mô phỏng buổi phỏng vấn xin việc làm thêm và đặt hẹn phỏng vấn qua điện thoại

Unit 1 では、アルバイト面接、電話アポイントメント、スモールトーク（面接前の雑談）を練習します。アルバイト面接は勤務条件と印象で決まる傾向があります。まず元気に挨拶をしましょう。日本語力や一緒に働く上でコミュニケーションの問題がないかなど、面接全体を通して評価されます。以下のようなことに気をつけて面接にのぞみましょう。

〇身だしなみは清潔に。

〇面接には遅れない。（万が一遅れそうだったら連絡して時間を変更してもらう）

〇勤務可能な曜日など条件を出しておく。

〇面接前に口座番号等を控えておく。（アルバイト代は銀行や郵便局に振り込まれる場合がある）

Unit 1 memuat latihan wawancara untuk kerja sambilan, janjian melalui telepon, Obrolan pendek (bincang-bincang sebelum wawancara). Dalam wawancara untuk kerja sambilan cenderung ditentukan oleh syarat kerja dan kesan waktu wawancara. Pertama-tama, berikan salam dengan baik. Apakah ada masalah dengan kemampuan berbahasa Jepang, atau ada hambatan komunikasi ketika bekerja, dan yang lainnya akan ditentukan lewat tes wawancara. Perhatikan poin-poin berikut, sebagai bahan untuk wawancara.

〇 berpenampilan bersih dan sehat
〇 Jangan terlambat datang untuk wawancara. (Sekiranya akan terlambat, langsung menghubungi untuk meminta perubahan waktu)
〇 Mengajukan persyaratan seperti hari yang memungkinkan untuk bisa kerja dan yang lainnya.
〇 Sebelum wawancara menyiapkan nomor rekening dan yang lainnya (biasanya gaji dibayar melalui rekening bank atau rekening kantor pos)

ใน Unit1 จะฝึกการสัมภาษณ์งานพิเศษ การนัดหมายทางโทรศัพท์ สมอลทอร์ค (การพูดคุยเรื่องทั่วๆไปก่อนเริ่มสัมภาษณ์) การสัมภาษณ์งานพิเศษจะสำเร็จหรือไม่ขึ้นอยู่กับเงื่อนไขการทำงาน และความประทับใจต่อคุณ อย่างแรกคือควรทักทายอย่างกระฉับกระเฉง คุณสัมภาษณ์จะประเมินความสามารถทางภาษาญี่ปุ่น การทำงานจะมีปัญหาการสื่อสารหรือไม่ ฯลฯ ผ่านทางสนทนา ซึ่งข้อที่ควรระวังในการเข้ารับการสัมภาษณ์ดังนี้

〇แต่งกายให้สะอาดเรียบร้อย
〇ไม่ไปสาย (หากจำเป็นต้องไปสาย ต้องโทรศัพท์แจ้งเพื่อขอเปลี่ยนแปลงเวลา)
〇กำหนดเงื่อนไข เช่นวันที่สะดวกทำงาน ไว้ล่วงหน้า
〇จดหมายเลขบัญชีธนาคารไว้ล่วงหน้าก่อนการสัมภาษณ์ (เนื่องจากค่าจ้างจะถูกโอนเข้าบัญชีธนาคาร หรือที่ทำการไปรษณีย์)

Ở Unit 1, chúng ta sẽ luyện tập cách phỏng vấn xin việc làm thêm, đặt hẹn phỏng vấn qua điện thoại, những đoạn hội thoại nhỏ (chuyện gẫu trước phỏng vấn). Kết quả phỏng vấn xin việc làm thêm thường được quyết định bằng điều kiện làm việc và ấn tượng bạn tạo nên. Trước hết, việc chào hỏi một cách rõ ràng. Năng lực tiếng Nhật, khả năng giao tiếp khi làm việc cũng sẽ được đánh giá thông qua toàn bộ buổi phỏng vấn. Hãy lưu ý những điều dưới đây để sẵn sàng cho buổi phỏng vấn.

〇Vẻ ngoài sạch sẽ gọn gàng
〇Không đến muộn phỏng vấn (Nếu cảm thấy có thể bị muộn hãy liên lạc để được thay đổi thời gian.)
〇Nêu rõ các điều kiện như những ngày có thể làm việc được.
〇Trước buổi phỏng vấn, chuẩn bị sẵn thông tin về tài khoản. (Do có trường hợp tiền lương làm thêm được chuyển qua ngân hàng hoặc bưu điện)

スモールトーク

A＝面接官　B＝応募者　C＝社員・従業員
めんせつかん　　おうぼしゃ　　しゃいん・じゅうぎょういん

1　A ： ［ノック3回］失礼します。今日、2時から面接の予約のカインです。
　　　　　　　　　　　しつれい　　　きょう　じ　　　めんせつ　よやく

　　B ： あ、はい。聞いています。じゃ、ちょっとこちらでお待ちください。
　　　　　　　　　　　き　　　　　　　　　　　　　　　　　　　　　ま

2　A ： 当社に来るまでに道に迷いませんでしたか。
　　　　　とうしゃ　く　　　　みち　まよ

　　B ： いいえ、ネットで調べてきましたので迷いませんでした。
　　　　　　　　　　　　　しら　　　　　　　　　まよ

3　A ： ベンさんは日本に来てどれくらいになるんですか？
　　　　　　　　　　にほん　き

　　B ： 半年ぐらいです。
　　　　　はんとし

4　A ： じゃあ、日本語は学校で勉強しているんですか？
　　　　　　　　　にほんご　がっこう　べんきょう

　　B ： はい、毎日勉強しています。それから日本人のシェアメイトにも少し教えて
　　　　　　　まいにちべんきょう　　　　　　　　　　にほんじん　　　　　　　　　　すこ　おし
　　　　もらっています。

5　A ： 今日は土曜日なのにわざわざ来てもらって悪いね➡①。
　　　　　きょう　どようび　　　　　　　　　き　　　　　　わる

　　B ： いいえ、こちらこそ面接させていただき、ありがとうございます。
　　　　　　　　　　　　　　めんせつ

6　C ： ピエールさん、こちらでお待ちください。担当の者が迎えに来ますので。
　　　　　　　　　　　　　　　　　ま　　　　　　たんとう　もの　むか　き

　　B ： はい、ありがとうございます➡②。

7　A ： ケイトさんのうちは、横浜なんですね。ちょっと時間かかりますね、ここまで。
　　　　　　　　　　　　　よこはま　　　　　　　　　じかん

　　B ： はい、今日は1時間ぐらいかかりました。でも、乗り換えが上手くいけばそ
　　　　　　　きょう　じかん　　　　　　　　　　　　　　の　か　　うま
　　　　んなにかからないと思います。
　　　　　　　　　　　　　　おも

☝POINT

➡① 「わざわざ来てもらって悪いね」という言葉は「来てくれてありがとう」と同じ意味で使われ
　　ます。このように言われたら、「いいえ」と一度否定し、「面接の機会をもらえて嬉しい」と
　　いう気持ちを伝えましょう。また、面接官がカジュアルな言い方をしても、必ず丁寧な日本
　　語で答えましょう。

➡② 「はい」だけではなく、必ず「ありがとうございます」とお礼を言うようにしましょう。

Obrolan pendek ╱ สมอลทอร์ค ╱ Những đoạn hội thoại nhỏ

A=Pewawancara B=Pendaftar
C=Karyawan, pekerja

A= ผู้สัมภาษณ์ B= ผู้สมัคร
C= พนักงาน ลูกจ้าง

A=Người phỏng vấn B=Ứng viên
C=Nhân viên

1

A : [ketukan] Permisi.
Saya Cain yang sudah janji untuk wawancara pada pukul 2 hari ini.

B : Oh, iya. Saya sudah dengar. Kalau begitu, silahkan tunggu di sini!

A : [เคาะประตู]
ขออนุญาตครับ ผมชื่อคาอิน ที่นัดสัมภาษณ์ไว้ตอนบ่าย 2 โมงครับ

B : ครับ มีคนแจ้งไว้แล้ว กรุณาคอยตรงนี้สักครู่

A : [Gõ cửa]
Tôi xin phép. Tôi là Cain có hẹn phỏng vấn từ 2:00 ngày hôm nay.

B : À, vâng. Tôi có nghe nói. Anh hãy đợi ở đây một chút.

2

A : Sampai datang ke sini Anda tidak tersesat di jalan?

B : Tidak, karena saya cek dulu di internet, sehingga tidak tersesat.

A : มาที่นี่ยังไง ไม่หลงใช่ไหมครับ

B : ค่ะ สำรวจเส้นทางก่อนมาจาก อินเทอร์เน็ต ก็เลยไม่หลง

A : Cô không bị lạc đường khi đến công ty chúng tôi chứ?

B : Không ạ, tôi đã tra trên mạng nên không bị lạc.

3

A : Ben sudah berapa lama berada di Jepang?

B : Sekitar setengah tahun.

A : คุณเบนมาอยู่นานเท่าไหร่แล้วครับ

B : ประมาณครึ่งปีครับ

A : Anh Ben đến Nhật Bản được bao lâu rồi?

B : Khoảng nửa năm ạ.

4

A : Kalau begitu, belajar bahasa Jepangnya di sekolah?

B : Ya, saya belajar setiap hari. Dan sedikit diajari juga oleh teman sekelas orang Jepang.

A : ถ้างั้น กำลังเรียนภาษาญี่ปุ่นที่ โรงเรียนสอนภาษาญี่ปุ่นหรือครับ

B : ค่ะ ไปเรียนทุกวัน แล้วยังได้เพื่อนร่วมห้องคนญี่ปุ่น ช่วยสอนด้วยนิดหน่อยค่ะ

A : Vậy là cô đang học tiếng Nhật ở trường tiếng Nhật ?

B : Vâng, ngày nào tôi cũng học. Bạn cùng phòng người Nhật cũng dạy tôi một chút nữa.

5

A : Maaf ya, anda diminta datang hari Sabtu begini.

B : Tidak apa-apa. Saya berterima kasih dipanggil wawancara.

A : ขอโทษนะที่ทำให้ต้องลำบากเดินทาง มาวันนี้ ทั้ง ๆ ที่เป็นวันเสาร์

B : ไม่ลำบากเลยครับ ขอบคุณที่ให้ โอกาสผมได้มาสัมภาษณ์ในวันนี้

A : Chúng tôi rất xin lỗi vì hôm nay là thứ bảy mà anh phải cất công đến.

B : Dạ không, chính tôi mới phải cám ơn vì được phỏng vấn.

6

C : Pierre, silahkan tunggu di sini! Nanti petugas akan datang menjemput!

B : Baik, terima kasih.

C : คุณปิแอร์ กรุณารอที่นี่ก่อนนะครับ อีกสักครู่เจ้าหน้าที่มารับ

B : ค่ะ ขอบคุณค่ะ

C : Anh Pierre, xin hãy đợi ở đây. Người phỏng vấn sẽ tới đón anh.

B : Vâng. Cám ơn anh.

7

A : Kate, rumahnya di Yokohama, ya. Perlu waktu lama ya, untuk sampai ke sini.

B : Ya, hari ini perlu satu jam. Tapi, kalau sudah tahu cara ganti kendaraannya, saya kira tidak akan selama itu.

A : บ้านคุณเคทอยู่ที่โยโกฮาม่าหรือครับ จากที่นี่ใช้เวลาเดินทางพอสมควร ใช่ไหมครับ

B : ค่ะ วันนี้ใช้เวลาประมาณ 1 ชั่วโมง แต่ถ้าไม่เสียเวลาในการต่อรถ ก็ใช้เวลาไม่นาน

A : Cô Kate sống ở Yokohama nhỉ. Vậy là tới đây sẽ hơi mất thời gian nhỉ.

B : Vâng, hôm nay tôi đi mất khoảng một tiếng. Nhưng tôi nghĩ nếu đổi tàu hợp lý sẽ không mất nhiều thời gian đến thế.

➡① Ungkapan 'Waza-waza kite moratte warui ne' (Maaf saya telah membuat anda datang ke sini) sama artinya dengan ungkapan 'kite kurete arigatou' (Terima kasih atas kedatangannya). Jika diucapkan ungkapan tadi jawabannya 'Iie' dengan penyangkalan yang di dalamnya terkandung makna 'Terima kasih saya senang mendapat kesempatan untuk wawancara'. Kemudian jika pewawancara menggunakan bahasa biasa pun, kita tetap harus menjawabnya dengan bahasa halus.

สำนวน 「わざわざ来てもらって悪いね」 ใช้ในความหมายเดียวกับ
「来てくれてありがとう」
วิธีตอบคือจะปฏิเสธด้วย 「いいえ」 ก่อน แล้วจะตอบแสดงความรู้สึกดีใจที่ได้ มาสัมภาษณ์
ทั้งนี้ถึงแม้ผู้สัมภาษณ์จะพูดแบบกันเอง แต่เราต้องตอบด้วยภาษาญี่ปุ่นที่สุภาพ

Câu " わざわざ来てもらって悪いね " (Chúng tôi xin lỗi vì anh phải cất công đến) được dùng với nghĩa giống câu " 来てくれてあ り が とう " (Cám ơn anh đã tới). Khi được nói như vậy, bạn hãy phủ nhận "Không ạ", rồi nhẹ thể hiện cảm xúc "Tôi rất vui vì có cơ hội phỏng vấn". Ngoài ra, kể cả khi người phỏng vấn dùng cách nói thân mật, bạn cũng phải trả lời bằng cách nói lịch sự.

➡② Ucapkan bukan hanya dengan kata 'Hai' saja, tetapi lengkapi dengan 'ARIGATOU GOZAIMASU'.

ไม่ควรตอบแค่ 「はい」 แต่ต้องตอบด้วย 「ありがとうございます」 เพื่อแสดงความขอบคุณ

Nhất định phải nói cám ơn 「ありがとうござ います」, chứ không chỉ nói 「はい」.

---

8 A : 今日は本当に暑いですねー。

B : はい、そうですね。

A : タンさんの国も暑いんですよね。

B : はい、でも日本ほどは暑く感じません。湿気がないからかもしれませんが…。

9 A : ザビエルさんは、日本語上手ですねー。

B : ありがとうございます。でも、まだまだです。

A : そんなことないですよ。発音もきれいだし。

B : ありがとうございます。でも、敬語を使うのは難しいですね。今勉強中です。

10 A : デヴィッドさん、今日はどうやって来ましたか➡③？

B : はい、東西線で来ました。

A : ああ、一本で来られるんですか。便利ですね。最寄り駅はどこですか？

B : はい。東陽町です。

11 A : 日本の生活はもう慣れましたか？

B : はい、もう2年ですから、だいぶ慣れました。

A : 国にはよく帰るんですか？

B : ええ、1年に1回ぐらいです。

☝POINT

➡③「どうやって来ましたか」というのは、通勤経路を問う質問です。「○○線で来ました」のように具体的に説明しましょう。

8
A：Hari ini benar-benar panas, ya!
B：Ya, betul.
A：Negara Tan juga panas, bukan?
B：Ya, tapi,tidak sepanas Jepang. Mungkin karena tidak ada kelembaban…

A：วันนี้ร้อนจริง ๆ เลยนะครับ
B：ค่ะ ร้อนจริง ๆ
A：ที่ประเทศของคุณตันก็ร้อนเหมือนกันใช่ไหม
B：ค่ะ แต่ก็ไม่รู้สึกร้อนเท่าญี่ปุ่น อาจจะเพราะไม่ค่อยชื้น…

A：Hôm nay nóng thật đấy!
B：Vâng, đúng là nóng thật!
A：Nước cô Tan cũng nóng phải không?
B：Vâng, nhưng tôi không thấy nóng bằng Nhật, có thể do không ẩm…

9
A：Xavier, bahasa Jepangnya pandai ya.
B：Terima kasih. Tapi masih belum.
A：Tidak juga. Pelafalannya pun bagus.
B：Terima kasih. Tapi, masih sulit untuk menggunakan bahasa halus. Sekarang masih sedang belajar.

A：คุณเชเวียร์ พูดภาษาญี่ปุ่นเก่งจังเลยนะครับ
B：ขอบคุณครับ แต่ยังต้องฝึกอีกเยอะครับ
A：ไม่ต้องแล้วครับ ออกเสียงก็ดีด้วย
B：ขอบคุณครับ แต่ภาษาสุภาพนี่ใช้ยากนะครับ ตอนนี้กำลังเรียนอยู่

A：Anh Xavier giỏi tiếng Nhật thật đấy!
B：Cám ơn anh. Nhưng tôi vẫn còn kém lắm.
A：Không đâu. Phát âm của anh cũng tốt nữa.
B：Cám ơn anh. Nhưng dùng kính ngữ khó quá! Tôi vẫn đang học.

10
A：David, hari ini dengan naik apa datang ke sini?
B：Ya, dengan naik kereta Touzai.
A：Oh…, satu kali naik kereta? Mudah ya? Statsiun terakhinya di mana?
B：Ya, di Touyouchou.

A：คุณเดวิท วันนี้มาที่นี่ยังไงครับ
B：มารถไฟใต้ดินสายโทซะอิครับ
A：อ๋อ ต่อเดียวถึงเลยหรือครับ สะดวกดีนะครับ ใกล้สถานีอะไรมากที่สุดครับ
B：สถานีโทโยโจครับ

A：David, hôm nay anh đến đây bằng cách nào?
B：Tôi đi tuyến Touzai.
A：À, chỉ cần đi một tuyến là tới được à. Tiện thật đấy! Ga gần nhất là ga nào vậy?
B：Vâng. Ga gần nhất là ga Touyouchou.

11
A：Apa Anda sudah terbiasa dengan kehidupan Jepang?
B：Ya, karena sudah 2 tahun, sudah terbiasa.
A：Apa sering pulang ke negara sendiri?
B：Ya, kira-kira setahun sekali.

A：คุ้นเคยกับชีวิตที่ญี่ปุ่นหรือยังครับ
B：ครับ อยู่มา2ปีแล้ว คุ้นเคยขึ้นมากครับ
A：กลับประเทศบ่อยไหมครับ
B：ครับ ประมาณปีละครั้ง

A：Anh đã quen với cuộc sống ở Nhật chưa?
B：Vâng, đã hai năm rồi nên tôi cũng khá quen.
A：Anh có hay về nước không?
B：Vâng, một năm tôi về khoảng một lần.

➡③ Pertanyaan 'どうやって来ましたか' untuk menanyakan jalur kereta atau cara pergi ke tempat kerja. Misalnya, bisa dijelaskan dengan '○○線で来ました (datang dengan pakai kereta ○○)'.

「どうやって来ましたか」 เป็นการถามวิธีเดินทาง ควรตอบอย่างชัดเจนว่าใช้รถไฟสายไหนอย่างเช่น 「○○線で来ました」

"どうやって来ましたか" (Anh đến đây bằng cách nào?) là câu hỏi về lộ trình đi làm. Hãy giải thích một cách cụ thể như "○○線で来ました" (Tôi đi tuyến ○○).

29

電話アポイントメント

🔊 03

> A＝面接官　B＝応募者　C＝社員・従業員

1 B：もしもし、そちらでアルバイトを募集していると聞いたんですが。

C：ええ、今していますよ。応募の方ですか。

2 A：それじゃあ、一度こっちに面接を受けに来てくれませんか。

B：はい、分かりました。いつお伺いすればよろしいでしょうか。

3 B：すみません、アルバイト募集の件でお電話したんですが。担当の鈴木様➡④いらっしゃいますか。

C：はい。今鈴木に代わりますので、少々お待ちください。

4 B：すみません、インターネット求人サイトでアルバイト募集を知ったんですが…。

A：ああ、そうですか。アルバイト希望の方ですね。それではお名前を教えて頂けませんか。

5 A：じゃあ、今週の水曜から金曜の午前中で、お店に来られる日ありませんか。

B：すみません。午前中は学校があるので、土日でしたら伺えるのですが。

6 A：じゃ、土曜の2時ね。履歴書、写真を貼ったものを持ってきてください。

B：はい、土曜の2時、写真付きの履歴書ですね。わかりました。

7 B：もしもし、山川商事さんですか。今、電話をしていたケイトです。すみません。途中で切れてしまいまして。

A：いえいえ、こちらこそ。

☝**POINT**

➡④「面接担当の○○様」「採用（御）担当の○○様」「ご担当の方」というように面接をしてくれる人を呼んでもらいましょう。

Janjian melalui telepon ／การนัดหมายทางโทรศัพท์ ／Đặt hẹn phỏng vấn qua điện thoại

A=Pewawancara　B=Pendaftar
C=Karyawan, pekerja

A=ผู้สัมภาษณ์　B=ผู้สมัคร
C=พนักงาน ลูกจ้าง

A=Người phỏng vấn　B=Ứng viên
C=Nhân viên

1 B : Halo. Saya dengar di situ menerima kerja sambilan.

C : Betul, sekarang sedang pendaftaran. Apa mau mendaftar?

B : ฮัลโหล ได้ยินว่าที่นี่รับสมัครคนทำงานพิเศษนะครับ

C : ครับ ยังรับสมัครอยู่ ต้องการสมัครใช่ไหมครับ

B : A lô, tôi được biết công ty đang tuyển nhân viên làm thêm.

C : Vâng, chúng tôi đang tuyển. Anh là ứng viên ạ?

2 A : Kalau begitu, mau datang untuk mengikuti wawancara ke sini?

B : Ya, baik. Kapan sebaiknya saya datang ke sana?

A : ถ้างั้น มาสัมภาษณ์ที่นี่ได้ไหมครับ

B : ได้ครับ จะให้ไปเมื่อไหร่ดีครับ

A : Vậy anh có thể đến chỗ chúng tôi phỏng vấn được không?

B : Vâng, được ạ. Bao giờ thì tôi đến được ạ?

3 B : Maaf, saya sudah menelepon tentang penerimaan kerja sambilan. Apakah Pak (bu) Suzuki sebagai penanggung jawabnya ada?

C : Ya. Sekarang saya sambungkan dengan Pa (bu) Suzuki yah, tunggu sebentar!

B : สวัสดีค่ะ อยากสอบถามเกี่ยวกับการสมัครงานพิเศษค่ะ คุณซูซูกิที่รับผิดชอบเรื่องนี้อยู่ไหมคะ

C : ครับ จะโอนสายไปที่คุณซูซูกิ กรุณาคอยอีกสักครู่ครับ

B : Xin lỗi, tôi gọi điện về việc tuyển nhân viên làm thêm. Có anh/chị Suzuki phụ trách tuyển dụng ở đó không ạ?

C : Có. Tôi sẽ chuyển máy cho Suzuki, cô đợi một chút.

4 B : Maaf. Saya tahu dari situs internet kalau di sini perlu tenaga untuk kerja sambilan…

A : Oh iya. Penimat kerja sambilan ya. Kalau begitu, tolong beri tahu nama Anda?

B : สวัสดีครับ พอดีเห็นประกาศรับสมัครงานพิเศษทางอินเทอร์เน็ตน่ะครับ

A : อ๋อ เหรอครับ ต้องการสมัครใช่ไหมครับ ขอทราบชื่อด้วยครับ

B : Xin lỗi, qua trang web tuyển dụng, tôi được biết công ty đang tuyển nhân viên làm thêm…

A : Ồ, thế à. Anh có nguyện vọng trở thành nhân viên làm thêm phải không? Vậy xin anh cho tôi biết tên.

5 A : Kalau begitu, apakah Anda bisa datang ke toko minggu ini antara hari Rabu sampai dengan hari Jum'at siang hari?

B : Maaf. Siang harinya ada kelas, kalau Sabtu saya bisa.

A : ถ้างั้น ช่วงเช้าของวันพุธถึงวันศุกร์สัปดาห์นี้ มีวันไหนที่ร้านได้ไหมครับ

B : ขอโทษครับ วันธรรมดามีเรียน ถ้าเป็นวันเสาร์ หรืออาทิตย์ไปได้ครับ

A : Vậy các buổi sáng từ thứ tư đến thứ sáu tuần này, có buổi nào anh tới được cửa hàng không?

B : Tôi xin lỗi. Buổi sáng tôi phải đi học nên nếu là thứ bảy, chủ nhật thì tôi đến được.

6 A : Baik. Sabtu pukul 2.30 ya. Datanglah dengan membawa daftar riwayat hidup yang ditempeli pasfoto!

B : Baik, Sabtu jam 2, daftar riwayat hidup yang ada pasfotonya ya. Mengerti.

A : ถ้างั้น วันเสาร์บ่าย 2 ครึ่งนะครับ ช่วยนำประวัติส่วนตัวที่ติดรูปถ่ายมาด้วยนะครับ

B : ค่ะ วันเสาร์บ่าย 2 ครึ่ง ต้องนำประวัติส่วนตัวที่ติดรูปถ่ายไปด้วยใช่ไหมคะ รับทราบค่ะ

A : Vậy thì 2 giờ rưỡi thứ bảy nhé. Cô hãy mang sơ yếu lý lịch có dán ảnh tới.

B : Vâng, 2 giờ rưỡi thứ bảy, mang theo sơ yếu lý lịch có dán ảnh ạ. Tôi hiểu rồi.

7 B : Halo! Ini dengan Yamakawa Shouji? Saya Kate yang barusan menelepon. Maaf, tiba-tiba terputus.

A : Tidak apa-apa. Sama-sama.

B : ฮัลโหล บริษัทยะมะกะวะเทรดดิ้งใช่ไหมคะ ดิฉันชื่อเคทที่โทรไปเมื่อครู่ค่ะ ขอโทษค่ะพอดีสายหลุดไป

A : ไม่เป็นไรครับ

B : A lô, có phải công ty thương mại Yamakawa không ạ? Tôi là Cain vừa gọi điện tới. Tôi xin lỗi vì điện thoại bị ngắt giữa chừng.

A : Không sao. Tôi cũng xin lỗi.

➡④ Pewawancara kita panggil dengan panggilan 'mensetsu tantousha no ○○ sama', 'sayou (go) tantou no ○○ sama', atau 'gotantou no kata'.

สามารถขอให้รับโทรศัพท์ช่วยเรียกผู้รับผิดชอบการสัมภาษณ์งานด้วยสำนวน 「面接担当の○○様」「採用（御）担当の××様」「ご担当の方」

Hãy nhờ gọi người phỏng vấn theo cách 「面接担当の○○様」「採用（御）担当の××様」「ご担当の方」

電話アポイントメント

8 A ： はい、コンテンドー株式会社でございます。

B ： もしもし、ソンと申しますが、学校の掲示板でアルバイト募集の紙を見たん
ですが。まだ募集していますか。

A ： ええ、今も募集していますよ。

B ： あ、そうですか。よかったです。

A ： 面接ご希望ですか。

B ： はい、お願いします。

9 A ： それでは、一度面接に来てください。会ってみて色々話を聞きたいので。

B ： はい、分かりました。

A ： いつがいいかな。ええっと、来週の初めはどうですか？　月曜日の10時は。

B ： はい、大丈夫です。来週月曜10時ですね。

10 A ： 面接の時には履歴書を持ってきてくださいね。

B ： りれきしょ…。すみません、それは何ですか。

A ： 名前とか住所とか卒業した学校とか書いてある紙ですよ。

B ： はい、分かりました。

11 B ： もしもし、アルバイトの広告を見てお電話しました。

A ： ああ、すみません。ちょうどさっきアルバイトの人が決まってしまって…。

B ： あ、そうなんですか。

A ： また募集するので、その時にまた応募してください。

8 A : Ya. Dengan PT Kontendo di sini.

B : Halo. Nama saya Song. Di kampus melihat pengumuman tentang penerimaan karyawan kerja sambilan. Apakah masih bisa mendaftar?

A : Ya. Sekarang pun masih menerima pendaftaran.

B : Oh, begitu. Baiklah.

A : Apakah berminat untuk wawancara?

B : Ya, Tolonglah.

A : บริษัทคอนเทนโด จำกัด สวัสดีครับ

B : สวัสดีค่ะ ดิฉันชื่อซ่ง พอดีเห็นประกาศรับสมัครงานพิเศษ ที่บอร์ดของโรงเรียน ยังรับสมัครอยู่หรือเปล่าคะ

A : ครับ ยังรับสมัครอยู่

B : ยังรับสมัครอยู่หรือคะ ดีจังค่ะ

A : ต้องการสมัครใช่ไหมครับ

B : ใช่ค่ะ ขอบคุณค่ะ

A : A lô, công ty TNHH Kontendo nghe.

B : A lô, tôi là Song, tôi đọc được thông báo tuyển nhân viên làm thêm trên bảng thông báo của trường. Công ty anh vẫn đang tuyển chứ ạ?

A : Vâng. Chúng tôi vẫn đang tuyển.

B : Ồ, thế ạ. Tốt quá!

A : Cô muốn phỏng vấn à?

B : Vâng ạ.

---

9 A : Kalau begitu, datanglah untuk diwawancarai! Setelah kita bertemu saya ingin menanyakan beberapa hal.

B : Ya, baiklah.

A : Kapan baiknya ya. Emm…, bagaimana kalau awal minggu depan? Senin pukul 10.

B : Ya, bisa. Senin pukul 10 minggu depan ya.

A : ถ้าอย่างนั้น มาสัมภาษณ์ดูก่อนนะครับ อยากลองพบกันและพูดคุยกันหลาย ๆ เรื่องครับ

B : ค่ะ ได้ค่ะ

A : เมื่อไหร่ดี อืมม์...ประมาณต้นสัปดาห์หน้า วันจันทร์ 10 โมงได้ไหม

B : ได้ค่ะ วันจันทร์หน้า 10 โมงนะค่ะ

A : Vậy cô hãy tới phỏng vấn. Chúng tôi muốn gặp trực tiếp để trao đổi nhiều vấn đề.

B : Vâng, tôi hiểu rồi ạ.

A : Bao giờ thì được nhỉ? Ờ, đầu tuần sau có được không? 10 giờ ngày thứ hai được không?

B : Vâng, được ạ. 10 giờ thứ hai tuần sau ạ.

---

10 A : Saat wawancara nanti bawalah daftar riwayat hidup ya!

B : daftar riwayat hidup……? Maaf, apa itu?

A : Kertas yang bertuliskan nama, alamat, sekolah lulusan, dan lain-lain.

B : Ya, baiklah saya mengerti.

A : ตอนมาสัมภาษณ์ ถือประวัติส่วนตัวมาด้วยนะครับ

B : ประวัติส่วนตัว... คืออะไรหรือคะ

A : กระดาษที่เขียนรายละเอียดต่าง ๆ เช่น ชื่อ ที่อยู่ โรงเรียนที่จบนะ

B : ค่ะ เข้าใจแล้วค่ะ

A : Lúc đến phỏng vấn, cô hãy mang rirekisho theo nhé.

B : Rirekisho… Tôi xin lỗi, đó là gì thế ạ?

A : Là một tờ giấy ghi họ tên, địa chỉ, trường cô đã tốt nghiệp.

B : Vâng, tôi hiểu rồi ạ.

---

11 B : Halo, saya menelepon karena melihat iklan tentang kerja sambilan.

A : Wah…, maaf. Kami sudah menentukan orangnya barusan.

B : Oh.., begitu ya.

A : Nanti juga akan merekrut lagi, silahkan daftar lagi ya.

B : ฮัลโหล ผมเห็นโฆษณารับสมัครงาน ก็เลยโทรมาครับ

A : เออ ขอโทษด้วยนะครับ บังเอิญว่าเพิ่งจะได้คนไปเมื่อสักครู่

B : อ๋อ งั้นเหรอครับ

A : จะประกาศรับคนใหม่อีกรอบ ลองสมัครมาอีกทีตอนนั้นนะครับ

B : A lô, tôi thấy quảng cáo tuyển nhân viên làm thêm nên gọi điện đến.

A : Ồ, tôi xin lỗi. Chúng tôi vừa tuyển được người xong…

B : Ôi, thế ạ.

A : Chúng tôi sẽ tuyển tiếp nên đến lúc đó anh hãy tham gia ứng tuyển nhé.

電話アポイントメント

12 A ： お名前は？

B ： トッツ　タン　コン　トゥエン　と申します。

A ： あ、すみません。もう一度、ゆっくりお願いします。

B ： すみません。コンと呼んでください。

13 A ： じゃ、いつがいいかな。**来週木曜日の2時頃はどう？➡⑤**

B ： 来週の木曜日、13日の2時ですか、すみません…。

A ： あ、都合が悪いんですか。

B ： すみません。その日は大学の試験があって面接は…。

14 A ： はい、人事部の山田です。

B ： あ、もしもし、今日面接の予定のアルフレッドですが、すみませんが少し遅
れてしまいそうなんです➡⑥。

A ： あ、どうしたんですか？

B ： 電車が人身事故で止まってしまったんです。

15 A ： そうですか。電車、どのくらい遅れそうですか。

B ： あと15分ほどで動きそうです。

A ： じゃ、待ってますから。気を付けて来てくださいね。

B ： ありがとうございます。ご迷惑をおかけしてすみません➡⑦。

☝POINT

➡⑤ アルバイト面接では、お店の人がカジュアルな言い方をする場合があります。そういう場合
でも、必ず丁寧な言い方で答えましょう。

➡⑥ 何かトラブルがあって遅れる時は、必ず連絡を入れましょう。

➡⑦ 電車の遅れなど、自分のせいでなくても謝った方がいいです。

Unit 1 アルバイトの面接

12
A：Nama?
B：Totts Tan Kon Kuen.
A：Maaf, Tolong diulang dengan perlahan!
B：Maaf. Panggil saja Kon.

A：ชื่ออะไรครับ
B：ชื่อ Totts Tan Kon Tuen ครับ
A：เออ ขอโทษนะครับ ช่วยพูดช้าๆ อีกครั้งได้ไหมครับ
B：ขอโทษครับ เรียกว่า Kon ก็ได้ครับ

A：Xin anh cho biết tên.
B：Tôi là Totts Tan Kon Tuen.
A：Tôi xin lỗi. Anh hãy nói chậm lại một lần nữa.
B：Tôi xin lỗi. Hãy gọi tôi là Kon.

13
A：Kalau begitu, kapan baiknya ya. Bagaimana kalau Kamis pukul 2 minggu depan?
B：Kamis minggu depan, tanggal 13 pukul 2 ya? Maaf……
A：Oh, gak bisa?
B：Maaf. Hari itu ada tes wawancara di universitas.

A：งั้นเมื่อไหร่ดี วันพฤหัสบดีหน้า สักบ่าย 2 โมงเป็นไง
B：วันพฤหัสบดีหน้า วันที่ 13 บ่าย 2 โมงหรือครับ ต้องขอโทษด้วยครับ...
A：ไม่สะดวกหรือครับ
B：ขอโทษครับ วันนั้นมีสอบที่มหาวิทยาลัย ก็เลยไปสัมภาษณ์ไม่ได้

A：Vậy lúc nào thì được nhỉ? Khoảng 2 giờ thứ năm tuần sau được không?
B：Thứ năm tuần sau, 2 giờ ngày 13 ạ. Tôi xin lỗi…
A：À, không tiện cho anh à?
B：Tôi xin lỗi. Hôm đó tôi có bài kiểm tra ở trường nên…

14
A：Halo, Yamada bagian personalia di sini.
B：Ya, halo, saya Alfred yang akan wawancara hari ini, maaf sepertinya saya agak terlambat.
A：Wah, kenapa?
B：Karena ada kecelakaan individu, keretanya berhenti.

A：ผม ยามาตะฝ่ายบุคคลพูดครับ
B：ฮัลโหล ผมอัลเฟรดที่นัดสัมภาษณ์ไว้ ขอโทษครับที่จะต้องไปสายนิดหน่อย
A：เกิดอะไรขึ้นเหรอครับ
B：รถไฟหยุดเดิน เพราะเกิดอุบัติเหตุเกี่ยวกับคนครับ

A：Vâng, Yamada, phòng nhân sự nghe.
B：A lô, tôi là Alfred có hẹn phỏng vấn ngày hôm nay. Tôi xin lỗi, có vẻ tôi sẽ bị muộn một chút .
A：Ồ, có chuyện gì vậy?
B：Tàu điện bị dừng do tai nạn ạ.

15
A：Begitu? Berapa lama akan terlambatnya?
B：Sepertinya 1 5 menit lagi akan berjalan lagi.
A：Baik saya tunggu. Hati-hati ya!
B：Terima kasih. Maaf sudah merepotkan.

A：งั้นเหรอ รถไฟจะช้าประมาณเท่าไหร่ครับ
B：อีก 15 นาทีถึงจะเริ่มเดินใหม่ครับ
A：ถ้างั้นจะรอครับ ระวังตัวด้วยนะครับ
B：ขอบคุณครับ ต้องขอโทษจริงๆ ที่ทำให้ครับ

A：Vậy à. Tàu điện chậm khoảng bao lâu vậy?
B：Có vẻ 15 phút nữa tàu sẽ chạy.
A：Vậy tôi sẽ đợi. Anh đi cẩn thận nhé.
B：Cám ơn ông. Tôi xin lỗi đã làm phiền ạ.

➡⑤ Dalam wawancara untuk kerja sambilan, terkadang pewawancara menggunakan bahasa biasa, tetapi kita harus tetap menjawabnya dengan bahasa halus.

การสัมภาษณ์งานพิเศษ บางครั้งผู้สัมภาษณ์อาจพูดแบบกันเอง อย่างไรก็ตามในกรณีนี้ก็ตอบด้วยภาษาสุภาพ

Trong phỏng vấn xin việc làm thêm, có trường hợp người của cửa hàng sử dụng cách nói thân mật. Ngay cả trong trường hợp đó, bạn cũng hãy trả lời bằng cách nói lịch sự.

➡⑥ Jika kita terlambat karena sesuatu hal, pastikan kita menghubungi tempat tujuan tersebut.

กรณีเกิดปัญหาที่ทำให้ไปสาย ต้องแจ้งผู้สัมภาษณ์ด้วย

Khi có thể bị muộn do sự cố gì đó, nhất định phải báo cho người phỏng vấn.

➡⑦ Keterlambatan kereta memang bukan gara-gara kita, tetapi kita perlu minta maaf atas keterlambatannya.

ถึงแม้ไม่ใช่ความผิดของตัวเอง เช่นรถไฟเกิดปัญหาล่าช้าเราก็ควรขอโทษเช่นกัน

Nên xin lỗi ngay cả khi không phải lỗi của mình như tàu điện bị muộn v.v…

アルバイト面接

 06

A＝面接官（めんせつかん）　　B＝応募者（おうぼしゃ）

1 A ： ピエールさん、ご出身（しゅっしん）は？

　　 B ： フランスです。でも、小（ちい）さい頃（ころ）からずっとアフリカに住（す）んでいました。

2 A ： ここまで通勤時間（つうきんじかん）はどのくらいかかりますか。

　　 B ： 歩（ある）いて30分（ぷん）ぐらいです。自転車（じてんしゃ）だと10分（ぷん）ぐらいで来（こ）られます。

3 A ： 今日（きょう）、履歴書（りれきしょ）、持（も）ってきていますか。

　　 B ： はい、よろしくお願（ねが）いいたします。

4 A ： 日本語（にほんご）は大丈夫（だいじょうぶ）？

　　 B ： はい、話（はな）すのはまだまだですが、聞（き）くのはだいたい大丈夫（だいじょうぶ）だと思（おも）います。

5 A ： これまでに何（なに）かアルバイトした経験（けいけん）がありますか➡⑧。

　　 B ： はい、国（くに）で半年（はんとし）、レストランのホールスタッフをしていました。

6 A ： 週（しゅう）に何日（なんにち）ぐらい働（はたら）けますか。

　　 B ： 週（しゅう）に4日（か）働（はたら）けます。平日（へいじつ）は火曜日（かようび）と金曜日（きんようび）、週末（しゅうまつ）も大丈夫（だいじょうぶ）です。

7 A ： いつから働（はたら）けますか。

　　 B ： 来週初（らいしゅうはじ）めから働（はたら）けます。

8 A ： アルバイトと勉強（べんきょう）、これから大変（たいへん）になるよ。大丈夫（だいじょうぶ）？

　　 B ： はい、両立（りょうりつ）できるように頑張（がんば）ります。

👆POINT

➡⑧ 以前（いぜん）した同（おな）じようなアルバイトの経験（けいけん）をできるだけ具体的（ぐたいてき）に話（はな）しましょう。そのような経験（けいけん）がない場合（ばあい）でも、関係（かんけい）がある経験（けいけん）を話（はな）すといいでしょう。

Unit 1-3

Wawancara untuk kerja sambilan / การสัมภาษณ์งานพิเศษ / Phỏng vấn xin việc làm thêm

A=Pewawancara B=Pendaftar | **A=ผู้สัมภาษณ์ B=ผู้สมัคร** | **A=Người phỏng vấn B=Ứng viên**

A : Pierre, berasal dari?
B : Prancis. Tetapi, sejak kecil saya tinggal di Afrika.

A : คุณปีแอร์เกิดที่ไหนครับ
B : ฝรั่งเศสครับ แต่อยู่อาฟริกามาตลอดตั้งแต่เด็ก

A : Anh Pierre là người nước nào?
B : Người Pháp ạ. Nhưng từ nhỏ tôi đã sống ở châu Phi.

2
A : Berapa lama dari rumah sampai di sini?
B : Jalan kaki 30 menit. Kalau dengan sepeda sekitar 10 menit sampai.

A : ใช้เวลาเดินทางมาทำงานที่นี่ประมาณเท่าไหร่ครับ
B : เดินมาประมาณ 30 นาทีค่ะ ถ้าขี่จักรยานก็ประมาณ 10 นาทีค่ะ

A : Cô đi đến đây mất bao lâu?
B : Tôi đi bộ mất khoảng 30 phút. Nếu đi xe đạp thì khoảng 10 phút.

3
A : Apakah bawa daftar riwayat hidup, hari ini?
B : Ya, mohon bantuannya.

A : วันนี้เอาประวัติส่วนตัวมาด้วยหรือเปล่าครับ
B : ครับ เอามาด้วยแล้ว

A : Hôm nay anh có mang sơ yếu lý lịch tới không?
B : Có ạ, đây ạ.

4
A : Dengan bahasa Jepang tidak masalah?
B : Ya, kalau bicara belum begitu pandai, tetapi kalau mendengar umumnya bisa.

A : พูดภาษาญี่ปุ่นได้ไหม
B : พูดยังไม่ค่อยได้ แต่คิดว่าฟังพอเข้าใจค่ะ

A : Cô hiểu tiếng Nhật không?
B : Vâng, tôi nói vẫn chưa tốt lắm nhưng nghe thì được ạ.

5
A : Apa punya pengalaman kerja sambilan selama ini?
B : Ya, di negara saya setahun setengah pernah jadi staf restoran.

A : ที่ผ่านมาเคยทำงานพิเศษอะไรบ้างหรือเปล่าครับ
B : ครับ ที่ประเทศตัวเองเคยเป็นพนักงานประจำร้านอาหารครึ่งปีครับ

A : Từ trước đến giờ anh có kinh nghiệm làm thêm gì không?
B : Có ạ, hồi ở nhà tôi đã làm phục vụ tại nhà hàng nửa năm.

6
A : Dalam seminggu bisa kerja berapa lama?
B : Seminggu bisa 4 hari. Kalau hari kerja bisa hari Selasa dan Jum'at, dan akhir pekan pun bisa.

A : ทำงานได้สัปดาห์ละกี่วันครับ
B : สัปดาห์ละ 4 วันค่ะ วันธรรมดาได้วันอังการกับวันศุกร์ เสาร์-อาทิตย์ก็ทำได้ค่ะ

A : Một tuần cô có thể làm được mấy ngày?
B : Một tuần tôi có thể làm được bốn ngày. Ngày thường là thứ ba và thứ sáu, cuối tuần tôi cũng làm được ạ.

7
A : Kapan bisa mulai kerja?
B : Awal minggu depan bisa mulai.

A : จะเริ่มทำงานได้ตั้งแต่เมื่อไหร่ครับ
B : ตั้งแต่ต้นสัปดาห์หน้าครับ

A : Anh có thể làm được từ ngày nào?
B : Tôi có thể làm được từ đầu tuần sau.

8
A : Mulai sekarang akan sibuk, karena kerja sambilan dan belajar. Tidak apa-apa?
B : Ya, saya akan berusaha agar berjalan kedua-duanya.

A : ทั้งทำงานพิเศษไปด้วย ทั้งเรียนไปด้วย ต่อไปน่าจะลำบากนะ จะไหวเหรอ?
B : ค่ะ จะพยายามทำให้ดีทั้งสองอย่าง

A : Làm thêm và học tập, từ giờ cô sẽ vất vả đấy. Không vấn đề gì chứ?
B : Vâng, tôi sẽ cố gắng đảm đương cả hai việc ạ.

➡⑧ Kalau ada pengalam tentang kerja sambilan sebelumnya, jelaskan secara konkret. Kalaupun tidak ada pengalaman seperti itu, sebaiknya ceritakan saja pengalaman lain yang mendekati.

ควรบอกรายละเอียดประสบการณ์การทำงานพิเศษแบบเดียวกันที่เคยทำในอดีต กรณีไม่มีอาจพูดถึงประสบการณ์ที่เกี่ยวข้อง

Hãy nói cụ thể kinh nghiệm làm thêm giống vậy trước đây. Ngay cả khi không có kinh nghiệm như vậy, sẽ tốt hơn nếu bạn nói về kinh nghiệm làm những việc có liên quan.

9

A : 今日はご苦労様です➡⑨。

B : いいえ。お時間いただき、ありがとうございます。

A : それじゃ、面接を始めましょうか。

B : はい、お願いします。

10

A : ワンさん、初めまして。

B : 初めまして。今日は面接よろしくお願いします。

A : お、いい笑顔だね。接客には笑顔が一番大切だからね。

B : そうですか。ありがとうございます。

11

A : フレデリックさんはどうして日本に来たんですか。

B : 子どもの時から日本のゲームに興味があって、日本語を勉強したいと思って来ました。

A : そうでしたか。

B : はい、私も早く日本語が上手になって、日本でゲームの仕事がしたいです。

12

A : どうしてここでアルバイトしようと思ったんですか？

B : こちらで働いている先輩から、いい職場➡⑩だと聞いていたからです。

A : あ、そうですか。

B : それに、日本や日本人をもっと理解するには、このお店でのアルバイトがいい経験になると思ったからです。

POINT

➡⑨ 「わざわざ来てくれてありがとう」の意味です。面接官の気づかいに対して御礼を言いましょう。

➡⑩ 「いい職場」とは「働きやすい場所」という意味です。先輩や知人が実際にそこで働いていて、いろいろな話を聞いているというのは最大のアピールポイントになります。

9
A : Terima kasih atas kerja keras hari ini.

B : Sama-sama. Terima kasih sudah memberikan waktu.

A : Kalau begitu, kita mulai wawancaranya!

B : Ya, baiklah.

A : วันนี้ขอบคุณที่มาครับ

B : ขอบคุณเป็นอย่างสูงที่ให้โอกาสผมมาสัมภาษณ์ครับ

A : ถ้างั้น เริ่มการสัมภาษณ์เลยนะครับ

B : ครับ ขอความกรุณาด้วยครับ

A : Cám ơn anh đã tới đây hôm nay.

B : Dạ, không ạ, cám ơn ông đã dành thời gian cho tôi.

A : Vậy chúng ta bắt đầu phỏng vấn nhé?

B : Vâng ạ.

10
A : Wang, saya senang jumpa dengan anda.

B : Saya juga. Terima kasih untuk wawancara hari ini.

A : Wah, senyuman yang bagus ya. Dalam melayani tamu senyuman itu paling penting ya.

B : Oh begitu. Terima kasih.

A : ยินดีที่ได้รู้จักครับ คุณหวาง

B : ยินดีที่ได้รู้จักค่ะ วันนี้ขอบคุณเป็นอย่างสูงที่กรุณาสัมภาษณ์ดิฉัน

A : หน้าตายิ้มแย้มดีจังนะครับ การต้อนรับลูกค้า ที่สำคัญก็คือรอยยิ้มนะครับ

B : ค่ะ ขอบคุณค่ะ

A : Cô Wang, chào cô.

B : Chào ông. Mong ông giúp đỡ tôi trong buổi phỏng vấn hôm nay.

A : Ồ, cô cười tươi quá. Khi tiếp khách, tươi cười là điều quan trọng nhất đấy.

B : Thế ạ. Cám ơn ông.

11
A : Frederick, kenapa anda datang ke Jepang?

B : Sejak kecil saya suka game Jepang, sehingga ingin belajar bahasa Jepang.

A : Begitukah.

B : Ya, saya juga ingin segera pandai berbahasa Jepang, dan di Jepang saya ingin bekerja yang berkaitan dengan game.

A : คุณเฟรดเดอริก ทำไมถึงมาอยู่ญี่ปุ่นครับ

B : ผมสนใจเกมของญี่ปุ่นตั้งแต่เด็ก ก็เลยมาญี่ปุ่นเพราะอยากเรียนภาษาญี่ปุ่น

A : งั้นเหรอครับ

B : ครับ ผมอยากเก่งภาษาญี่ปุ่นไวๆ แล้วก็อยากทำงานด้านเกมที่ญี่ปุ่นด้วยครับ

A : Frederick, tại sao anh lại đến Nhật Bản?

B : Từ nhỏ tôi đã say mê các trò chơi của Nhật nên muốn đến để học tiếng Nhật.

A : Ra là vậy.

B : Vâng, tôi muốn nhanh chóng giỏi tiếng Nhật để làm công việc liên quan đến trò chơi ở Nhật.

12
A : Mengapa anda ingin kerja sambilan di sini?

B : Karena saya dengar dari senior yang bekerja di sini, katanya tempat kerja yang bagus.

A : Oh, begitu?

B : Kemudian untuk memahami Jepang dan orang Jepang, melalui kerja sambilan di sini akan menjadi pengalaman yang berharga.

A : ทำไมถึงคิดจะมาทำงานพิเศษที่นี่ครับ

B : พอดีรุ่นพี่ที่ทำงานที่นี่ เล่าให้ฟังว่าที่นี่น่าทำงานค่ะ

A : อ้อ งั้นเหรอครับ

B : อีกอย่างคือ คิดว่าการทำงานพิเศษที่นี่ จะเป็นประสบการณ์ที่ดี ที่จะช่วยให้เข้าใจประเทศญี่ปุ่นและคนญี่ปุ่นมากขึ้นค่ะ

A : Tại sao cô lại muốn làm thêm ở đây?

B : Vì tôi nghe anh/chị học khóa trên đang làm việc ở đây nói rằng môi trường làm việc ở đây rất tốt.

A : Ồ, thế à.

B : Hơn nữa, tôi cho rằng để hiểu hơn nữa về Nhật Bản và người Nhật, làm việc ở cửa hàng này sẽ là một kinh nghiệm quý báu.

➡ ⑨ Artinya sama dengan ungkapan ' わざわざ来てくれてありがとう' (terima kasih sudah datang ke tempat kami). Kita menghormati akan keramahan pewawancara.

มีความหมายเดียวกับ 「わざわざ来てくれてありがとう」 กรณีนี้จะตอบขอบคุณผู้สัมภาษณ์

Có nghĩa là " わざわざ来てくれてありがとう " (Cám ơn anh đã cất công tới). Hãy nói lời cảm ơn trước sự quan tâm của người phỏng vấn.

➡ ⑩ Ungkapan ' いい職場' mengandung arti 'tempat kerja yang bagus'. Senior atau kenalan yang memang benar-benar bekerja di situ, kemudian kita mendengar berbagai informasi darinya hal ini menjadi poin penting.

「いい職場」"ที่ทำงานดี" หมายถึง 「働きやすい場所」"สถานที่ที่น่าทำงาน" การได้ฟังเรื่องต่างๆ จากรุ่นพี่หรือคนรู้จัก เป็นจุดขายอย่างหนึ่งของคุณ

" いい職場 " (Một nơi làm việc tốt) nghĩa là " 働きやすい場所 " (Một nơi để làm việc). Việc người quen, các anh, chị khóa trên của bạn đã làm việc ở đó và bạn đã được nghe kể nhiều về nơi đó, sẽ trở thành lợi thế lớn nhất.

アルバイト面接

13 A ： ここの仕事、朝早いし、きついし大変だよ。それでも大丈夫？

B ： はい、大丈夫です。体力には自信があります。

A ： そう。でも、途中で辞められるとこっちも困るんだけど。

B ： そんなことありません。一生懸命頑張ります➡⑪。

14 A ： 人手が足りない時、時々残業とか休日出勤をお願いすることもありますが、大丈夫ですか？

B ： はい、できる限り引き受けたいと思います。

A ： そう、そうしてくれるとこっちも助かるよ。

B ： はい。そうできるように頑張ります。

15 A ： そうか、希望はホールスタッフなんですね。でも、今の日本語力なら、まずはキッチンスタッフで入って、うちのメニューとかをまず覚えてってもらいましょうか。

B ： はい。わかりました。

A ： 調理とかの経験はありますか？

B ： アルバイトでの調理経験はありませんが、自炊はしています。

16 A ： 勤務時間は9時スタートなら13時あがりか、4時半あがり。ま、バイトに慣れて忙しい時はラストまで、通しでお願いすることもあるかな。

B ： ラストは何時までですか？

A ： お客さんは9時までで、そのあと清掃して10時には終わります。

B ： はい。早く仕事を覚えたいと思います。

👉**POINT**

➡⑪ 働く意識や覚悟があるか聞かれたら、「ここで頑張りたい」という気持ちをしっかり伝えましょう。

13

A : Kerja di sini itu pagi sekali, berat, dan melelahkan lho. Gak apa-apa?

B : Ya, tidak masalah. Saya yakin dengan kekuatan fisik saya.

A : Gitu? Tapi, kalau tiba-tiba berhenti akan merepotkan kami.

B : Saya tidak akan begitu. Saya akan berusaha sekuat tenaga.

A : งานที่นี่เริ่มแต่เช้า และเป็นงานหนักด้วย ลำบากนะ จะไหวไหม

B : ไหวครับ ผมมั่นใจในสมรรถภาพทางกายตัวเองครับ

A : เหรอ แต่ถ้าออกกลางคัน บริษัทก็เดือดร้อนนะ

B : ไม่มีทางครับ ผมจะพยายามเต็มที่

A : Công việc này, sáng phải dậy sớm, lại gò bó, vất vả lắm. Cậu có làm được không?

B : Có, tôi làm được. Tôi tự tin ở thể lực của mình.

A : Vậy sao. Nhưng nếu cậu bỏ việc giữa chừng sẽ khó khăn cho chúng tôi.

B : Không đâu ạ. Tôi sẽ cố gắng hết sức.

14

A : Waktu kekurangan tenaga, terkadang harus kerja lembur atau kerja di hari libur, apa tidak masalah?

B : Ya, sedapat mungkin akan saya lakukan.

A : Begitu? Jika demikian kami juga akan tertolong.

B : Ya, saya akan berusaha begitu.

A : ตอนคนไม่พอ บางครั้งก็ต้องให้ทำงานล่วงเวลา หรือไหมมาทำงานวันหยุดด้วยได้ไหม

B : ได้ครับ จะรับทุกงานเท่าที่จะทำได้

A : ถ้าทำได้ขนาดนั้น ก็ดีมากเลย

B : ครับ จะพยายามทำให้ได้ตามนั้น

A : Khi thiếu người, thỉnh thoảng chúng tôi sẽ phải yêu cầu cậu làm thêm giờ hoặc làm vào ngày nghỉ, như vậy có được không?

B : Vâng ạ, tôi sẽ nhận làm trong khả năng có thể.

A : Nếu cậu làm vậy thì tốt quá.

B : Vâng ạ, tôi sẽ cố gắng để làm được như vậy.

15

A : Begitu. Minat anda jadi staf aula ya. Tapi, dengan keampuan bahasa Jepang sekarang ini (rasanya sulit), begini, kamu masuk sebagai staf di dapur dulu, lalu hafalkan daftar menu yang ada.

B : Ya, baiklah.

A : Apa punya pengalaman memasak?

B : Pengalaman kerja sambilan dalam memasak tidak ada, tetapi saya selalu memasak untuk sendiri.

A : ต้องการเป็นพนักงานต้อนรับประจำร้านหรือครับ แต่ระดับภาษาญี่ปุ่นตอนนี้ ต้องขอให้ไปประจำที่ห้องครัว ค่อย ๆ จำเมนูอาหารและเรียนรู้ไปก่อนนะครับ

B : ได้ค่ะ

A : มีประสบการณ์ทำอาหารบ้างไหมคะ

B : ตอนทำงานพิเศษ ไม่เคยมีประสบการณ์ค่ะ แต่ดิฉันทำอาหารทานเองค่ะ

A : Vậy là cô muốn làm nhân viên phục vụ nhỉ. Nhưng với năng lực tiếng Nhật như hiện nay, trước hết có có thể làm nhân viên bếp, nhớ thực đơn của nhà hàng chúng tôi được không?

B : Vâng, được ạ.

A : Cô có kinh nghiệm nấu ăn không?

B : Tôi không có kinh nghiệm nấu ăn trong công việc làm thêm nhưng tôi đang tự nấu ăn.

16

A : Jam kerjanya kalau dimulai pukul 9 ada yang berakhir pukul 1 3, atau pukul 1 4. Ya, kalau sudah terbiasa dengan kesibukan bisa juga meminta sampai jam terakhir.

B : Jam terakhir itu pukul berapa?

A : Biasanya tamu sampai pukul 9, setelahnya bersih-bersih sampai berakhir pukul 10.

B : Ya. Saya ingin menghapal pekerjaannya dengan cepat.

A : สำหรับเวลาทำงาน ถ้าเริ่ม 9 โมง ก็จะเลิกบ่ายโมง หรือ 4 โมงครึ่ง แต่ถ้าคุณเคยกับงานแล้ว ตอนลูกค้าเยอะ ก็จะขอให้อยู่ตลอดจนถึงเวลาปิดร้านเลย

B : ปิดร้านกี่โมงคะ

A : ลูกค้าอยู่ถึง 3 ทุ่ม แต่หลังจากนั้นต้องทำความสะอาด จะเลิกงานก็ตอน 4 ทุ่ม

B : ค่ะ จะพยายามเรียนรู้งานไว ๆ

A : Thời gian làm việc nếu bắt đầu từ 9 giờ thì sẽ kết thúc lúc 13 giờ hoặc 16 giờ rưỡi. Khi đã quen việc, lúc nhà hàng bận quá, cũng có khi chúng tôi sẽ yêu cầu làm thông tầm đến lúc đóng cửa hàng.

B : Đến lúc đóng cửa hàng là đến mấy giờ ạ?

A : Khách thì đến 9 giờ, sau đó còn dọn dẹp nên 10 giờ sẽ kết thúc.

B : Vâng. Tôi muốn nhanh chóng quen với công việc.

➡⑪ Jika ditanya tentang kesadaran dan kesiapan untuk bekerja di tempat tersebut, jawab dengan menyampaikan rasa bahwa anda akan serius dan berusaha sekuat tenaga.

ถ้าถูกตั้งคำถามเกี่ยวกับความตั้งใจ การเตรียมใจเรื่องงาน ต้องแสดงความกระตือรือล้นให้ผู้สัมภาษณ์เห็นว่าจะ พยายามเต็มที่

Nếu được hỏi bạn có mong muốn và quyết tâm làm việc hay không, hãy thể hiện rõ mong muốn "Tôi muốn nỗ lực phấn đấu ở đây".

↺ 通し練習：電話アポイントメント 09
（とお）（れんしゅう）（でんわ）

■ 電話アポイントメント
（でんわ）

A＝面接官	B＝応募者	C＝店員
（めんせつかん）	（おうぼしゃ）	（てんいん）

1 C ： お電話ありがとうございます。カフェレストラン大森でございます。
（でんわ）　　　　　　　　　　　　　　　　　　（おおもり）

B ： もしもし、アルバイト募集の広告を見たんですが…。ご担当の方いらっしゃ
（ぼしゅう）（こうこく）（み）　　　　　　（たんとう）（かた）
いますか。

C ： はい、少々お待ちください。
（しょうしょう）（ま）

＝＝＝

A ： はい、お電話代わりました。店長の鈴木です。
（でんわ）（か）　　　　　（てんちょう）（すずき）

B ： お忙しいところすみません➡⑫。私は韓国のユンと申します。アルバイト募集
（いそが）　　　　　　　　　　　　（かんこく）　　　（もう）　　　　　　　　　　（ぼしゅう）
の広告を見てお電話しました。ぜひそちらでアルバイトをしたいんですけど。
（こうこく）（み）　（でんわ）

A ： 留学生ですか。日本語は大丈夫ですか。
（りゅうがくせい）　　（にほんご）（だいじょうぶ）

B ： はい、毎日日本語学校で勉強しているのでだいたいは分かります。
（まいにちにほんごがっこう）（べんきょう）　　　　　　　（わ）

A ： そう。じゃあ、一度履歴書持ってきてください。
（いちど りれきしょ も）

B ： はい、ありがとうございます。いつ伺ったらよろしいでしょうか。
（うかが）

A ： じゃ、木曜日の10時ぐらいはどうですか。
（もくようび）（じ）

B ： あ、すみません。木曜日の午前中は授業があって…。午後なら大丈夫なんですが。
（もくようび）（ごぜんちゅう）（じゅぎょう）　　　　（ごご）（だいじょうぶ）

A ： そうですか、じゃ、2時はどうですか。
（じ）

B ： はい、分かりました。木曜の2時ですね。
（わ）　　　　　（もくよう）（じ）

A ： はい。ここの場所は分かりますか。
（ばしょ）（わ）

B ： はい、調べて伺います。
（しら）（うかが）

A ： そう、じゃ、履歴書忘れないで持ってきてくださいね。
（りれきしょわす）　　　（も）

B ： はい、分かりました。よろしくお願いします。
（わ）　　　　　　　　　（ねが）

A ： はい、じゃまた木曜日に。
（もくようび）

B ： はい、失礼します。
（しつれい）

☝POINT

➡⑫ 電話ではまず初めに相手の都合に配慮し、お詫びを言うようにしましょう。

Unit 1

アルバイトの面接

A=Pewawancara B=Pendaftar C=Karyawan, pekerja	A=ผู้สัมภาษณ์ B=ผู้สมัคร C=พนักงาน ลูกจ้าง	A=Người phỏng vấn B=Ứng viên C=Nhân viên
Janjian melalui telepon	**การนัดหมายทางโทรศัพท์**	**Đặt hẹn phỏng vấn qua điện thoại**

1 C : Terima kasih atas teleponnya. Cafee restoran Omori di sini.

C : สวัสดีครับ ร้านคาเฟ่โอโมริ ยินดีให้บริการครับ

C : Cám ơn quý khách đã gọi điện. Nhà hàng cà phê Omori xin nghe.

B : Halo. Saya lihat reklame penerimaan tenaga kerja sambilan. Apa penanggung jawabnya ada?

B : ฮัลโหล พอดีเห็นประกาศรับสมัครงานพิเศษครับ ไม่ทราบว่าจะคุยกับใครได้ครับ

B : A lô, tôi có xem quảng cáo tuyển nhân viên làm thêm…Có người phụ trách tuyển dụng ở đó không ạ?

C : Ya, tunggu sebentar.

C : กรุณาคอยสักครู่ครับ

C : Có, anh đợi cho một chút.

A : Ya, halo. Dengan Suzuki pimpinan toko.

A : สวัสดีครับ ผมชื่อซูซูกิ เป็นผู้จัดการร้านครับ

A : A lô, phụ trách cửa hàng Suzuki nghe máy.

B : Maaf saya mengganggu kesibukan Bapak. Nama saya Yun dari Korea. Saya menelepon karena melihat reklame penerimaan tenaga kerja sambilan.

B : ขอโทษที่รบกวนครับ ผมชื่อยุน เป็นคนเกาหลีครับ พอดีเห็นประกาศรับสมัครงานพิเศษ ก็เลยโทรมาครับ ผมอยากทำงานพิเศษที่นี่ครับ

B : Tôi xin lỗi đã gọi trong lúc ông bận rộn. Tôi là Yun, người Hàn Quốc. Tôi xem quảng cáo tuyển nhân viên làm thêm nên gọi điện đến. Tôi rất muốn được làm việc ở cửa hàng của ông.

A : Mahasiswa asing ya? Bisa berbahasa Jepang?

A : เป็นนักศึกษาต่างชาติหรือครับ พูดภาษาญี่ปุ่นได้ไหมครับ

A : Cậu là lưu học sinh à? Tiếng Nhật của cậu tốt chứ?

B : Ya, karena setiap hari belajar di sekolah bahasa Jepang, sebagaian besar mengerti.

B : ครับ ไปเรียนที่โรงเรียนสอนภาษา ญี่ปุ่นทุกวัน ส่วนใหญ่เข้าใจครับ

B : Vâng. Tôi đang học ở trường tiếng Nhật hàng ngày nên hiểu được hầu hết ạ.

A : Ya? Kalau begitu buat daftar riwayat hidup dan bawa ke sini!

A : เหรอครับ ถ้างั้นเอาประวัติส่วนตัวมาที่นี่ได้ไหมครับ

A : Vậy sao. Thế thì cậu hãy mang sơ yếu lý lịch tới chỗ chúng tôi.

B : Ya, terima kasih. Kapan sebaiknya saya ke sana?

B : ได้ครับ ขอบคุณครับ จะให้ไปเมื่อไหร่ดีครับ

B : Vâng, cám ơn ông. Tôi có thể đến lúc nào ạ?

A : Bagaimana, kalau hari Kamis sekitar pukul 10?

A : วันพฤหัสบดี ประมาณ 10 โมง ได้ไหมครับ

A : 10 giờ ngày thứ năm có được không?

B : Aduh, maaf. Kamis sampai siang hari ada kuliah. Kalau sorenya bisa.

B : ขอโทษครับ ช่วงเช้าวันพฤหัสบดีมีเรียน ถ้าช่วงบ่ายไปได้ครับ

B : Ôi, tôi xin lỗi. Sáng thứ năm tôi có giờ học… Nếu buổi chiều thì được ạ.

A : Begitu? Baik, kalau pukul 2 bagaimana?

A : เหรอครับ ถ้างั้นบ่าย 2 โมงได้ไหมครับ

A : Thế à. Thế thì 2 giờ được không?

B : Ya, paham. Kamis pukul 2 ya.

B : ได้ครับ วันพฤหัสบดี บ่าย 2 โมง นะครับ

B : Vâng, tôi hiểu rồi. 2 giờ ngày thứ năm ạ.

A : Ya, Tahu tempatnya?

A : ครับ รู้จักที่นี่ไหมครับ

A : Đúng vậy. Cậu biết chỗ chứ?

B : Ya, akan saya cari.

B : ครับ จะตรวจสอบสถานที่ก่อนไป

B : Vâng, tôi sẽ tra rồi đến ạ.

A : Begitu. Jangan lupa bawa daftar riwayat hidup ya!

A : ถ้างั้น อย่าลืมนำเอาประวัติส่วนตัวมาด้วยนะครับ

A : Vậy à. Nhớ đừng quên mang sơ yếu lý lịch đến nhé!

B : Ya, baik. Terima kasih atas kesempatannya.

B : รับทราบครับ ขอบคุณครับ

B : Vâng, tôi biết rồi ạ. Tôi rất mong ông giúp đỡ ạ.

A : Ya, sampai jumpa Kamis.

A : ถ้างั้น พบกันวันพฤหัสบดี

A : Được rồi, vậy hẹn gặp lại cậu vào thứ năm.

B : Ya, permisi.

B : ครับ สวัสดีครับ

B : Vâng, tôi xin phép.

→⑫ Dalam telepon pertama-tama kita harus memperhatikan situasi dan kondisi lawan bicara, lakukan bagaikan kita memintaan maaf.

ในการพูดคุยทางโทรศัพท์ ก่อนอื่นควรกล่าวขอโทษที่ทำ ให้คู่สนทนาต้องเสียเวลา

Trên điện thoại, trước tiên hãy nghĩ đến tình trạng của đối tượng và nói lời xin thông cảm.

■ **アルバイト面接**
　　めんせつ

A＝面接官	B＝応募者
めんせつかん	おうぼしゃ

2　A ： はい、では面接始めましょうか。
　　　　　　　　　めんせつはじ

　　B ： はい、金ユンヒと申します。本日はよろしくお願いします。
　　　　　　　　きむ　　　　　　もう　　　　ほんじつ　　　　　　　　　　ねが

　　A ： えっと、金さんは韓国の方ですね。
　　　　　　　　きむ　　　かんこく　かた

　　B ： はい、そうです。

　　A ： コンビニでアルバイトをした経験はありますか。
　　　　　　　　　　　　　　　　　　　　　けいけん

　　B ： いいえ、コンビニではありませんが、ファミレスでしたことがあります。ホー

　　　　ル担当でした。
　　　　　たんとう

　　A ： じゃ、接客は大丈夫ですね。
　　　　　　　せっきゃく　だいじょうぶ

　　B ： はい。レジ打ちも少しはできます。
　　　　　　　　　う　　　すこ

　　A ： そうですか。うちは土日を含めて週4日➡⑬は入って欲しいんですが…。
　　　　　　　　　　　　　どにち　ふく　しゅうか　　はい　ほ

　　B ： はい。あの、時間帯は…。
　　　　　　　　　じかんたい

　　A ： 午後5時から10時までの5時間です。大丈夫ですか。
　　　　　ごご　じ　　　　じ　　　　　じかん　　だいじょうぶ

　　B ： はい。大丈夫です。
　　　　　　　だいじょうぶ

　　A ： 平日は何曜日に来られますか。
　　　　　へいじつ　なんようび　こ

　　B ： 月曜日以外は大丈夫です。
　　　　　げつようびいがい　だいじょうぶ

　　A ： じゃ、火曜日と金曜日にお願いできますか。
　　　　　　　かようび　きんようび　ねが

　　B ： はい。分かりました。
　　　　　　　わ

　　A ： じゃ、早速来週の火曜日からお願いします。最初の一週間は研修期間ですけ
　　　　　　　さっそくらいしゅう　かようび　　ねが　　　　　さいしょ　いっしゅうかん　けんしゅうきかん

　　　　どね。

　　B ： はい、ありがとうございます。

👆**POINT**

➡⑬「土曜日・日曜日を入れて一週間に4日」という意味です。土曜日・日曜日、平日もできるだ
　け多くの日に働けるということをアピールすると有利になります。

A=Pewawancara B=Pendaftar	A=ผู้สัมภาษณ์ B=ผู้สมัคร	A=Người phỏng vấn B=Ứng viên

Wawancara untuk kerja sambilan | **การสัมภาษณ์งานพิเศษ** | **Phỏng vấn xin việc làm thêm**

2 A : Baik, kita mulai wawancaranya!

A : ครับ งั้นเริ่มสัมภาษณ์กันเลยไหม

A : Nào, chúng ta bắt đầu phỏng vấn nhé.

B : Baik, nama saya Kim Yung. Terima kasih atas kesempatannya.

B : ค่ะ ดิฉันชื่อคิม ยุนค่ะ วันนี้ขอบคุณเป็นอย่างสูงที่กรุณาสัมภาษณ์ดิฉัน

B : Vâng, tôi là Kim Yung ạ. Hôm nay mong ông giúp đỡ ạ.

A : Em… Anda ini orang Korea ya?

A : เออ คุณคิม ยุน เป็นคนเกาหลีใช่ไหมครับ

A : Ừm, cô Kim là người Hàn Quốc nhỉ?

B : Ya, betul.

B : ใช่ค่ะ

B : Vâng, đúng vậy ạ.

A : Apa punya pengalaman kerja sambilan di minimarket?

A : เคยมีประสบการณ์ทำงานพิเศษที่ร้านสะดวกซื้อไหมครับ

A : Cô có kinh nghiệm làm việc ở cửa hàng tiện lợi không?

B : Di minimarket belum pernah, tapi kalau Famili restoran pernah, sebagai Hall Manager.

B : ไม่เคยที่ร้านสะดวกซื้อค่ะ แต่เคยทำงานพิเศษที่ร้านอาหารครอบครัวเป็นพนักงานต้อนรับลูกค้าค่ะ

B : Không, tôi không có kinh nghiệm làm việc ở cửa hàng tiện lợi nhưng có kinh nghiệm làm ở quán ăn gia đình. Tôi làm nhân viên phục vụ.

A : Kalau begitu, bidang layanan tamu tidak masalah ya?

A : ถ้างั้นงานบริการลูกค้าก็ไม่มีปัญหาสินะ

A : Vậy là cô biết đón tiếp khách hàng nhỉ?

B : Ya, urusan resi sudah bisa.

B : ค่ะ งานแคชเชียร์ก็พอทำได้ค่ะ

B : Vâng. Tôi cũng biết thu ngân một chút.

A : Begitu ya. Di sini diperlukan 4 hari termasuk Sabtu dan Minggu.

A : เหรอครับ ที่ร้านอยากให้มาช่วยอย่างน้อยสัปดาห์ละ 4 วันรวมเสาร์-อาทิตย์ นะ

A : Vậy à. Chúng tôi muốn cô làm việc một tuần bốn ngày, kể cả thứ bảy và chủ nhật…

B : Ya, maaf, kalau jumlah jamnya…..

B : ค่ะ แล้วเวลาทำงานละค่ะ

B : Vâng. Còn về thời gian làm việc ạ…

A : Dari pukul 5 sore sampai pukul 10, jadi 5 jam. Bisa?

A : เริ่ม 5 โมงเย็นถึง 4 ทุ่ม รวม 5 ชั่วโมง ได้ไหมครับ

A : Năm tiếng, từ 5 giờ chiều đến 10 giờ đêm. Có được không?

B : Ya, bisa.

B : ได้ค่ะ

B : Vâng. Được ạ.

A : Kalau hari kerja bisa datang hari apa saja?

A : วันธรรมดา มาวันไหนได้บ้างครับ

A : Ngày thường cô có thể đến được vào thứ mấy?

B : Selain hari Senin tidak masalah.

B : ได้ทุกวัน ยกเว้นวันจันทร์ค่ะ

B : Ngoài thứ hai ra thì ngày nào cũng được ạ.

A : Kalau begitu, saya minta hari Selasa dan Jum'at, bisa?

A : ถ้างั้น ขอวันอังคารกับวันศุกร์ได้ไหมครับ

A : Vậy, cô có thể làm việc vào thứ ba và thứ sáu chứ?

B : Ya, baiklah.

B : รับทราบค่ะ

B : Vâng. Được ạ.

A : Kalau begitu, langsung saja mulai Selasa depan. Minggu pertama biasanya dijadikan sebagai pelatihan, ya.

A : ถ้างั้น เริ่มเลยตั้งแต่วันอังคารหน้า สัปดาห์แรกจะเป็นช่วงของการอบรมก่อน

A : Vậy thì cô sẽ bắt đầu luôn từ thứ ba tuần sau nhé. Tuần đầu tiên là thời gian thực tập.

B : Ya, terima kasih banyak.

B : ค่ะ ขอบคุณค่ะ

B : Vâng. Cám ơn ông.

➡⑬ Artinya dalam seminggu 4 hari termasuk hari sabtu dan hari Minggu. Tersirat maksud hari Sabtu dan Minggu, bahkan hari kerja pun sedapat mungkin lebih banyak lagi hari yang bisa dpekerjakan.

หมายถึงสัปดาห์ละ4 วันรวมทั้งวันเสาร์และวันอาทิตย์ คุณจะได้เปรียบหากนำเสนอให้เห็นว่าสามารถทำงานได้หลายวันทั้งวันเสาร์-อาทิตย์ และวันธรรมดา

Nghĩa là "土曜日・日曜日を入れて一週間に 4 日" (Nghĩa là một tuần bốn ngày kể cả thứ bảy và chủ nhật. Nêu rõ mình có thể làm việc được nhiều ngày kể cả thứ bảy, chủ nhật và ngày thường sẽ có lợi thế.

45

A ： じゃ、そういうことで。あ、そうそう、時給ですが、早番が1000円、遅番
じ きゅう はやばん えん おそばん
が1200円スタートですよ。遅番はまかない付きです。
おそばん つ

B ： はい。

A ： それから、給料は15日締めの25日払い。交通費は全額支給します。銀行
きゅうりょう にち じ にちばら こうつう ひ ぜんがくし きゅう ぎんこう
振込なので、今度来た時口座番号教えてくれませんか。
ふりこみ こん ど き ときこうざ ばんごうおし

B ： はい、分かりました。
わ

A ： それじゃ、また来週の火曜日にお待ちしています。
らいしゅう か ようび ま

B ： はい、ありがとうございました。

A : Baiklah. O..iya…, masalah upah ya, 1000 yen perjam untuk siang hari, dan 1200 yen perjam untuk malam hari. Jam malam ada makan malamnya.

B : Ya.

A : Kemudian, pembayarannya dilakukan tanggal 2 5 terhitung sampai tanggal 1 5 perbulan. Diberikan pula biaya transfortasi seluruhnya. Semuanya akan ditranfer melalui bank, nanti kalau datang ke sini tolong beri tahu nomor rekening banknya!

B : Ya, Baiklah.

A : Kalau begitu, saya bawa Selasa minggu depan.

B : Ya, terima kasih.

A : เอาละ ถ้างั้นก็ตามนี้ อ้อ จริงสิ เรื่องค่าแรงถ้าเป็นกะเช้าชั่วโมงละ 1000 เยน ถ้าเป็นกะเย็นชั่วโมงละ 1200 เยน กะเย็นจะมีอาหารให้ด้วย

B : ค่ะ

A : แล้วก็ เงินเดือนจะคำนวณโดยตัดทุก ๆ วันที่ 15 แล้วก็จ่ายวันที่ 25 ค่าเดินทางก็จ่ายเต็มจำนวนโดยโอนเข้า บัญชีธนาคาร คราวหน้ามาถึงแล้วแจ้งหมายเลขบัญชี ธนาคารให้ด้วยนะ

B : รับทราบค่ะ

A : ถ้างั้น พบกันใหม่วันอังคารหน้า

B : ค่ะ ขอบคุณค่ะ

A : Thế nhé. À, đúng rồi. Về tiền lương theo giờ, lương khởi điểm là ca sáng 1000 Yên, ca chiều 1200 Yên. Ca chiều có thêm bữa ăn.

B : Vâng.

A : Và tiền lương được tính đến ngày 15, ngày 25 trả. Tiền đi lại chúng tôi sẽ trợ cấp toàn bộ. Chúng tôi sẽ chuyển khoản nên lần tới khi đến đây cô cho chúng tôi biết số tài khoản nhé.

B : Vâng, tôi biết rồi ạ.

A : Vậy thì chúng tôi đợi cô vào thứ ba tuần sau.

B : Vâng. Cám ơn ông.

Unit
1

アルバイトの面接

47

質問に対する自分なりの答えを作り、音声に合わせて実際の面接シミュレーションをしましょう。
Mari latihan simulasi wawancara konkret dengan membuat jawaban sendiri terhadap pertanyaan, kemudian sesuaikan dengan rekaman!
คำถามต่อไปนี้ขอให้ลองคิดคำตอบเอง แล้วลองฝึกโต้ตอบกับเสียงที่ได้ยินเสมือนอยู่ในสถานการณ์จริง
Hãy soạn những câu trả lời phù hợp với mình đối với các câu hỏi, tiến hành mô phỏng buổi phỏng vấn thực tế.

面接官 ： お待たせしました。担当の田中です。

あなた ： ＿＿＿＿＿＿＿＿＿＿＿＿＿＿＿＿＿＿＿＿＿＿＿＿＿＿＿＿＿＿＿。

面接官 ： この場所すぐ分かりましたか。

あなた ： ＿＿＿＿＿＿＿＿＿＿＿＿＿＿＿＿＿＿＿＿＿＿＿＿＿＿＿＿＿＿＿。

面接官 ： そうですか。ここまでどのくらいかかるんですか。

あなた ： ＿＿＿＿＿＿＿＿＿＿＿＿＿＿＿＿＿＿＿＿＿＿＿＿＿＿＿＿＿＿＿。

面接官 ： それでは面接、始めましょうか。

あなた ： ＿＿＿＿＿＿＿＿＿＿＿＿＿＿＿＿＿＿＿＿＿＿＿＿＿＿＿＿＿＿＿。

面接官 ： えー、○○さん、お国は？

あなた ： ＿＿＿＿＿＿＿＿＿＿＿＿＿＿＿＿＿＿＿＿＿＿＿＿＿＿＿＿＿＿＿。

面接官 ： 日本に来てもうどれくらいになるんですか？

あなた ： ＿＿＿＿＿＿＿＿＿＿＿＿＿＿＿＿＿＿＿＿＿＿＿＿＿＿＿＿＿＿＿。

面接官 ： 日本語の勉強はどうですか？　大変でしょう？

あなた ： ＿＿＿＿＿＿＿＿＿＿＿＿＿＿＿＿＿＿＿＿＿＿＿＿＿＿＿＿＿＿＿
＿＿＿＿＿＿＿＿＿＿＿＿＿＿＿＿＿＿＿＿＿＿＿＿＿＿＿＿＿＿＿。

面接官 ： 以前こういう仕事をした経験はありますか。

あなた ： ＿＿＿＿＿＿＿＿＿＿＿＿＿＿＿＿＿＿＿＿＿＿＿＿＿＿＿＿＿＿＿
＿＿＿＿＿＿＿＿＿＿＿＿＿＿＿＿＿＿＿＿＿＿＿＿＿＿＿＿＿＿＿。

面接官 ： どうしてここでアルバイトしようと思ったんですか。

あなた ： ＿＿＿＿＿＿＿＿＿＿＿＿＿＿＿＿＿＿＿＿＿＿＿＿＿＿＿＿＿＿＿
＿＿＿＿＿＿＿＿＿＿＿＿＿＿＿＿＿＿＿＿＿＿＿＿＿＿＿＿＿＿＿。

面接官 ： 週何日ぐらい働けますか。
　　　　しゅうなんにち　　　　はたら

あなた ： ＿＿＿＿＿＿＿＿＿＿＿＿＿＿＿＿＿＿＿＿

面接官 ： 仕事はいつから始められますか。
　　　　しごと　　　　　　はじ

あなた ： ＿＿＿＿＿＿＿＿＿＿＿＿＿＿＿＿＿＿＿＿

面接官 ： じゃ、明日中にアルバイト採用の結果を電話でご連絡します。
　　　　　　あしたじゅう　　　　　さいよう　けっか　でんわ　　れんらく

あなた ： ＿＿＿＿＿＿＿＿＿＿＿＿＿＿＿＿＿＿＿＿

この課の表現・ことば
Kosakata dan ungkapan pada bab ini
คำศัพท์ สำนวนในบทนี้ / Những cách nói, từ ngữ trong bài

〈動〉= verba ／ คำกริยา ／ Động từ　　〈表〉= ungkapan ／ สำนวน ／ Cách nói

〈動〉	乗り換える　ganti kendaraan ／ ต่อรถ ／ đổi (tàu)	p.26
	新宿で山手線に乗り換えます。	
〈表〉	最寄り駅　statsion pemberhentian ／ สถานีที่ใกล้ที่สุด ／ Ga gần nhất	p.28
	最寄り駅は丸ノ内線の新中野です。	
〈動〉	～に応募する　mendaftar/melamar ke… ／ สมัครงาน ／ Ứng tuyển vào ~	p.32
	このアルバイトに応募するつもりだ。	
〈表〉	都合がいい／悪い　memungkinkan/ tidak memungkinkan ／ สะดวก/ไม่สะดวก ／ Thời gian thuận tiện/ không thuận tiện	p.34
	平日の午後はゼミがあって都合が悪い。	
〈表〉	～と～を両立する　kedua-duanya … dan… ／ ทำให้ดีทั้ง~และ~ ／ Đảm đương ~ và ~	p.36
	学校の勉強とアルバイトを両立するのは大変だ。	
〈動〉	接客する　melayani tamu ／ บริการลูกค้า ／ Đón tiếp khách hàng	p.38
	以前、ホールの仕事をしていたので、接客に慣れている。	
〈表〉	休日出勤　kerja di hari libur ／ การไปทำงานในวันหยุด ／ Đi làm ngày nghỉ	p.40
	休日出勤は可能だ。	
〈動〉	～を引き受ける　menerima… ／ รับ(งาน) ／ Nhận ~	p.40
	いい経験になるので、その仕事を引き受けた。	

【アルバイト用語】

☐ ○時スタート、△時あがり …… mulai pukul ○, berakhir pukur △ ／ เริ่มงาน ○ โมง เลิกงาน △ โมง ／ Bắt đầu lúc ○ giờ, kết thúc lúc giờ △

☐ ラストまで …… sampai akhir, toko ditutup ／ จนถึงเวลาปิดร้าน ／ Đến lúc đóng cửa hàng

☐ 通しで …… kerja penuh dari siang sampai toko tutup ／ การทำงานตั้งแต่ช่วงเวลากลางวัน จนถึงเวลาปิดร้าน ／ Làm việc từ ban ngày cho tới lúc đóng cửa

☐ 早番 …… shift kerja mulai pagi hari ／ การทำงานเป็นผลัด โดยหมายถึงเข้างานช่วงเช้า ／ Đi làm sớm theo chế độ làm ca

☐ 遅番 …… shif kerja mulai malam hari ／ การทำงานเป็นผลัด โดยหมายถึงเข้างานช่วงเย็น ／ Đi làm muộn theo chế độ làm ca

☐ まかない …… makan yang disediakan di tempat kerja sambilan ／ อาหารที่ได้รับแจกจ่ายในที่ทำงาน ／ Bữa ăn do nơi làm việc cung cấp

☐ ○日締めの△日払い …… upah sampai hari ○ dibayar pada hari △ ／ เงินเดือนที่คำนวณถึงวันที่○ และจ่ายวันที่△ ／ Trả tiền lương đến ngày ○ vào ngày △.

Unit 2

大学・専門学校入試の面接
だいがく せんもんがっこうにゅうし

Wawancara masuk universitas/sekolah kejuruan
การสัมภาษณ์เข้าศึกษาในมหาวิทยาลัย/โรงเรียนอาชีวศึกษา
Phỏng vấn tuyển sinh của các trường dạy nghề / trường đại học

---

2-1 …大学・専門学校入試の面接
⇒ 志望理由や将来の目標、自己ＰＲなどを具体的に話す練習
　　しぼう　　　しょうらい　もくひょう

2-2 …通し練習
⇒ 入試面接を疑似体験する
　　　　　　　　ぎじたいけん

2-1 Wawancara masuk universitas/sekolah kejuruan
⇒ Latihan berbicara tentang keinginan, tujuan ke depan, ekspresi diri, dan sebagainya.

2-2 Latihan percakapan lengkap
⇒ Simulasi wawancara masuk universitas.

2-1 การสัมภาษณ์เข้าศึกษาในมหาวิทยาลัย/โรงเรียนอาชีวศึกษา
⇒ ฝึกพูดเกี่ยวกับเหตุผลที่สมัครเข้าเรียน เป้าหมายในอนาคต และนำเสนอตนเองอย่างเป็นรูปธรรม

2-2 บทสนทนาเต็ม
⇒ ลองฝึกบทสนทนาการสัมภาษณ์เข้าเรียน

2-1 Phỏng vấn tuyển sinh của các trường dạy nghề/trường đại học
⇒ Luyện tập cách nói cụ thể về lý do ứng tuyển, mục tiêu trong tương lai, PR bản thân v.v..

2-2 Luyện tập đoạn hội thoại hoàn chỉnh
⇒ Trải nghiệm buổi phỏng vấn tuyển sinh mẫu.

Unit 2 では大学・専門学校入試の面接を練習します。以下の内容の質問がよく問われます。

○ 大学や専門分野への志望動機
　　　　　　　　　　しぼうどうき
○ 卒業後の進路
　　　　　しんろ
○ 日本語力

○ 自分の長所・短所
○ 学費や生活費の計画
　　がくひ　せいかつひ
○ 最近興味のあるニュースや本
　　　　きょうみ

また、受験生からの質問を受け付けることもあるので、奨学金制度や寮などの設備、学費以外でかかる費
　　　　　　　　　　　　　　　　　　　　　　　しょうがくきんせいど　りょう　　　　　せつび
用など、質問を用意して面接にのぞむことが大切です。

Pada unit 2 disajikan latihan wawancara tes masuk universitas atau sekolah kejuruan. Biasanya selalu ditanyakan beberapa hal berikut.

○Motivasi memilih jurusan/ keahlian di universitas
○Kegiatan setelah lulus universitas
○Kemampuan berbahasa Jepang
○Kelebihan dan kekurangan diri sendiri
○Rencana biaya kuliah dan biaya hidup
○Buku atau berita yang diminati belakangan ini

Kemudian, terkadang ada juga kesempatan untuk bertanya pada para peserta tes. Kita perlu mempersiapkan pertanyaan yang berhubungan dengan fasilitas yang berhubungan dengan sistem pemberian beasiswa, asrama, dan sebagainya di luar biaya kuliah..

ใน Unit 2 จะฝึกการสัมภาษณ์เข้าศึกษาในมหาวิทยาลัย/โรงเรียนอาชีวศึกษา
ซึ่งผู้สัมภาษณ์มักจะถามเกี่ยวกับเรื่องต่อไปนี้

○เหตุผลที่ต้องการเข้าศึกษาในมหาวิทยาลัยหรือวิชาเอกนั้น ๆ
○เส้นทางหลังจบการศึกษา
○ความสามารถภาษาญี่ปุ่น
○ขอดี ขอเสียของตัวเอง
○การวางแผนสำหรับค่าเล่าเรียน ค่าครองชีพ
○ขาว หรือหนังสือที่สนใจในปัจจุบัน

นอกจากนี้ผู้สัมภาษณ์อาจให้ผู้สมัครตั้งคำถาม ดังนั้นควรเตรียมคำถามต่างๆ ล่วงหน้าเกี่ยวกับการสัมภาษณ์ เช่นระบบทุนการศึกษา สิ่งอำนวยความสะดวกเช่นหอพัก ค่าใช้จ่ายอื่นๆ นอกจากค่าเล่าเรียน เป็นต้น

Trong Unit 2 chúng ta sẽ luyện tập phỏng vấn tuyển sinh vào trường đại học, trường dạy nghề. Những câu hỏi có nội dung dưới đây thường hay được hỏi.

○Động cơ ứng tuyển vào trường và học lĩnh vực chuyên môn
○Con đường phát triển sau khi tốt nghiệp
○Năng lực tiếng Nhật
○Ưu và nhược điểm của bản thân
○Kế hoạch học phí và sinh hoạt phí
○Những tin tức và sách gần đây bạn có quan tâm

Ngoài ra, cũng có trường hợp người phỏng vấn nhận câu hỏi của thí sinh nên điều quan trọng là chuẩn bị những câu hỏi về chế độ học bổng, cơ sở vật chất, thiết bị như ký túc xá, các chi phí ngoài học phí v.v.. để tham dự buổi phỏng vấn.

大学・専門学校入試の面接
だいがく　せんもんがっこうにゅうし

 12

A＝面接官　　B＝応募者
　めんせつかん　　　おうぼしゃ

■ 志望動機・志望校への関心の高さ
しぼうどうき　しぼうこう　　かんしん

1　A：参加されたオープンキャンパス➡①では、本学にどんな印象を持ちましたか。
　　　　さんか　　　　　　　　　　　　　　　　　　　　いんしょう

　　　B：はい➡②。あの、学生の方が案内してくれたのですが、学生の方々が充実した
　　　　　　　　　　　　かた　あんない　　　　　　　　　　　かたがた　じゅうじつ
　　　　　大学生活を過ごしているように思いました。
　　　　　せいかつ　す

2　A：どうしてこの大学を志望したんですか。
　　　　　　　　　　　　しぼう

　　　B：はい。あのー、私の先輩がこちらの大学の経済学部にいます。その先輩から、
　　　　　　　　　　　せんぱい　　　　　　　　　　けいざいがくぶ
　　　　　留学生にとって学習環境が整っていることや、生活の支援、また奨学金な
　　　　　りゅうがくせい　がくしゅうかんきょう　ととの　　　　　　　せいかつ　しえん　　　　しょうがくきん
　　　　　ども充実していることを聞きました。そこで私も大学のホームページやパン
　　　　　　じゅうじつ
　　　　　フレットをよく読んで検討しました。そして私の学びたいことが学べるよう
　　　　　　　　　　　　けんとう
　　　　　ですし、4年間学ぶのにとてもいい環境だと感じました。こうした理由から
　　　　　　　　　　　　　　　　かん　　　　　　　　　りゅう
　　　　　こちらの大学を志望しました。
　　　　　　　　　しぼう

3　A：本学➡③の経営学部を志望しているんですね。どうしてうちの経営学部を考え
　　　　ほんがく　　けいえいがくぶ　しぼう
　　　　ているんですか。

　　　B：はい。卒業後の就職率が高いので、多くのことが学べる環境だと考えました。
　　　　　　　そつぎょうご　しゅうしょくりつ　　　　　　　　　　　　かんきょう
　　　　　私は将来、起業したい➡④ので、マネージメントについても学びたいと考え
　　　　　　しょうらい　きぎょう
　　　　　ています。

4　A：環境理工学部の中でも、どうしてこの学科を志望したんですか。
　　　　かんきょうりこうがくぶ　　　　　　　　　がっか　しぼう

　　　B：はい。持続可能な社会のためには環境について学ぶ必要があると思います。ま
　　　　　じぞくかのう　　　　　　　　かんきょう　　　　　　ひつよう
　　　　　た、これからは環境ビジネスにチャンスがあると考えています。中でも私は
　　　　　緑地化や水、農業などに関心があり、こちらの学科で勉強したいと考えました。
　　　　　りょくちか　　　のうぎょう　　かんしん　　　　　　　がっか

POINT

➡① 専門学校や大学で行われる進学説明会のこと。模擬授業や施設案内、在校生や教職員との相
　　談会などが行われることが多いです。

➡② 質問されたら、まず「はい」と言いましょう。「答える意志がある」という合図です。

➡③ 「私たちの大学」の意味です。大学に勤めている教職員が使う表現。

➡④ 次の質問は、当然、どのような分野で起業したいのかを聞かれます。もしまだ未定でも、分
　　野やどのような方面か考えておく必要があります。

Wawancara masuk universitas / sekolah kejuruan
การสัมภาษณ์เข้าศึกษาในมหาวิทยาลัย / โรงเรียนอาชีวศึกษา
Phỏng vấn tuyển sinh của các trường dạy nghề / trường đại học

A=Pewawancara B=Pendaftar

A=ผู้สัมภาษณ์ B=ผู้สมัคร

A=Người phỏng vấn B=Ứng viên

Alasan mendaftar dan tingginya minat terhadap sekolah

**แรงจูงใจ
ความเข้าใจต่อสถาบันที่ต้องการเข้าศึกษา**

Động cơ ứng tuyển・mức độ quan tâm đối với trường ứng tuyển

1 A : Melalui kegiatan 'Opening Campus' apa kesan anda tentang kampus ini?

B : Ya. Saya dipandu oleh para mahasiswa, mereka tampak menjalani kehidupan kampus dengan penuh semangat.

A : ในงานเปิดบ้านมหาวิทยาลัยที่ได้เข้าร่วม รู้สึกอย่างไรกับมหาวิทยาลัยเราบ้างครับ

B : ครับ มีนักศึกษาช่วยแนะนำมหาวิทยาลัย รู้สึกว่าพวกนักศึกษาใช้ชีวิตเต็มที่ในรั้ว มหาวิทยาลัย

A : Sau khi tham gia buổi giới thiệu về trường, em có ấn tượng gì về trường chúng tôi?

B : Vâng. Em đã được sinh viên của trường dẫn đi thăm quan trường và cảm nhận của em là các sinh viên đang sống một cuộc sống sinh viên trọn vẹn.

2 A : Kemudian, mengapa anda berminat masuk ke kampus ini?

B : Ya. Saya punya senior yang sedang belajar di fakultas ekonomi manajemen kampus ini. Saya dengar darinya bahwa kampus ini cocok untuk mahasiswa asing karena lingkungan belajar, bantuan hidup, beasiswa dan yang lainnya. Kemudian, saya juga mengeceknya melalui homepage, dan membaca liflet kampus ini. Selain itu, jurusan yang ingin saya pelajari ada di sini, dan lingkungannya sangat bagus untuk belajar selama 4 tahun. Dengan alasan ini, saya berminat ke universitas ini.

A : ทำไมถึงเลือกเรียนมหาวิทยาลัยนี้ครับ

B : ครับ คือรุ่นพี่ผมอยู่คณะเศรษฐศาสตร์ มหาวิทยาลัยนี้ เคยได้ยินว่าสำหรับนักศึกษาต่างชาติ ที่นี่มีสิ่งแวดล้อมการเรียนที่ดี มีการช่วยเหลือด้านการใช้ชีวิต และมีทุนการศึกษาเพียงพอ ผมเลยศึกษารายละเอียดของ มหาวิทยาลัยจากเว็บไซต์ โบรชัวร์ ฯลฯ ทำให้ทราบว่าที่นี่มีสาขาที่ผมต้องการ เรียน และรู้สึกว่าสิ่งแวดล้อมดี เหมาะสำหรับที่จะเรียน 4 ปี ซึ่งเป็นเหตุผลที่ผมสมัครเรียนที่นี่

A : Tại sao em lại có nguyện vọng vào trường này?

B : Vâng. Dạ, anh/chị khóa trên của em đang học ở Khoa Kinh tế của trường. Em nghe anh/chị ấy nói là đối với lưu học sinh, đây là môi trường học tập tốt, hỗ trợ sinh hoạt, chế độ học bổng cũng đầy đủ. Vì vậy, em cũng đã đọc kỹ trang web và tài liệu giới thiệu của trường để cân nhắc. Và em cảm thấy mình có thể học được những điều muốn học ở đây, đồng thời là môi trường rất tốt để học tập trong bốn năm. Vì những lý do đó, em đã có nguyện vọng vào trường.

3 A : Anda berminat pada jurusan ekonomi manajemen kampus ini ya. Mengapa anda memilih fakustas ekonomi manajemen kampus kami?

B : Ya. Saya berpikir karena peluang diterima kerja dari lulusan sini cukup tinggi, saya pikir merupakan lingkungan yang bisa mempelajari banyak hal. Saya di masa depan nanti ingin membangun perusahan, sehingga perlu belajar tentang manajemen.

A : ต้องการเข้าเรียนคณะบริหารธุรกิจของ มหาวิทยาลัยนี้หรือครับ ทำไมสนใจคณะบริหารธุรกิจของเราครับ

B : ครับ เนื่องจากอัตราการได้งานทำหลัง เรียนจบมีสูง จึงคิดว่ามีสภาพแวดล้อม ที่สามารถเรียนรู้อะไรได้หลากหลาย อนาคตผมอยากทำธุรกิจ เลยอยากเรียนเกี่ยวกับการบริหารธุรกิจด้วย

A : Em có nguyện vọng vào Khoa Quản trị của trường chúng tôi nhỉ. Tại sao em lại chọn Khoa Quản trị của chúng tôi?

B : Vâng. Em cho rằng đó là môi trường có thể học được nhiều điều vì có tỷ lệ có việc làm sau khi tốt nghiệp cao. Trong tương lai, em muốn khởi nghiệp kinh doanh nên rất muốn học về quản trị nữa.

4 A : Di dalam fakultas teknologi lingkungan pun mengapa berminat ke jurusan ini?

B : Ya. Saya kira untuk menjaga kelangsungan sosial perlu belajar tentang lingkungan. Kemudian, ada juga peluang untuk menciptakan bisnis lingkungan. Di dalamnya saya berminat pula terhadap penghijauan, air, dan pertanian, sehingga saya ingin belajar di jurusan ini.

A : ในคณะวิทยาศาสตร์และ วิศวกรรมศาสตร์สิ่งแวดล้อม ทำไมถึงเลือกเรียนสาขานี้ครับ

B : ครับ ผมคิดว่าจำเป็นต้องเรียนเกี่ยวกับ สิ่งแวดล้อมเพื่อสังคมที่มีความยั่งยืน และคิดว่าอาจจะมีโอกาสในธุรกิจด้านสิ่งแวดล้อม ยังมีโอกาสอีกมากมาย โดยเฉพาะผมสนใจเกี่ยว กับการพัฒนาพื้นที่สีเขียว และการเกษตร จึงคิดว่าอยากเข้าเรียนที่นี่

A : Trong Khoa Khoa học và Công nghệ môi trường, tại sao em lại có nguyện vọng học chuyên ngành này?

B : Vâng. Em cho rằng, vì một xã hội bền vững, cần phải học về môi trường. Ngoài ra, em nghĩ rằng, từ giờ trở đi sẽ có cơ hội trong kinh doanh về môi trường. Trong số đó, em quan tâm tới phủ xanh đất, nông nghiệp v.v.., nên muốn học ở bộ môn này.

➡① Tentang sosialisasi penerimaan siswa baru yang diselenggarakan oleh universitas atau sekolah kejuruan. Umumnya diselenggarakan dalam bentuk layanan konsultasi tentang model perkuliahan, penjelasan fasilitas oleh mahasiswa atau dosen.

หมายถึงงานแนะแนวการศึกษาต่อในโรงเรียนอาชีวศึกษา หรือมหาวิทยาลัย มักจัดให้มีห้องเรียนจำลอง การแนะนำสถานที่ การให้คำปรึกษาโดยศิษย์ปัจจุบัน คณาจารย์ และเจ้าหน้าที่

Là buổi thuyết trình về việc học tiếp lên cao được tổ chức tại các trường dạy nghề và đại học. Thường có giờ học mẫu, tham quan cơ sở vật chất, buổi tọa đàm với sinh viên và giáo viên của trường.

➡② Jika ditanya, langsung jawab dulu dengan kata 'Hai'. Hal ini menunjukkan bahwa kita siap menjawabnya.

เมื่อถูกตั้งคำถาม ก่อนอื่นควรตอบรับ ซึ่งเป็นการแสดงให้เห็นว่ามีความตั้งใจที่จะตอบคำถาม

Nếu được hỏi, trước hết hãy nói " はい". Đó là tín hiệu " Em có mong muốn trả lời".

➡③ Artinya universitas (kampus) kami. Ungkapan ini digunakan oleh dosen yang bekerja di universitas.

หมายถึง "มหาวิทยาลัยของเรา" เป็นคำศัพท์ที่อาจารย์ เจ้าหน้าที่ซึ่งทำงานในมหาวิทยาลัยใช้พูด

Nghĩa là "Trường đại học của chúng tôi". Cách nói các giảng viên, nhân viên làm việc tại trường đại học hay sử dụng.

➡④ Pertanyaan berikutnya tentunya ditanya tentang ingin membuka usaha dalam bidang apa. Kalaupun belum diputuskan, perlu dipikirkan bidang apa dan ke arah mananya.

คำถามต่อไป แน่นอนว่าจะต้องถูกถามว่าอยากทำ ธุรกิจอะไร กรณีที่ยังไม่มีคำตอบชัดเจน ควรคิดไว้คร่าวล่วงหน้าว่าจะเป็นธุรกิจด้านใด หรือแขนงใด

Câu hỏi tiếp theo tất nhiên sẽ là em muốn khởi nghiệp ở lĩnh vực nào. Dù chưa xác định rõ thì bạn cần nghĩ sẵn lĩnh vực nào, phương diện nào.

5　A ： 志望は経済学部ですね。どうして経済学部を志望しているんですか。
　　　　　しぼう　けいざいがくぶ　　　　　　　　　　　　けいざいがくぶ　しぼう

　　B ： はい。私の国、ベトナムは今まさに経済発展をしています。しかし、これは
　　　　　　　　　　　　　　　　　　　　けいざいはってん

　　　　光の部分で陰の部分は地方と都市部の経済格差や、環境への影響などがあり
　　　　ひかり　ぶぶん　かげ　　　　　　としぶ　　けいざいかくさ　　かんきょう　　えいきょう

　　　　ます。日本は経済成長を続ける中でこうした課題を上手に克服してきました。
　　　　　　　　　　けいざいせいちょう　つづ　　　　　　　　かだい　　　　　こくふく

　　　　私は経済学を学び、経済成長を支えるための制度や規制を学びたいと思いま
　　　　　　　　　　　　　　　せいちょう　ささ　　　　　　せいど　きせい

　　　　した。以上が経済学部を志望した理由です➡⑤。
　　　　　　　　　　　　　　　　しぼう　りゆう

6　A ： 経営学部の志望動機は何ですか。
　　　　けいえいがくぶ　しぼうどうき

　　B ： はい。父は海鮮食品を扱う仕事をしているので、ゆくゆくは私がその仕事を
　　　　　　　　　かいせんしょくひん　あつか

　　　　引き継ぐことになっています。この事業での今後の発展を考えると、世界市
　　　　ひ　つ　　　　　　　　　　　　　じぎょう　　　　はってん　　　　　　　　し

　　　　場に目を向ける必要があると考えています。そこで私は広く経営学や国際経
　　　　じょう　む　　　ひつよう　　　　　　　　　　　　　　　けいえいがく　こくさいけい

　　　　済について学びたいと考えました。また、ビジネスツールとしてインターネッ
　　　　ざい

　　　　トの重要性はますます大きくなると考えているので、コンピュータ技術も
　　　　じゅうようせい　　　　　　　　　　　　　　　　　　　　　ぎじゅつ

　　　　しっかり学びたいと考えています。

7　A ： 志望は外国語学部ということですが、どういったことで外国語学部を選んだ
　　　　しぼう　がいこくごがくぶ　　　　　　　　　　　　　　　　　　　えら

　　　　んですか。

　　B ： はい。あの、私は卒業後は日本でサービス業に就き、日本流の「おもてなし」
　　　　　　　　　　そつぎょうご　　　　　ぎょう　つ　　にほんりゅう

　　　　の精神と方法を学びたいと思っています。そのためには総合的なコミュニケー
　　　　　せいしん　ほうほう　　　　　　　　　　　　　　　そうごうてき

　　　　ション能力を高める必要があると考えました。そこで、まずは日本語をしっ
　　　　　のうりょく　　　ひつよう

　　　　かり学び、続いて日本文化や日本的な考え方など、日本のスピリットを学び
　　　　　　　つづ　　　ぶんか　てき

　　　　たいと思います。そして将来的には、日本語を駆使した仕事ができるように
　　　　　　　　　　　しょうらいてき　　　　　　　くし

　　　　なりたいと思っています。以上が外国語学部を志望した理由です。
　　　　　　　　　　　　　　　　　　　　しぼう　りゆう

👆POINT

➡⑤「以上が〜理由です。」という表現は、結論を最後に述べる際のひとつの模範的なスタイルです。

Wawancara masuk universitas / sekolah kejuruan
การสัมภาษณ์เข้าศึกษาในมหาวิทยาลัย / โรงเรียนอาชีวศึกษา
Phỏng vấn tuyển sinh của các trường dạy nghề / trường đại học

Unit 2-1

5 A : Minat anda pada ekonomi manajemen ya. Mengapa berminat pada ekonomi manajemen?

B : Ya. Di negeri saya, Vietnam, sekarang ini sedang mengembangkan perekonomian. Hal ini merupakan sisi terangnya, dan sisi gelapnya adalah perbedaan tingkat ekonomi antara daerah dan perkotaan, tentunya hal ini akan berpengaruh terhadap lingkungan. Jepang dengan terus meningkatnya perekonomian, bisa mengatasi masalah ini dengan baik. Oleh karena itu, saya ingin mempelajari perekonomian, dan aturan atau sistem agar dapat menjaga pertumbuhan perekonomian. Itulah alasan saya berminat ke fakultas ekonomi.

6 A : Motivasi anda untuk belajar manajemen itu apa?

B : Ya. Ayah saya bekerja pada bidang makanan laut, lambat laun saya juga harus meneruskan pekerjaan tersebut. Dengan kondisi ini yang bisa dikembangkan ke depannya adalah masalah pasarnya. Untuk itu, saya ingin belajar ilmu manajemen yang lebih luas, dan ekonomi internasional. Kemudian, sebagai wahana bisnis, peranan internet sangatlah penting, sehingga saya kira perlu juga belajar teknologi komputer.

7 A : Minat anda juga pada fakultas bahasa asing, belajar bahasa asing apa?

B : Ya. Setelah lulus saya ingin bekerja pada bidang industri jasa, dan saya juga ingin belajar tentang spirit dan metode tentang indutrsi layanan di Jepang. Untuk itu, diperlukan kemampuan berkomunikasi secara global. Pertama-tama saya akan belajar bahasa Jepang, kemudian budaya dan pola pikir bangsa Jepang, spirit, dan yang lainnya. Sehingga ke depannya bisa bekerja dengan menggunakan bahasa Jepang. Itulah alasan saya memilih jurusan bahasa asing.

A : ต้องการเข้าเรียนคณะเศรษฐศาสตร์หรือครับ

B : ครับ ที่ประเทศของผม เวียดนามตอนนี้กำลังพัฒนาด้านเศรษฐกิจเป็นอย่างมาก แท้ที่จริงก็เป็นเพียงด้านสว่าง ด้านมืดก็คือความเหลื่อมล้ำทางเศรษฐกิจระหว่างเมืองกับชนบท และผลกระทบต่อสิ่งแวดล้อมเป็นต้น ประเทศญี่ปุ่นได้ก้าวข้ามปัญหาทั้งหลาย เหล่านี้ในช่วงที่เศรษฐกิจเติบโตต่อเนื่อง ผมจึงคิดว่าอยากเรียนเศรษฐศาสตร์ และระบบ หรือระเบียบข้อบังคับที่จะช่วยสนับสนุนการเติบโตของเศรษฐกิจ ซึ่งก็เป็นเหตุผลที่ผมเลือกคณะเศรษฐศาสตร์

A : แรงจูงใจที่เลือกเรียนคณะบริหารธุรกิจคืออะไรครับ

B : ครับ พ่อผมทำงานเกี่ยวกับผลิตภัณฑ์อาหารทะเล ซึ่งต่อไปในอนาคตผมก็ต้องสืบทอดกิจการ การจะพัฒนาธุรกิจนี้ต่อไปในอนาคตจำเป็นต้องมองไปยังตลาดโลก ผมจึงคิดว่าอยากเรียนรู้ว่างๆเกี่ยวกับหลักการบริหาร และเศรษฐกิจโลก ฯลฯ นอกจากนี้อินเทอร์เน็ตยังเพิ่มความสำคัญมากขึ้นทุกวันในฐานะเครื่องมือธุรกิจ จึงคิดว่าอยากเรียนด้านเทคนิคคอมพิวเตอร์ให้แน่นด้วย

A : เลือกเรียนคณะภาษาต่างประเทศหรือครับ ทำไมถึงเลือกคณะนี้ล่ะครับ

B : ครับ ผมคาดหวังหลังเรียนจบผมอยากทำงานด้านธุรกิจการบริการที่ญี่ปุ่น และเรียนรู้เกี่ยวกับแนวความคิดและวิธีการบริการแบบญี่ปุ่นที่เรียกว่า "omotenashi" จึงจำเป็นต้องพัฒนาทักษะการสื่อสารโดยรวมให้สูงขึ้น ดังนั้นคิดว่าก่อนอื่นต้องเรียนภาษาญี่ปุ่นให้แน่น และต่อด้วยการเรียนรู้วัฒนธรรม แนวความคิด และจิตวิญญาณของประเทศญี่ปุ่น ในอนาคตผมอยากจะทำงานโดยใช้ภาษาญี่ปุ่นได้อย่างคล่องแคล่ว ซึ่งทั้งหมดนี้ก็คือเหตุผลที่ผมเลือกเรียนคณะภาษาต่างประเทศ

A : Nguyện vọng của em là Khoa kinh tế nhỉ. Tại sao em lại có nguyện vọng học ở Khoa Kinh tế?

B : Vâng. Việt Nam, đất nước em hiện nay đang phát triển kinh tế. Nhưng đó là mặt tích cực, còn mặt tiêu cực là vẫn còn cách biệt kinh tế giữa nông thôn và thành thị, những ảnh hưởng đến môi trường v.v... Nhật bản trong quá trình phát triển kinh tế đã khéo léo khắc phục những vấn đề đó. Em muốn học kinh tế học, học về chế độ, quy chế để hỗ trợ sự phát triển kinh tế. Trên đây là những lý do em có nguyện vọng vào Khoa Kinh tế.

A : Lý do em muốn học ở Khoa Quản trị là gì?

B : Vâng. Bố em đang làm công việc liên quan đến thực phẩm hải sản. Trong tương lai, em sẽ tiếp quản công việc này. Em cho rằng để phát triển ngành này trong tương lai, cần phải hướng ra thị trường thế giới. Vì vậy, em muốn học thật nhiều về kinh tế học và kinh tế thế giới. Ngoài ra, em cũng cho rằng tầm quan trọng của internet trong vai trò là một công cụ kinh doanh sẽ ngày càng lớn hơn nên em cũng muốn học kỹ về công nghệ máy tính.

A : Em có nguyện vọng vào Khoa Ngoại ngữ, vậy vì lý do gì mà em lại chọn Khoa Ngoại ngữ?

B : Vâng. Dạ, em dự định sau khi tốt nghiệp sẽ làm việc trong ngành dịch vụ tại Nhật Bản, học hỏi về tinh thần và cách thức phục vụ theo kiểu Nhật Bản. Em cho rằng, để làm được điều đó cần phải nâng cao năng lực giao tiếp tổng thể. Vì vậy, trước hết em muốn học tốt tiếng Nhật, tiếp đó là học về tinh thần Nhật Bản như văn hóa Nhật Bản, cách nghĩ kiểu Nhật Bản. Và trong tương lai, em muốn làm được công việc có sử dụng tiếng Nhật. Đó là những lý do em có nguyện vọng vào học ở Khoa Ngoại ngữ.

→⑤ Ungkapan ' 以上 が ～ 理由 で す.' (dengan asalan itu...) bentuk ungkapan untuk menyampaikan simpulan.

「以上が～理由です。」
เป็นสำนวนการพูดมาตรฐานรูปแบบหนึ่งที่ใช้กล่าวถึงบทสรุปในตอนท้าย

Mẫu câu " 以上 が ～ 理由 で す. ", là một cách nói mô phạm được sử dụng khi trình bày kết luận ở cuối.

大学・専門学校入試の面接
だいがく　せんもんがっこうにゅうし

8　A ： 大学で一番学びたいことは何ですか。
　　　　　　　　なん

　　B ： はい。一番という意味では専門の勉強です。しかし、それ以外にも就職活動
　　　　　　　　　　　　　　せんもん　　　　　　　　　　　　　　　　　　　　しゅうしょくかつどう
　　　　のことを考えて、できるだけ人と多く接する機会を作り、様々な経験を積み
　　　　　　　　　　　　　　　　　　せっ　きかい　　　　　さまざま　けいけん　つ
　　　　たいと思っています。そのためにアルバイトをしたり大学行事に参加したい
　　　　　　　　　　　　　　　　　　　　　　　　　　　　ぎょうじ　さんか
　　　　と思っています。また、一生付き合えるような日本人の友人や先生に出会え
　　　　　　　　　　　　いっしょうつ　あ　　　　　　　　　　ゆうじん
　　　　ればと思っています。

9　A ： 本校についてはどうやって知ったんですか。
　　　　ほんこう

　　B ： はい。インターネットで「日本」「専門学校」「アニメーション」といったキー
　　　　　　　　　　　　　　　　　　せんもんがっこう
　　　　ワードで検索をしました。その際にこちらの専門学校が目にとまりました。
　　　　　　けんさく　　　　　　　さい
　　　　そしてSNSでこちらの大学で学んでいる留学生と知り合いになり、学校生
　　　　　　　　　　　　　　　　　　りゅうがくせい　　　　　　　　　　　　せい
　　　　活や卒業後の進路などについて教えてもらいました。
　　　　かつ　そつぎょうご　しんろ

10　A ： どうしてこの専門学校を志望したんですか。
　　　　　　　　せんもんがっこう　しぼう

　　B ： はい。観光学が学べること、学ぶための環境、そして生活するための環境が
　　　　　　　かんこうがく　　　　　　　　　　　　かんきょう　　　　　せいかつ
　　　　整っていること、この３つの点から専門学校を検討しました。大きな学校で
　　　　ととの　　　　　　　　　てん　せんもんがっこう　けんとう
　　　　は教員一人に対する学生数が多く、また人と人との距離が離れているのでは
　　　　　　たい　　がくせいすう　　　　　　　　　　きょり　はな
　　　　ないかと思いました。そこで私は中規模あるいは小規模の専門学校が自分に
　　　　とっては良いと考えました。私自身、韓国の地方都市の出身なので日本でも
　　　　　　よ　　　　　　　　じしん　かんこく　ちほうとし　しゅっしん
　　　　地方都市の方が居心地がいいだろうと思い、こうした理由からこちらの専門
　　　　ほう　いごこち　　　　　　　　　　りゆう
　　　　学校を志望しました。
　　　　しぼう

Wawancara masuk universitas / sekolah kejuruan
การสัมภาษณ์เข้าศึกษาในมหาวิทยาลัย / โรงเรียนอาชีวศึกษา
Phỏng vấn tuyển sinh của các trường dạy nghề / trường đại học

Unit
2-1

8 A : Apa yang paling ingin anda pelajari di universitas?

B : Ya. Kalau bicara tentang yang paling ingin saya pelajari adalah belajar tentang kepakaran. Tetapi, kita juga harus memikirkan lapangan pekerjaan, sedapat mungkin saya ingin bergaul dan berhubungan dengan banyak orang, sehingga bisa menambah pengalaman. Untuk itu bisa dilakukan dengan melalui kerja sambilan, ikut serta dalam festival kampus, dan sebagainya. Kalau bisa membuat kesempatan untuk menjalin hubungan sepanjang hayat dengan teman orang Jepang atau dengan dosen.

9 A : Bagaimana caranya anda mengetahui kampus ini?

B : Ya. Saya mencari di internet dengan kata kunci `Jepang', (Sekolah Kejuruan', dan 'Animasi'. Kemudian yang tampak di depan mata adalah sekolah ini. Kemudian melalui SNS saya berkenalan dengan mahasiswa asing yang kuliah di sini, lalu diberitahu tentang kehidupan kampus, peluang setelah lulus, dan sebagainya.

10 A : Mengapa berminat pada sekolah kejuruan ini?

B : Ya. Saya mengamati 3 hal dari sekolah kejuruan, yaitu bisa belajar ilmu kepariwisataan, ketersediaan lingkungan untuk belajar, dan kondisi lingkungan kehidupan. Saya kira kalau di sekolah besar satu orang dosen berbanding dengan beberapa orang mahasiswa, dan jarak antara seseorang dengan orang lain cukup jauh. Oleh karena itu, saya beranggapan bahwa untuk saya lebih cocok dengan sekolah kecil atau menengah saja. Saya sendiri di Korea tinggal di kota kecil yang ada di daerah, karena itu di Jepang pun saya juga akan lebih cocok tinggal di kota kecil di daerah. Dengan alasan inilah saya memilih kampus ini.

A : ในมหาวิทยาลัย อยากเรียนอะไรมาก ที่สุดครับ

B : ครับ ที่อยากเรียนมากที่สุดคือวิชาเฉพาะด้าน แต่นอกจากนั้นก็อยากหาโอกาสพบปะ ผู้คนที่หลากหลาย สั่งสมประสบการณ์ต่างๆ เพื่อเป็นประโยชน์ต่อการหางานในอนาคต ดังนั้นจึงอยากทำงานพิเศษ เข้าร่วมกิจกรรมต่างๆของมหาวิทยาลัย ด้วยตัวเอง และหวังว่าจะได้พบกับ อาจารย์ หรือเพื่อนชาวญี่ปุ่นที่จะคบหากัน ได้ตลอดไป

A : รู้จักโรงเรียนของเราได้อย่างไรครับ

B : ครับ ผมสืบค้นจากอินเทอร์เน็ตด้วยคำ สำคัญคือ "ญี่ปุ่น" "โรงเรียนอาชีวศึกษา" "แอนิเมชั่น" ซึ่งทำให้ผมสะดุดตากับโรงเรียนแห่งนี้ แล้วได้รู้จักกับนักศึกษาต่างชาติซึ่งเรียน อยู่ที่นี่ผ่าน SNS จึงได้ฟังเกี่ยวกับการเรียนที่โรงเรียน เส้นทางหลังจบการศึกษาเป็นต้น

A : ทำไมถึงเลือกเรียนโรงเรียน อาชีวศึกษานี้ครับ

B : ครับ เหตุผล 3 อย่างที่ผมเลือกเรียนโรงเรียน อาชีวศึกษา คือ มีสาขาการท่องเที่ยว สิ่งแวดล้อมพร้อมสำหรับการเรียนรู้ และการใช้ชีวิตดีพอ ที่โรงเรียนใหญ่ๆ ครู 1 คน ต้องรับผิดชอบนักเรียนเป็น จำนวนมาก และความสัมพันธ์ของผู้คนก็ค่อนข้าง ห่างเหิน จึงคิดว่าโรงเรียนอาชีวศึกษาขนาดกลาง หรือขนาดเล็กจะเหมาะกับตัวเองมากกว่า ที่เกาหลีตัวผมเองก็เป็นคนต่างจังหวัด จึงคิดว่าที่ญี่ปุ่นต่างจังหวัดก็น่าจะอยู่ สบายกว่า ด้วยเหตุผลดังกล่าวทำให้ผม เลือกโรงเรียนอาชีวศึกษาแห่งนี้ครับ

A : Điều em muốn học nhất ở trường đại học là gì?

B : Vâng. Nếu nói là nhất thì là học chuyên môn. Nhưng, ngoài ra, để chuẩn bị cho các hoạt động xin việc thì em cũng muốn tạo ra nhiều cơ hội tiếp xúc với nhiều người trong khả năng có thể để tích lũy những kinh nghiệm khác nhau. Vì vậy, em dự định sẽ đi làm thêm, tham gia vào các lễ hội của trường. Ngoài ra, em cũng mong có thể gặp được những người bạn, người thầy người Nhật có thể gắn bó suốt đời.

A : Làm thế nào mà em biết về trường chúng tôi vậy?

B : Vâng. Em đã dùng các từ khóa「日本」「専門学校」「アニメーション」 để tìm kiếm trên mạng. Khi đó, em đã để ý đến trường dạy nghề này. Và qua SNS em đã kết bạn với lưu học sinh đang học ở trường đại học nơi đây và được bạn ấy kể về cuộc sống trường học cũng như con đường phát triển sau khi tốt nghiệp.

A : Tại sao em lại có nguyện vọng vào trường dạy nghề này?

B : Vâng. Em đã cân nhắc các trường dạy nghề dựa trên 3 tiêu chí là có thể học được ngành du lịch, môi trường học tập và điều kiện sinh hoạt đầy đủ. Em nghĩ rằng, ở những trường lớn, một giáo viên phải dạy nhiều sinh viên, và mọi người cũng xa cách. Vì vậy, em cho rằng trường dạy nghề quy mô vừa hoặc quy mô nhỏ phù hợp với mình hơn. Bản thân em vốn xuất thân từ một thành phố địa phương của Hàn Quốc nên cho rằng ngay cả ở Nhật Bản, thành phố địa phương có lẽ cũng dễ chịu hơn và từ những lý do đó em đã có nguyện vọng vào trường dạy nghề này.

大学・専門学校の面接

Unit
2

57

大学・専門学校入試の面接
そつぎょうご せんもんがっこうにゅうし

A＝面接官	B＝応募者
めんせつかん	おうぼしゃ

■ 卒業後の進路に関する質問
そつぎょうご しんろ

⓫　A　：　卒業後の進路について、どのようなことを考えていますか。
　　　　　そつぎょうご　しんろ

　　　B　：　はい。チャンスがあれば学んだ専門を生かして、日本企業で働きたいと思っ
　　　　　　　　　　　　　　　　　　せんもん　　　　　　　　にほんきぎょう　はたら
　　　　　　ています。具体的なことはこれから考えていきたいと思います➡⑥。
　　　　　　　　　　ぐたいてき

⓬　A　：　卒業後の希望や予定を聞かせてください。
　　　　　そつぎょうご　きぼう　よてい

　　　B　：　はい。あの、できれば日本でホテルや旅館などのサービス業に就職したいと
　　　　　　　　　　　　　　　　　　　　　　りょかん　　　　　　ぎょう　しゅうしょく
　　　　　　考えています。そのため、これからの学生生活でコミュニケーション能力を
　　　　　　　　　　　　　　　　　　　　　　　　　　　　　　　　　　　　のうりょく
　　　　　　高め、それを生かしながら、おもてなしの精神を学びたいと思います。そし
　　　　　　　　　　　　　　　　　　　　　　　　せいしん
　　　　　　て、ゆくゆくは帰国し、日本で学んだことを生かして、起業したいと考えて
　　　　　　　　　　　　　　　　　　　　　　　　　　　　きぎょう
　　　　　　います。

⓭　A　：　卒業後、進学や就職といった目標がありますか。
　　　　　そつぎょうご　しんがく　しゅうしょく　もくひょう

　　　B　：　はい。両親とも相談したのですが➡⑦、卒業後はさらに自分の知識を高める
　　　　　　　　りょうしん　　そうだん　　　　　　　そつぎょうご　　　　　　　　ちしき
　　　　　　ため大学院への進学を考えています。ただ、まだ分からない点も多いので、
　　　　　　　　　　　　しんがく
　　　　　　大学に入学して、先生方にご指導をいただきながら、具体的な将来の進路を
　　　　　　　　　　　　　　　　がた　しどう　　　　　　　　　　ぐたいてき　しょうらい　しんろ
　　　　　　考えていきたいと思っています。

⓮　A　：　卒業後について今の段階で何か計画がありますか。
　　　　　そつぎょうご　　　　だんかい　　けいかく

　　　B　：　はい。卒業後は可能であれば日本の物流の分野で働きたいと思っています。
　　　　　　　　そつぎょうご　かのう　　　　　　　　ぶつりゅう　ぶんや　はたら
　　　　　　インターネットショッピングを支えているのは物流の力だと思います。私は
　　　　　　　　　　　　　　　　　　　ささ
　　　　　　物流が経済のカギではないかと今は考えています。
　　　　　　　　　けいざい

☝POINT

➡⑥ 将来の進路について、漠然とした考えしか無い場合でも「まだよく分かりません。」などと答
　えずに、これから具体的に考える意志を伝えましょう。

➡⑦ 両親と相談していることで、計画的であること、また経済的に学習を支える環境があるよう
　に印象付けることができます。

Wawancara masuk universitas / sekolah kejuruan
การสัมภาษณ์เข้าศึกษาในมหาวิทยาลัย / โรงเรียนอาชีวศึกษา
Phỏng vấn tuyển sinh của các trường dạy nghề / trường đại học

Unit
2-1

Unit
2

大学・専門学校入試の面接

A=Pewawancara B=Pendaftar | A=ผู้สัมภาษณ์ B=ผู้สมัคร | A=Người phỏng vấn B=Ứng viên

Pertanyaan tentang kegiatan setelah lulus universitas

คำถามเกี่ยวกับเส้นทางหลังจบการศึกษา

Câu hỏi về con đường phát triển sau khi tốt nghiệp

11 A : Apa yang anda pikirkan tentang langkah setelah lulus universitas?

A : คิดอย่างไรเกี่ยวกับเส้นทางหลังจบการศึกษาครับ

A : Em nghĩ gì về con đường phát triển sau khi tốt nghiệp?

B : Ya. Kalau ada kesempatan saya ingin menggunakan keahlian yang telah dipelajari, bekerja di perusahaan Jepang. Konkretnya akan saya pikirkan nanti.

B : ครับ ถ้ามีโอกาสอยากทำงานในบริษัทญี่ปุ่นโดยใช้ความรู้เฉพาะด้านที่ได้เรียนมา ส่วนรายละเอียดก็ค่อย ๆ คิดต่อจากนี้

B : Vâng. Nếu có cơ hội, em muốn vận dụng kiến thức chuyên môn đã học để làm việc ở doanh nghiệp Nhật Bản. Cụ thể như thế nào thì em định sẽ suy nghĩ từ bây giờ.

12 A : Saya ingin mendengar rencana dan keinginan anda setelah lulus.

A : ช่วยบอกความคาดหวังหรือกำหนดการหลังจบการศึกษาได้ไหมครับ

A : Em hãy cho tôi biết về mong muốn và dự định của em sau khi tốt nghiệp.

B : Ya. Hem… kalau bisa saya ingin bekerja di bidang industri jasa di hotel atau penginapan di Jepang. Untuk itu, dalam kehidupan sebagai mahasiswa mulai sekarang ini, saya perlu meningkatkan kemampuan berkomunikasi, dan sambil menggunakannya saya juga ingin belajar tentang spirit 'omotenashi'. Kemudian, Pada akhirnya, saya pulang ke negeri sendiri membangun industri dengan mengaplikasikan apa-apa yang telah dipelajari di Jepang.

B : ครับ เออ ถ้าเป็นไปได้ อยากทำงานด้านธุรกิจการบริการ เช่นโรงแรม หรือเรียวกังที่ญี่ปุ่น ดังนั้นระหว่างที่ใช้ชีวิตเป็นนักศึกษา อยากพัฒนาทักษะการสื่อสารให้สูงขึ้น เพื่อที่จะได้เรียนรู้แนวความคิดของการบริการแบบญี่ปุ่น และในอนาคตเมื่อกลับประเทศก็อยากทำธุรกิจส่วนตัว โดยประยุกต์ใช้สิ่งที่ได้เรียนรู้ในประเทศญี่ปุ่น

B : Vâng. Nếu có thể được, em muốn làm việc ở Nhật Bản trong ngành dịch vụ như khách sạn, nhà trọ truyền thống kiểu Nhật. Để làm được điều đó, em dự định sẽ nâng cao năng lực giao tiếp trong cuộc sống sinh viên từ nay trở đi, áp dụng những điều đó để học tập về tinh thần phục vụ. Và trong tương lai, em dự định sẽ về nước, vận dụng những kiến thức đã học ở Nhật Bản để khởi nghiệp.

13 A : Setelah lulus, ada rencana untuk melanjutkan studi atau bekerja?

A : หลังจบการศึกษา มีเป้าหมายเกี่ยวกับการเรียนต่อหรือการทำงานไหมครับ

A : Em có mục tiêu học tiếp lên cao hay làm việc sau khi tốt nghiệp không?

B : Ya. Dengan orang tua juga sudah berkonsultasi, setelah lulus nanti, akan melanjutkan studi ke universitas untuk meningkatkan pengetahuan sendiri. Hanya saja, saat ini banyak hal yang belum saya ketahui secara pasti, setelah masuk universitas, sambil mendapat bimbingan dari para dosen, nanti akan dipikirkan langkah untuk masa depan secara konkret.

B : ครับ ผมก็ได้ปรึกษากับพ่อแม่แล้วเหมือนกัน หลังจบการศึกษาคิดว่าจะเรียนต่อระดับปริญญาโทเพื่อเพิ่มพูนความรู้ของตัวเอง แต่ที่จริงในตอนนี้ยังมีอีกหลายเรื่อง จึงคิดว่าเมื่อเข้าเรียนในมหาวิทยาลัยแล้ว อยากให้อาจารย์ช่วยชี้แนะ เพื่อที่จะได้กำหนดเส้นทางในอนาคตที่ชัดเจนต่อไป

B : Vâng. Em cũng đã trao đổi với bố mẹ ⇒ ⑦ , sau khi tốt nghiệp, em định học tiếp lên cao học để nâng cao hơn nữa kiến thức của mình. Tuy nhiên, vì còn nhiều điểm em chưa rõ nên em định sau khi vào đại học rồi sẽ suy nghĩ về định hướng tương lai một cách cụ thể dựa trên những hướng dẫn của các thầy cô.

14 A : Setelah lulus nanti, apakah saat ini sudah membuat suatu rencana?

A : ณ ปัจจุบันนี้ มีแผนการอะไรที่จะทำหลังจบการศึกษาไหมครับ

A : Ở giai đoạn hiện nay, em có kế hoạch gì về con đường phát triển sau khi tốt nghiệp không?

B : Ya. Setelah lulus jika memungkinkan, saya ingin bekerja di Jepang pada bidang yang populer saat ini. Yang sedang populer dalam perdagangan on-line adalah kekuatan pendistribusian. Saya beranggapan bahwa pendistribusian akan menjadi kunci perekonomian.

B : ครับ หลังจบการศึกษา ถ้าเป็นไปได้อยากทำงานด้านโลจิสติกส์ที่ญี่ปุ่น ผมคิดว่าโลจิสติกส์เป็นพลังขับเคลื่อนธุรกิจซื้อขายสินค้าออนไลน์ และตอนนี้ผมคิดว่าโลจิสติกส์น่าจะเป็นกุญแจสำคัญสู่เศรษฐกิจ

B : Vâng. Sau khi tốt nghiệp, nếu có thể được, em muốn làm việc trong lĩnh vực logistics của Nhật Bản. Em nghĩ rằng, nền tảng hỗ trợ cho thương mại điện tử. Em nghĩ rằng, logistics chính là chìa khóa của nền kinh tế.

➡⑥ Kalau pun kita belum memikirkan langkah pastinya untuk langkah ke depan atau masih buram, kita jangan menjawab dengan ungkapan 'saya belum tahu persis', tetapi jawab saja bahwa hal itu secara konkret akan dikirakan nati.

ถึงแม้จะยังไม่มีแผนการที่แน่นอนในอนาคต ก็ไม่ควรตอบว่า "ยังไม่แน่ใจ" แต่ควรแสดงให้เห็นว่าต่อไปจะพยายามคิดอย่างเป็นรูปธรรม

Kể cả khi bạn chỉ có những suy nghĩ chưa rõ ràng về con đường phát triển của tương lai, cũng đừng trả lời kiểu như " まだよく分かりません。"(Em vẫn chưa rõ), mà hãy thể hiện tinh thần từ giờ trở đi sẽ suy nghĩ cụ thể.

➡⑦ Dengan berkonsultasi pada orang tua, akan memberikan kesan bahwa kita sudah membuat suatu perencanaan, dan menunjukkan adanya yang menopang kegiatan belajar dari segi ekonomi.

การบอกว่าได้ปรึกษากับพ่อแม่ ทำให้ผู้สัมภาษณ์ประทับใจที่ผู้สมัครมีการวางแผนและมีสภาพแวดล้อมการเงินพร้อมสนับสนุนการเรียนต่อ

Với việc trao đổi với bố mẹ, có thể tạo ấn tượng là có kế hoạch và có môi trường hỗ trợ học tập về mặt tài chính.

59

A＝面接官　　B＝応募者
めんせつかん　　おうぼしゃ

■ 学費や生活費に関する質問
がくひ　せいかつひ

⑮　A　：学費は誰が負担しますか➡⑧。
　　　　　がくひ　だれ　ふたん

　　B　：はい。学費や生活費は父が支援してくれることになっていて、父からは勉強
　　　　　　　がくひ　せいかつひ　　しえん
　　　　　に専念するように言われています。
　　　　　　せんねん

⑯　A　：学費や生活費といった経済的なことはどのような計画ですか。
　　　　　がくひ　せいかつひ　　けいざいてき

　　B　：はい。学費は両親に送ってもらえることになっています。生活費はアルバイ
　　　　　　　がくひ　りょうしん　　　　　　　　　　　　　　　　　せいかつひ
　　　　　ト代を充てたいと思っています。
　　　　　　だい　あ

⑰　A　：学費や生活費といった経済的な計画をお聞かせください。
　　　　　がくひ　せいかつひ　　けいざいてき　けいかく

　　B　：はい。3年間、国で働いて貯めた貯金があります。それを学費に充てたいと
　　　　　　　　はたら　た　ちょきん　　　　　　　　　　　　がくひ　あ
　　　　　思います。また、アルバイトをして生活費に充てたいと思います。
　　　　　　　　　　　　　　　　　　　せいかつひ

⑱　A　：学費は誰が負担しますか。
　　　　　がくひ　だれ　ふたん

　　B　：はい。えー、学費と当面の生活費は両親と親戚が負担してくれることになっ
　　　　　　　がくひ　とうめん　せいかつひ　りょうしん　しんせき　ふたん
　　　　　ています。しかし2年目からの生活費はアルバイトをしてまかなおうと思っ
　　　　　ています。贅沢をしなければやっていけると考えています。また➡⑨、3、4
　　　　　　　ぜいたく
　　　　　年次には就職活動のためのお金が必要だと聞きました。そこで夏休みや冬休
　　　　　ねんじ　しゅうしょくかつどう　　ひつよう
　　　　　みに一生懸命アルバイトして、就職活動の資金も計画的に貯金したいと思い
　　　　　　　いっしょうけんめい　　　　　　　しきん　けいかくてき　ちょきん
　　　　　ます。

✍POINT

➡⑧ 留学生の面接では、学習を継続する環境が整っているかを確認するため、経費（学費、生活費）
　　を誰が負担するか質問されることがあります。

➡⑨ 「また」以降の文はなくても質問には十分答えていますが、答えることで、計画性の高さと進
　　路意識の高さをアピールすることができます。

Wawancara masuk universitas / sekolah kejuruan
การสัมภาษณ์เข้าศึกษาในมหาวิทยาลัย / โรงเรียนอาชีวศึกษา
Phỏng vấn tuyển sinh của các trường dạy nghề / trường đại học

Unit
2-1

A=Pewawancara B=Pendaftar   A=ผู้สัมภาษณ์ B=ผู้สมัคร   A=Người phỏng vấn B=Ứng viên

Pertanyaan tentang biaya kuliah dan biaya hidup

คำถามเกี่ยวกับค่าเล่าเรียน ค่าครองชีพ ฯลฯ

Câu hỏi về học phí và sinh hoạt phí

15 A : Kalau biaya kuliahnya siapa yang akan menanggung?

B : Ya. Untuk biaya kuliah dan biaya hidup ditanggung oleh ayah, katanya agar saya lebih kontrasi pada belajar.

A : ใครเป็นผู้รับภาระค่าเล่าเรียนครับ

B : ครับ พ่อสนับสนุนค่าเล่าเรียนกับค่าครองชีพ พ่อบอกผมว่าให้ทุ่มเทกับการเรียนเป็นหลัก

A : Ai sẽ là người trả học phí cho em?

B : Vâng. Bố em sẽ chu cấp học phí và sinh hoạt phí cho em ạ. Bố em bảo để em tập trung vào việc học.

16 A : Masalah ekonomi untuk biaya kuliah dan biaya hidup, rencananya bagaimana?

B : Ya. Biaya kuliah akan dikirim dari orang tua. Untuk biaya hidup akan dipenuhi dari kerja sambilan.

A : ภาระด้านการเงินเช่นค่าเล่าเรียน ค่าครองชีพ มีแผนการอย่างไรครับ

B : ครับ พ่อแม่จะส่งเงินค่าเล่าเรียนให้ผม แต่ค่าครองชีพคิดว่าจะหาจากการทำงานพิเศษครับ

A : Em có kế hoạch gì về vấn đề tài chính như học phí, sinh hoạt phí không?

B : Vâng. Bố mẹ em sẽ gửi học phí cho em. Còn sinh hoạt phí em định sẽ dùng tiền làm thêm để trả.

17 A : Saya ingin mendengar rencana biaya kuliah dan biaya hidup anda nanti.

B : Ya. Saya punya tabungan hasil kerja di negeri sendiri selama tiga tahun. Saya kira itu akan cukup untuk memenuhi biaya kuliah. Kemudian untuk biaya hidup akan dipenuhi dari kerja sambilan.

A : ช่วยบอกแผนการด้านการเงินเช่นค่าเล่าเรียน ค่าครองชีพ ได้ไหมครับ

B : ครับ ผมมีเงินเก็บจากการทำงาน 3 ปีที่ประเทศ ซึ่งจะใช้เป็นค่าเล่าเรียนและคิดว่าจะทำงานพิเศษเพื่อให้ได้ค่าครองชีพครับ

A : Hãy cho chúng tôi biết kế hoạch tài chính như học phí, sinh hoạt phí!

B : Em có tiền tiết kiệm nhờ làm việc 3 năm tại đất nước mình. Em định dùng số tiền đó để trả học phí. Ngoài ra, em định làm thêm để trả sinh hoạt phí.

18 A : Biaya kuliahnya siapa yang akan menanggung?

B : Ya. Biaya kuliah dan biaya hidup nanti akan ditanggung oleh orang tua dan sodara. Tetapi, mulai tahun ke-2 biaya hidup akan dipenuhi dari hasil kerja sambilan. Jika saya tidak boros akan mencukupi. Kemudian tahun ke 3 atau ke 4 perlu uang untuk mencari kerja. Untuk itu, liburan musim panas dan musim dingin saya akan giat kerja sambilan, untuk ditabungkan.

A : ใครเป็นผู้รับภาระค่าเล่าเรียนครับ

B : ครับ เออ ค่าเล่าเรียนกับค่าครองชีพช่วงแรก ๆ นี้ พ่อแม่และลุงดีๆ จะช่วยรับภาระให้ก่อน แต่ปีที่ 2 เป็นต้นไปคิดว่าค่าครองชีพจะหาจากการทำงานพิเศษ ถ้าไม่ฟุ่มเฟือยก็คงอยู่ได้ นอกจากนี้ปี 3,4 ต้องเริ่มหางาน ซึ่งมีค่าใช้จ่ายมาก จึงคิดว่าช่วงปิดเทอมฤดูร้อน และฤดูหนาวจะตั้งใจทำงานพิเศษเพื่อเก็บเงินเป็นทุนในการหางานประจำต่อไป

A : Ai sẽ trả học phí cho em?

B : Vâng. Học phí và sinh hoạt phí thời gian đầu sẽ do bố mẹ và người thân của em trả ạ. Nhưng em định từ năm thứ 2 sẽ làm thêm để trả sinh hoạt phí. Em nghĩ, nếu em không lãng phí sẽ có thể lo liệu được. Ngoài ra, em có nghe nói là vào năm thứ ba, thứ tư sẽ cần tiền cho các hoạt động tìm kiếm việc làm. Vì vậy, em sẽ làm việc chăm chỉ vào kỳ nghỉ hè, nghỉ đông, tiết kiệm tiền một cách có kế hoạch cho các hoạt động tìm kiếm việc làm.

➡⑧ Dalam wawancara, untuk menjaga keberlanjutan studi, terhadap calon mahasiswa asing terkadang ditanya masalah kesanggupan biaya (biaya kuliah, biaya hidup), siapa yang menanggungnya.

ในการสัมภาษณ์นักศึกษาต่างชาติ บางครั้งจะถูกตั้งคำถามว่าใครเป็นผู้รับภาระด้านค่าใช้จ่าย (ค่าเล่าเรียน ค่าครองชีพ) เพื่อตรวจสอบว่าอยู่ในสภาพแวดล้อมที่พร้อมจะเรียนต่อหรือไม่

Trong phỏng vấn lưu học sinh, để kiểm tra bạn có điều kiện tiếp tục học tập hay không, sẽ có câu hỏi ai là người trả kinh phí (học phí, sinh hoạt phí).

➡⑨ Kalimat setelah kata 'mata' kalaupun tidak diucapkan sebenarnya sudah cukup untuk menjawab pertanyaan yang diberikan, tetapi dengan ditambahkan jawaban tersebut akan menunjukkan matangnya perencanaan dan tingginya kesadaran akan jalan yang akan ditempuhnya.

ถึงไม่มีข้อความตั้งแต่ 「また」 ต่อท้าย ก็ถือว่าตอบคำถามได้ครบถ้วนแล้ว แต่การตอบเพิ่มเติมเป็นการแสดงให้เห็นถึงการวางแผนที่ดี การตระหนักถึงเส้นทางในอนาคตที่ชัดเจน

Không có ý từ sau 「また」 cũng đã là lời đầy đủ cho câu hỏi rồi nhưng với việc trả lời, bạn có thể thể hiện được tính kế hoạch và việc có ý thức đối với con đường phát triển của tương lai.

A＝面接官　　B＝応募者
めんせつかん　　おうぼしゃ

■ 語学力に関する質問
ごがくりょく

19　A : 日本語はどうやって勉強しましたか。

　　B : はい。国で１年間、日本の日本語学校で１年間、勉強しました。今年の７月
　　　　に日本語能力試験の N2 レベルに合格しました。
　　　　　のうりょくしけん

20　A : 日本語は国内で２年間、勉強したんですね。じゃ、日常生活では不自由なく
　　　　　　　　　　　　　　　　　　　　　　　　　にちじょうせいかつ
　　　　といったところですか。

　　B : はい。聞いたり、話したりするのはあまり不自由はありません。大学では書
　　　　いたり読んだりする機会が増えると思うので、頑張りたいと思っています。
　　　　　　　　　　　きかい　ふ　　　　　　　　　　がんば

21　A : 英語能力はどのぐらいありますか。
　　　　えいごのうりょく

　　B : はい。TOEIC や IELTS は受けたことがありませんが、テレビやニュース、新
　　　　聞など不自由なく理解できます➡⑩。
　　　　　　　　　　りかい

■ 個人の資質に関する質問
こじん　ししつ

22　A : あなたの尊敬する人は誰ですか。
　　　　　　そんけい　　　だれ

　　B : はい。私は父をとても強い人だと尊敬しています。人は誰でもいろいろな失
　　　　　　　　　　　つよ　　　　　そんけい　　　　　　　　　　　　　　　　　しっ
　　　　敗や間違いをすると思います。私ももちろんたくさん失敗をしてきました。
　　　　ぱい　まちが
　　　　そういう時、私は失敗や自分の弱さを人にできるだけ隠そうとしてしまいま
　　　　　　　　　　　　　　　よわ　　　　　　　　　　かく
　　　　す。しかし、父は息子の私に対してでさえ、自分を強く見せようとはしませ
　　　　　　　　　　むすこ　　　　たい
　　　　んし、弱さを隠すこともありません。私はこういう人こそ本当に強い人だと
　　　　思います。

✎POINT

➡⑩ 語学力を証明する資格を持っていなかったり、あるいは日本では知名度のない資格試験の場
　　合は、その言語で何ができるのか目安を伝えましょう。

Wawancara masuk universitas / sekolah kejuruan
การสัมภาษณ์เข้าศึกษาในมหาวิทยาลัย / โรงเรียนอาชีวศึกษา
Phỏng vấn tuyển sinh của các trường dạy nghề / trường đại học

Unit
2-1

A=Pewawancara B=Pendaftar

A=ผู้สัมภาษณ์ B=ผู้สมัคร

A=Người phỏng vấn B=Ứng viên

Pertanyaan tentang kemampuan berbahasa

คำถามเกี่ยวกับความสามารถทางภาษา

Câu hỏi về khả năng ngôn ngữ

19 A : Kalau bahasa Jepang bagaimana belajarnya?

B : Ya. Di negeri sendiri saya belajar selama 1 tahun, kemudian di Jepang belajar selama satu tahun. Bulan Juli tahun ini saya lulus Tes Kemampuan Berbahasa Jepang N2.

A : เรียนภาษาญี่ปุ่นยังไงครับ

B : ครับ เรียนที่ประเทศ 1 ปี เรียนที่โรงเรียนสอนภาษาญี่ปุ่นในญี่ปุ่น 1 ปี และสอบผ่านวัดระดับภาษาญี่ปุ่น N2 เมื่อเดือนกรกฎาคมปีนี้

A : Em đã học tiếng Nhật như thế nào?

B : Vâng. Em học 1 năm (nikashotomo) ở trong nước và học một năm tại trường tiếng Nhật ở Nhật Bản. Tháng 7 năm nay em đã đỗ cấp độ N2 của kỳ thi năng lực tiếng Nhật.

20 A : Kalau bahasa Jepang, belajar 2 tahun di dalam negeri ya. Kalau begitu, untuk kehidupan sehari-hari sudah tidak bermasalah ya?

B : Ya. Untuk mendengar dan berbicara tidak ada masalah. Saya kira di kampus pun kesempatan untuk membaca dan menulis pun akan bertambah, sehingga saya akan berusaha.

A : เรียนภาษาญี่ปุ่นในประเทศตนเอง 2 ปีใช่ไหมครับ ถ้างั้นการใช้ชีวิตประจำวันก็ไม่มีปัญหาอะไรใช่ไหมครับ

B : ครับ ไม่ค่อยมีปัญหากับการฟัง พูด แต่จะพยายาม เพราะที่มหาวิทยาลัยต้องอ่าน เขียนมากขึ้น

A : Em đã học tiếng Nhật ở trong nước 2 năm nhỉ. Vậy là ở mức độ không gặp khó khăn gì trong cuộc sống hàng ngày phải không?

B : Vâng ạ. Em nghe, nói không khó khăn lắm ạ. Em nghĩ ở trường đại học cơ hội viết, đọc sẽ tăng nên sẽ cố gắng ạ.

21 A : Begaimana kemampuan berbahasa Inggrisnya?

B : Ya. Kalau tes TOEIC atau IELTS belum pernah mengikutinya, tetapi kalau berita TV atau surat kabar saya bisa memahaminya tanpa masalah.

A : ความสามารถทางภาษาอังกฤษเป็นยังไงบ้างครับ

B : ครับ ผมไม่เคยสอบ TOEIC หรือ IELTS แต่ก็ไม่มีปัญหา สามารถเข้าใจเวลาดูทีวี ข่าว หรืออ่านหนังสือพิมพ์ครับ

A : Trình độ tiếng Anh của em thế nào?

B : Vâng. Em chưa từng thi TOEIC và IELTS nhưng có thể hiểu rõ được các chương trình tivi, tin tức, báo v.v...

Pertanyaan tentang potensi diri

คำถามเกี่ยวกับลักษณะนิสัยส่วนตัว

Câu hỏi về tư chất cá nhân

22 A : Orang yang paling anda hormati siapa?

B : Ya. Saya sangat menghormati ayah karena merupakan orang yang paling kuat. Setiap orang siapapun juga pasti pernah berbuat salah dan mengalami kegagalan. Saya juga tentunya berkali-kali pernah gagal. Saat itu, saya berusaha untuk menutupi kegagalan dan kelemahan sendiri, Tetapi, ayah saya kepada saya anaknya tidak pernah memperlihatkan bahwa dirinya kuat, dan juga tidak pernah menyembunyikan kelemahannya sendiri. Saya berpikir justru orang seperti ayahlah yang merupakan orang kuat.

A : คนที่คุณเคารพนับถือคือใครครับ

B : ครับ ผมนับถือพ่อที่เป็นคนเข้มแข็ง คนเราทุกคนไม่ว่าใครก็ต้องผิดพลาดบ้าง ทำผิดบ้าง ผมก็เคยผิดพลาดมาหลายครั้ง และทุกครั้งจะพยายามปกปิดความ ผิดพลาด และความอ่อนแอของตัวเอง แต่พ่อผมไม่เคยพยายามแสดงว่าตัวเอง เข้มแข็ง แม้กระทั่งต่อหน้าผมซึ่งเป็นลูกชาย และไม่เคยปกปิดความอ่อนแอของตัวเอง ผมคิดว่าคนแบบนี้ต่างหากที่จะเรียกได้ว่า เป็นคนเข้มแข็ง

A : Ai là người mà em tôn trọng?

B : Vâng. Em tôn trọng bố em là người rất mạnh mẽ. Em cho rằng con người ai cũng có nhiều thất bại và sai lầm. Tất nhiên em cũng đã thất bại nhiều. Những lúc như thế, em luôn tìm mọi cách để che giấu thất bại và nhược điểm của mình. Nhưng, bố em không hề lộ ra mình mạnh mẽ, không hề che giấu nhược điểm trước cả con trai là em. Em nghĩ rằng chính người như vậy mới thực sự là người mạnh mẽ.

➡⑩ Jika tidak memiliki bukti yang menunjukkan kemampuan berbahasa, atau tidak pernah mengikuti tes kemampuan berbahasa selama di Jepang, kita harus bisa menyampaikan sesuatu yang menjadi ukuran tentang kemampuan berbahasa tersebut.

กรณีนี้มีไม่มีประกาศที่จะแสดงความสามารถทางภาษา หรือเป็นไปประกาศซึ่งไม่เป็นที่รู้จักในญี่ปุ่น ต้องอธิบายว่าสามารถใช้ภาษานั้น ๆ สื่อสารอะไรได้บ้าง

Trường hợp bạn không có chứng chỉ chứng minh năng lực ngôn ngữ hoặc kỳ thi chứng chỉ đó tham gia không được biết nhiều đến ở Nhật, hãy nói để người nghe hình dung được mình có thể làm được gì với ngôn ngữ đó.

㉓　A ： どうして日本に留学しようと思ったんですか。
　　　　　　　　　　りゅうがく

　　B ： はい。えー、正直、ほかの国も留学先として考えました。しかし、日本には
　　　　　　　　　　しょうじき　　　　　　　　りゅうがくさき

　　　　私の親友や先輩が住んでいることが一番大きかったと思います。やはり外国
　　　　　しんゆう　せんぱい

　　　　に留学するのはいろいろ不安ですし、友人が日本にいれば安心して勉強に専
　　　　　　　　　　　　　　　　　　　　ゆうじん　　　　　　　　　　　　　　　　　　せん

　　　　念できますし、何か困ったことがあっても心強いと思ったからです。
　　　　ねん　　　　こま　　　　　　　　　こころづよ

㉔　A ： 自分の長所と短所を教えてください。
　　　　　　ちょうしょ　たんしょ

　　B ： はい。長所はモチベーションが高いところだと思います。家族や友人からは
　　　　　　　ちょうしょ

　　　　頑張り屋だと言われます。短所➡⑪は頑張りすぎるところです。それで、時々
　　　　がんば　　　　　　　　　たんしょ

　　　　人にまで厳しくなってしまうことがあります。
　　　　　　　きび

　　A ： なるほど、人に厳しく当たってしまうことがあるんですね。
　　　　　　　　　きび　あ

　　B ： はい。そうならないように気を付けています➡⑫。私は人に厳しいこと自体は
　　　　　　　　　　　　　　　　　　　　　　　　　　　　きび　　　　じたい

　　　　悪いことだとは思いませんが、人に気持ちよく理解してもらえるようにコミュ
　　　　　　　　　　　　　　　　　　　　　　　　　りかい

　　　　ニケーション能力を高めたいと思っています。
　　　　　　　のうりょく

👆POINT

➡⑪ 短所は「人と接するのが嫌い」といった致命的な短所を正直に述べる必要はありません。
....

➡⑫ 自分の短所を認識していること、短所を改善しようと努力していることを述べると印象が良
　　くなります。
....

Wawancara masuk universitas / sekolah kejuruan
การสัมภาษณ์เข้าศึกษาในมหาวิทยาลัย / โรงเรียนอาชีวศึกษา
Phỏng vấn tuyển sinh của các trường dạy nghề / trường đại học

Unit
2-1

23 A : Mengapa anda memilih belajar di luar negeri di negara Jepang?

B : Ya. Sejujurnya saya pernah juga memikirkan negara lain. Tetapi, yang paling menentukan adalah kalau di Jepang ada sahabat, senior yang tinggal di Jepang. Tentunya belajar di luar negeri itu pasti banyak kekhawatiran dan ketakutannya, karena ada teman tinggal di Jepang membuat saya merasa nyaman, karena kalaupun ada sesuatu masalah akan lebih tenang.

24 A : Tolong beritahulah apa kelebihan dan kelemahan diri anda sendiri?

B : Ya. Kelebihan saya adalah memiliki motivasi yang kuat. Dari keluarga dan teman-teman, saya dijuluki orang yang ulet dan tekun. Kelemahan saya adalah terlalu giat, sehingga terkadang membuat orang kesepian.

A : Betul juga, pernah membuat orang lain kesepian ya?

B : Ya. Supaya tidak begitu saya akan lebih hati-hati lagi. Bagi saya jika seseorang kesepian bukan merupakan hal yang jelek, sehingga agar perasaan sendiri bisa dipahami orang lain maka perlu meningkatkan kemampuan berkomunikasi.

A : ทำไมถึงคิดมาเรียนต่อที่ประเทศญี่ปุ่นครับ

B : ครับ คือจริง ๆ แล้ว คิดจะไปเรียนต่อที่ประเทศอื่น เหมือนกัน แต่เหตุผลหลักคือที่ญี่ปุ่นมีเพื่อนสนิท และรุ่นพี่อาศัยอยู่ การเรียนต่อต่างประเทศแน่นอนว่าจะ ต้องมีความกังวลในหลาย ๆ เรื่อง ถ้ามีเพื่อนอยู่ที่ญี่ปุ่นก็จะอุ่นใจ สามารถทุ่มเทให้กับการเรียน และคิดว่าถ้ามีอะไรเดือดร้อนก็ยังมีกำลังใจ

A : ช่วยพูดข้อดี และขอเสียของตัวเองให้ฟังหน่อย

B : ครับ ข้อดีคือการมีความกระตือรือร้นสูง เพื่อนฝูงและคนในครอบครัวมักจะบอกว่า ผมเป็นคนขยัน ข้อเสียคือขยันมากเกินไป ทำให้บางครั้งเขมงวดไปถึงคนอื่น

A : อ๋อ หมายถึงบางครั้งก็ทำให้ปลงหนักกับคนอื่น

B : ใช่ครับ ก็พยายามระวังไม่ให้เป็นอย่างนั้น ผมคิดว่าการเขมงวดกับคนอื่นไม่ใช่เรื่อง เลวร้าย แต่คิดว่าต้องพัฒนาทักษะการสื่อสารที่ จะทำให้คนอื่นเขาเข้าใจผมได้อย่างสบายใจ

A : Tại sao em lại có ý định du học Nhật Bản?

B : Vâng. Thực ra em cũng đã nghĩ tới việc du học ở các nước khác. Nhưng lý do lớn nhất là bạn thân và anh/chị học khóa trên của em đang sống ở Nhật. Em cho rằng du học ở nước ngoài sẽ có nhiều bất an, nếu có bạn thân sống ở Nhật, em có thể yên tâm, tập trung vào việc học, dù có chuyện gì khó khăn cũng không phải lo lắng.

A : Hãy cho tôi biết ưu và nhược điểm của em.

B : Vâng. Ưu điểm của em là tích cực ạ. Gia đình và bạn bè bảo em là người rất nỗ lực. Nhược điểm ⇨⑪ của em là cố gắng quá mức. Vì vậy, đôi khi lại trở nên nghiêm khắc với cả người khác.

A : Tôi hiểu rồi, vậy là đôi khi em hành xử quá quá nghiêm khắc với người khác phải không?

B : Vâng. Em đang cố để không như thế . Em không cho rằng nghiêm khắc với người khác là xấu, nhưng em muốn nâng cao khả năng giao tiếp để mọi người có thể hiểu được mình.

➡⑪ Dalam kelemahan, misalnya hal 'tidak suka bergaul dengan orang lain', tidak perlu dikemukakan secara jujur.

ข้อเสียที่บอกแล้วจะเป็นผลเสียเช่น "ไม่ชอบคบหากับผู้คน" ไม่จำเป็นต้องบอก

Nhược điểm thì bạn không cần phải nói thật những nhược điểm mang tính quyết định kiểu như "Ghét tiếp xúc với mọi người"

➡⑫ Jika kita menyadari kelemahan diri sendiri, lalu menyampaikan upaya untuk memperbaiki kelemahan tersebut, maka akan berkesan lebih baik lagi.

การพูดว่าตระหนักในจุดข้อเสียของตัวเอง หรือยังความพยายามที่จะแก้ไขข้อเสียเหล่านั้น จะทำให้ภาพพจน์ของผู้สมัครดีขึ้น

Trình bày việc mình ý thức được nhược điểm của bản thân, đang nỗ lực để cải thiện nhược điểm sẽ tạo nên ấn tượng tốt hơn.

Unit 2-1	大学・専門学校入試の面接 だいがく　せんもんがっこうにゅうし	19

> A ＝面接官　　B ＝応募者
> 　　めんせつかん　　　　おうぼしゃ

■ 受験状況に関する質問
じゅけんじょうきょう

25　A ： ほかの大学も受験しますか➡⑬。
じゅけん

　　B ： はい。こちらの大学と地球市民大学とを受験しています。どちらも非常に魅
ちきゅうしみんだいがく　じゅけん　　　　　　　　　ひじょう　み
　　　　力的な大学だと考えています。
りょくてき

26　A ： 今日の試験はどうでしたか。
しけん

　　B ： はい。おおかた良くできたと思います。小論文では時間がギリギリでしたが、
しょうろんぶん
　　　　伝えたい内容は書けたと思っています。

■ 逆質問：受験者からの質問
ぎゃくしつもん　じゅけんしゃ

27　A ： では、最後に何か質問があればどうぞ➡⑭。
さいご

　　B ： はい。合格が決まり次第、アパートやアルバイトを探そうと思っているんで
ごうかく　　　しだい　　　　　　　　　　　　さが
　　　　すが、学校から紹介していただくことはできますか。
しょうかい

28　A ： では、そちらから何か質問があればお聞きください。

　　B ： はい。あのー、大学に寮があるようですが、寮に住むにはどういう手続きが
りょう　　　　　　　　　　　　　　　　てつづ
　　　　必要ですか。
ひつよう

29　A ： それでは逆に質問などがあれば受けますが。
ぎゃく　　　　　　　　　　う

　　B ： はい。あの、ご助言いただきたいんですが。もし合格通知をいただいたら、
じょげん　　　　　　　　　　ごうかくつうち
　　　　入学までに２ヶ月ぐらい時間がありますが、どんな勉強をしておけばいいで
　　　　しょうか。

POINT

➡⑬ 大学や専門学校が入学予定者数を把握するために聞く質問で、基本的に合否は左右しません。

➡⑭ 受験者からの質問を受け付ける場合があります。学内の設備や奨学金制度など、聞きたい質問を用意しておきましょう。

Wawancara masuk universitas / sekolah kejuruan
การสัมภาษณ์เข้าศึกษาในมหาวิทยาลัย / โรงเรียนอาชีวศึกษา
Phỏng vấn tuyển sinh của các trường dạy nghề / trường đại học

A=Pewawancara　B=Pendaftar　　A=ผู้สัมภาษณ์　B=ผู้สมัคร　　A=Người phỏng vấn　B=Ứng viên

Pertanyaan tentang kondisi tes | **คำถามเกี่ยวกับสถานการณ์การสอบ** | **Câu hỏi về tình hình thi cử**

25 A : Apakah mau ikut tes juga di universitas lain?

A : ไปสอบที่มหาวิทยาลัยอื่นด้วยหรือเปล่าครับ

A : Em cũng dự thi vào trường khác chứ?

B : Ya. Saya akan mengikuti tes di kampus ini dan Global Citizen University. Bagi saya kedua-duanya pun sangat menarik.

B : ครับ สอบที่นี่กับมหาวิทยาลัยพลเมืองโลก ซึ่งคิดว่าน่าสนใจทั้งสองมหาวิทยาลัย

B : Vâng. Em dự thi vào trường này và trường Đại học Công dân toàn cầu. Em nghĩ trường nào cũng là trường đại học rất có sức hút ạ.

26 A : Bagaimana dengan tes hari ini?

A : การสอบวันนี้เป็นอย่างไรบ้างครับ

A : Bài thi hôm nay em làm thế nào?

B : Ya. Menurut saya umumnya bisa. Untuk artikel pendek waktunya pas-pasan, tetapi saya rasa bisa menulis tentang isi yang disampaikannya.

B : ครับ คิดว่าส่วนใหญ่ทำได้ดี การเขียนเรียงความเกือบไม่ทันเวลา แต่คิดว่าเขียนสิ่งที่ต้องการสื่อได้เรียบร้อยดี

B : Vâng. Em nghĩ là mình làm khá tốt. Bài tiểu luận thời gian sít sao, nhưng em nghĩ rằng mình đã viết được nội dung muốn truyền tải.

Pertanyaan balik: pertanyaan dari para peserta tes | **การถามกลับ : คำถามจากผู้เข้าสอบ** | **Câu hỏi ngược: Câu hỏi từ thí sinh**

27 A : Baik, terakhir, kalau ada sesuatu yang ingin ditanyakan, silahkan!

A : เอาละ ท้ายที่นี้มีอะไรจะถามไหมครับ

A : Vậy, cuối cùng nếu em có câu hỏi gì thì xin mời.

B : Ya. Jika saya dinyatakan lulus dalam pengumuman, saya kira perlu mencari apartemen dan kerja sambilan, apakah sekolah bisa memperkenalkan hal ini?

B : ครับ ถ้าสอบผ่าน คิดว่าจะหาห้องเช่า และงานพิเศษ อยากทราบว่าทางโรงเรียนมีการแนะนำให้หรือเปล่าครับ

B : Vâng. Em định nếu có thông báo đỗ thì sẽ tìm nhà và việc làm thêm, khi đó em có thể được trường giới thiệu không ạ?

28 A : Baik, kalau ada sesuatu yang ingin ditanyakan, silahkan?

A : เอาละ ถ้าคุณมีคำถามอะไร เชิญถามได้ครับ

A : Vậy, nếu em có câu hỏi gì thì cứ hỏi.

B : Ya. Em…, tampaknya di sini ada asrama, bagaimana prosedurnya supaya saya bisa tinggal di asrama?

B : ครับ เออเห็นว่าที่มหาวิทยาลัยมีหอพัก ถ้าจะเข้าอยู่ต้องดำเนินเรื่องอย่างไรครับ

B : Vâng. Dạ, em nghe nói là trường có ký túc xá, vậy để sống ở ký túc xá thì cần phải làm những thủ tục gì ạ?

29 A : Baik, sebaliknya kalau ada pertanyaan saya tampung.

A : ถ้าเช่นนั้น มีอะไรจะถามกลับไหมครับ

A : Bây giờ nếu em có câu hỏi gì chúng tôi sẽ trả lời.

B : Ya. Em.., Saya minta saran. Kalau saya dinyatakan lulus, sampai masuk kuliah ada waktu 2 bulan lagi, sebagaiknya saya belajar apa?

B : ครับ เออ อยากจะขอคำแนะนำหน่อยครับ ถ้าได้รับหนังสือแจ้งว่าสอบผ่าน จะมีเวลาอีกประมาณ 2 เดือนกว่าจะเข้าเรียน อยากทราบว่าต้องเตรียมอ่านหนังสืออะไรไว้ก่อนครับ

B : Vâng. Em muốn nhận được lời khuyên ạ. Nếu nhận được thông báo đỗ, chúng em sẽ có khoảng hai tháng cho đến khi nhập học, vậy em nên học trước gì ạ?

➡⑬ Ada kalanya menerima pertanyaan dari para peserta tes. Siapkan saja pertanyaan yang ingin disampaikan seperti tentang fasilitas kampus, atau sistem pemberian beasiswa dan sebagainya.

บางครั้งผู้สัมภาษณ์จะให้ผู้สมัครตั้งคำถาม จึงควรเตรียมถามเรื่องที่อยากจะรู้เช่น สิ่งอำนวยความสะดวกในมหาวิทยาลัย ระบบทุนการศึกษาเป็นต้น

Có trường hợp người phỏng vấn trả lời câu hỏi của thí sinh. Hãy chuẩn bị những câu hỏi muốn hỏi như cơ sở vật chất trong trường, chế độ học bổng v.v…

➡⑭ Dengan pertanyaan yang menanyakan rencana jumlah mahasiswa yang akan diterima di universitas atau sekolah kejuruan, pada dasarnya tidak akan berpengaruh pada kelulusan.

เป็นคำถามที่มหาวิทยาลัย หรือโรงเรียนอาชีวศึกษาถามเพื่อให้ทราบ จำนวนผู้ที่จะเข้าศึกษา โดยพื้นฐานแล้วไม่มีผลกระทบต่อการสอบ ผ่านหรือไม่ผ่าน

Câu hỏi để trường đại học và trường dạy nghề nắm được số người dự định nhập học, về cơ bản không ảnh hưởng đến kết quả đỗ, trượt của kỳ thi.

↺ 通し練習：大学入試面接
　　　とお　れんしゅう　だいがくにゅうし

 20

■ 大学入試面接

グエン：[ノック×3回] 失礼いたします➡⑮。
　　　　　　　　　　　　 しつれい

面接官：どうぞ。受験番号と名前を教えてください。
めんせつかん　　　　じゅけんばんごう

グエン：EC1253、グエン・バンブンです。

面接官：はい。では、座ってください➡⑯。
　　　　　　　 すわ

グエン：はい。失礼いたします。

面接官：えー、面接の前の筆記試験はどうでしたか。
　　　　　 めんせつ　　 ひっき

グエン：はい。えー、小論文のテーマが難しかったのですが、今の時点で考えてい
　　　　　　　　　 しょうろんぶん　　　　 むずか　　　　　　　　　 いま じてん
　　　　ることが書けたと思います。

面接官：あ、そうですか。グエンさんは日本語はどのぐらい勉強したんですか。

グエン：ベトナムで半年、日本に来て日本語学校で1年勉強しました。

面接官：じゃ、1年半ですね。日本語能力試験を受けましたか。
　　　　　　　　　　　　　　　 のうりょく しけん

グエン：はい。今年の7月にN2レベルに合格しました。そして、12月にN1レベル
　　　　　　　　　　　　　　　　　　 ごうかく
　　　　を受験しました。結果はまだ来ていませんが、可能性はあると思っています。
　　　　　 じゅけん　　 けっか

面接官：あ、そうですか。グエンさんは本学についてはどこで知ったんですか。
　　　　　　　　　　　　　　　　 ほんがく

グエン：はい。インターネットで「大阪」、「大学」、「経営学」といったキーワード
　　　　　　　　　　　　　　　 おおさか　　　　　　　 けいえいがく
　　　　で検索をしました。その際にこちらの大学が目にとまりました。そして、
　　　　　 けんさく　　　　　 さい
　　　　SNSでこちらの大学で学んでいる留学生と知り合いになり、大学生活や卒
　　　　　　　　　　　　　　　　　　 りゅうがくせい　　　　　　　 せいかつ　 そつ
　　　　業後の進路などについて教えてもらいました。
　　　　ぎょうご　 しんろ

面接官：グエンさんは経営学部が第一志望ですね。では、志望動機をお聞かせください。
　　　　　　　　 けいえいがくぶ　 だいいちしぼう　　　　 しぼうどうき

☞POINT

➡⑮「失礼いたします」はドアを開けて入室する時の挨拶です。退室してドアを閉める時にも、同
　　様に「失礼いたします」と挨拶します。
....
➡⑯ 席を勧められたら、「失礼いたします」と言って椅子に座ります。席を勧められる前に何も言
　　わずに座るのは失礼なマナーです。
....

A= Pewawancara B= Nguyen	A= ผู้สัมภาษณ์ B= เหวียน	A= Người phỏng vấn B= Nguyễn

Wawancara masuk universitas　　การสัมภาษณ์เข้าศึกษาในมหาวิทยาลัย　　Luyện tập đoạn phỏng vấn tuyển sinh

Unit 2 大学・専門学校入試の面接

B : [ketuk tiga kali] Permisi.

A : Silahkan. Sebutkan nomor tes dan nama!

B : EC1253, Nguyen Banbun.

A : Ya, silahkan duduk!

B : Baik, permisi.

A : Hemm… Bagaimana dengan tes tulis tadi?

B : Ya. Bagian mini karya ilmiahnya cukup sulit, tetapi saya kira bisa menyampaikan apa yang saya pikirkan saat ini.

A : Oh, begitu ya. Nguyen, berapa lama belajar bahasa Jepang?

B : Di Vietnam saya belajar setengah tahun, dan setelah tiba di Jepang saya belajar satu tahun di sekolah bahasa Jepang.

A : Kalau begitu, setahun setengah ya. Pernah mengikuti tes kemampuan berbahasa Jepang?

B : Ya. Juli tahun ini saya lulus N2. Kemudian, bulan Desember saya mengikuti tes N1, tetapi belum tahu hasilnya. Saya kira memungkinkan untuk lulus.

A : Oh begitu. Nguyen tahu sekolah ini dari mana?

B : Ya. Saya mencari di internet dengan menggunakan kata kunci 'Osaka' 'Universitas' lalu 'Jurusan manajemen'. Saat itu yang muncul di depan mata adalah kampus ini. Kemudian melalui SNS saya berkenalan dengan mahasiswa asing yang sedang belajar di sini, saya dijelaskan tentang kehidupan kampus ini dan jalan ke depan setelah lulus.

A : Nguyen, pilihan satunya ilmu manajemen ya? Baik, saya ingin dengar motifnya?

B : [ก็อกๆๆ เข้าห้อง] ขออนุญาตครับ

A : เชิญครับ ช่วยบอกหมายเลขสอบกับชื่อด้วยครับ

B : EC 1253 ชื่อบันบุน เหวียน ครับ

A : เชิญนั่งครับ

B : ขอบคุณครับ

A : การสอบข้อเขียนก่อนการสัมภาษณ์เป็นยังไงบ้างครับ

B : ครับ เออ หัวข้อเรียงความค่อนข้างยากแต่คิดว่าได้เขียนความคิดของตัวเอง ณ เวลานี้เรียบร้อยดี

A : อ๋อ เหรอครับ คุณเหวียนเรียนภาษาญี่ปุ่นมาประมาณเท่าไรครับ

B : เรียนที่เวียดนามครึ่งปี และมาเรียนที่โรงเรียนสอนภาษาญี่ปุ่นในญี่ปุ่น 1 ปีครับ

A : ถ้างั้นก็ 1 ปีครึ่งใช่ไหมครับ เคยสอบวัดระดับภาษาญี่ปุ่นหรือยังครับ

B : ครับ เดือนกรกฎาคมปีนี้ผมสอบผ่านระดับ N2 และได้สอบระดับ N1 ในเดือนธันวาคม ผลยังไม่มา แต่ผมคิดว่าน่าจะผ่านครับ

A : อ๋อ เหรอครับ คุณเหวียนรู้จักมหาวิทยาลัยของเราจากที่ไหนครับ

B : ครับ ผมสืบค้นจากอินเทอร์เน็ตด้วยคำสำคัญคือ "โอซากา" "มหาวิทยาลัย" "การบริหารธุรกิจ" ซึ่งทำให้ผมสะดุดตากับมหาวิทยาลัยแห่งนี้ และได้รู้จักกับนักศึกษาต่างชาติซึ่งเรียนอยู่ที่นี่ผ่าน SNS จึงได้สอบถามเกี่ยวกับการเรียนที่มหาวิทยาลัยเส้นทางหลังจบการศึกษาเป็นต้น

A : คุณเหวียนเลือกคณะบริหารธุรกิจเป็นอันดับหนึ่งใช่ไหมครับ ทำไมถึงเลือกคณะนี้ครับ

B : (Cộc, cộc, cộc, vào phòng) Em xin phép ạ.

A : Mời em vào. Em hãy cho tôi biết số báo danh và họ tên.

B : EC 1253, Nguyễn Văn Bừng ạ.

A : Được rồi. Mời em ngồi.

B : Vâng ạ. Em xin phép.

A : Ùm, bài thi viết trước khi phỏng vấn em làm thế nào?

B : Vâng. Chủ đề bài tiểu luận khó nhưng em nghĩ rằng mình đã viết được những suy nghĩ của mình trong thời điểm này.

A : Ồ, vậy hả. Em học tiếng Nhật bao lâu rồi?

B : Em học ở Việt Nam nửa năm, sau đó sang Nhật em học ở trường tiếng Nhật 1 năm ạ.

A : Vậy là một năm rưỡi nhỉ. Em đã thi năng lực tiếng Nhật chưa?

B : Rồi ạ. Tháng bảy năm nay em đã đỗ cấp độ N2. Và tháng mười hai em đã thi cấp độ N1. Vẫn chưa có kết quả nhưng em nghĩ là có khả năng đỗ ạ.

A : Ồ, vậy hả. Từ đâu mà em biết trường của chúng tôi vậy?

B : Vâng. Em đã dùng các từ khóa " 大阪 ", " 大学 ", " 経営学 " tìm kiếm trên mạng. Trong lúc tìm kiếm em đã để ý đến trường này. Và qua SNS em đã làm bạn với lưu học sinh đang học ở trường này, được bạn ấy kể về cuộc sống sinh viên và con đường phát triển sau khi tốt nghiệp.

A : Khoa Quản trị là nguyện vọng một của em nhỉ. Vậy hãy cho tôi biết lý do em chọn đó là nguyện vọng một.

➡⑮ 'Shitsurei itashimasu' salam yang digunakan ketika membuka pintu langsung masuk ke ruangan. Pada saat keluar dan menutup pintu pun digunakan salam yang sama 'Shitsurei itashimasu'.

「失礼いたします」
เป็นสำนวนพูดตอนเปิดประตูเข้าห้อง ตอนออกจากห้องและจะปิดประตูก็จะพูดว่า 「失礼いたします」เช่นกัน

「失礼いたします」 là câu chào khi mở cửa vào phòng. Khi rời khỏi phòng, đóng cửa cũng chào 「失礼いたします」giống vậy.

➡⑯ Kalau sudah dipersilahkan duduk, maka kita duduk dengan mengucapkan 'Shitsurei itashimasu'. Kalau sebelum dipersilahkan duduk, lalu kita duduk tanpa berkata apapun, menjadi suatu hal yang sangat tidak sopan.

เมื่อผู้สัมภาษณ์บอกให้นั่ง ต้องพูดว่า 「失礼いたします」ก่อนแล้วจึงค่อยนั่ง จะเป็นการเสียมารยาทอย่างมากถ้านั่งโดยไม่พูดอะไรก่อนที่จะได้รับการเชิญ

Nếu được mời ngồi, hãy nói 「失礼いたします」rồi ngồi xuống ghế. Trước khi được mời ngồi đã ngồi xuống mà không nói gì là một cử chỉ thất lễ.

グエン：はい。私は中小企業のマーケティングや市場戦略について学びたいと考え
　　　　　　　ちゅうしょうきぎょう　　　　　　　　　　　　　しじょうせんりゃく
　　　　ています。卒業後はできれば日本で就職して経験をつみ、その後、帰国し
　　　　　　　そつぎょうご　　　　　　　　　しゅうしょく　けいけん
　　　　て自分自身も起業したいと考えています。えー、まだ具体的に業界などは
　　　　　じしん　　きぎょう　　　　　　　　　　　　　　　　　ぐたいてき　ぎょうかい
　　　　絞り込めていませんが、このように考え、経営学を志望しました。
　　　　しぼ こ　　　　　　　　　　　　　　　けいえいがく　しぼう

面接官：分かりました。では、卒業後の希望はまずは日本での就職ということですね。
　　　　　　　　　　　　　　そつぎょうご　　　　　　　　　　　　しゅうしょく

グエン：はい。卒業後は大学院の進学も考えましたが、経営学については知識と経験
　　　　　　　　　　　　　　　しんがく　　　　　　　　　　　　　　ちしき　けいけん
　　　　が必要だと考え、卒業後は日本での就職が何よりの学びの場だと考えてい
　　　　　ひつよう　　　　　　　　　　　　しゅうしょく　　　　　　　　ば
　　　　ます。ただ、まだ分からないことも多いので、大学に入学して先生方にご指
　　　　　　　　　　　　　　　　　　　　　　　　　　　　　　　　　　　　　がた　し
　　　　導をいただきながら、具体的なことを考えていきたいと思っています。
　　　　どう　　　　　　　　　ぐたいてき

面接官：そうですか。では、グエンさんの経済的な計画をお聞きしたいんですが、学
　　　　　　　　　　　　　　　　　　　けいざいてき　けいかく　　　　　　　　　　　がく
　　　　費だとか生活費だとかは誰が負担する計画ですか。
　　　　ひ　　　　せいかつひ　　　　だれ　ふたん

グエン：はい。学費と当面の生活費は両親と親戚が負担してくれることになっていま
　　　　　　　　がくひ　とうめん　せいかつひ　　　　　　しんせき　ふたん
　　　　す。しかし２年目からの生活費はアルバイトをしてまかなおうと思っていま
　　　　す。また、夏休みや冬休みに一生懸命アルバイトして、勉強とアルバイト
　　　　　　　　　　　　　　　　　いっしょうけんめい
　　　　の両立をしたいと思っています。
　　　　りょうりつ

面接官：そうですか。なかなか大変ですね。では、最後にグエンさんから何か質問が
　　　　　　　　　　　　　　たいへん　　　　　　　さいご
　　　　あればお聞きください。

グエン：はい。あのー、少しアドバイスをいただきたいのですが…。もし合格できた
　　　　　　　　　　　　　　　　　　　　　　　　　　　　　　　　ごうかく
　　　　ら、入学までに２ヶ月ぐらい時間がありますが、どんな勉強をしておけばい
　　　　いでしょうか。

面接官：えー、そうですね。まずは新聞や雑誌を読むといいですね。新聞や雑誌の記
　　　　　　　　　　　　　　　　　　ざっし
　　　　事には経営についてもいろいろなヒントや教訓になることが書かれていま
　　　　じ　けいえい　　　　　　　　　　　　　　　　きょうくん
　　　　す。難しいかもしれませんが、ぜひ読んで、その記事の裏側を考えてくだ
　　　　　　むずか　　　　　　　　　　　　　　　　　　　　うらがわ
　　　　さい。なぜだろうと疑問に思うことが何よりもまず大切だと思います。
　　　　　　　　　　　　ぎもん

グエン：はい。分かりました。ありがとうございます。

面接官：では、終わりにしましょう。

グエン：はい。ありがとうございました。［起立］失礼いたします。［退室］
　　　　　　　　　　　　　　　　　　　　きりつ　　　　　　　　　たいしつ

B : Ya. Saya ingin belajar tentang marketing perusahaan kecil dan menengah dan strategi pemasaran. Setelah lulus, sedapat mungkin saya ingin bekerja di Jepang untuk menambah pengalaman, setelah itu, pulang ke negeri sendiri, membuat perusahaan sendiri. Rencana konkret tentang dunia bisnis nati belum jelas, dengan alasan inilah saya ingin belajar manajemen.

A : Baiklah. Jadi, minat setelah lulus nanti yaitu ingin bekerja di Jepang ya.

B : Ya. Setelah lulus nanti tersirat juga untuk melanjutkan studi ke pascasarjana, tetapi untuk manajemen perlu pengetahuan dan pengalaman yang cukup, sehingga setelah lulus yang ingin saya lakukan adalah bekerja dulu di Jepang. Tetapi, banyak hal yang belum saya ketahui, setelah masuk universitas saya minta bimbingan dan arahan dari dosen, lalu membuat rencana konkretnya.

A : Begitu ya. Saya ingin tanya tentang ekonomi Nguyen, untuk biaya kuliah dan biaya hidup siapa yang akan bertanggung jawab?

B : Ya. Biaya kuliah dan biaya hidup saat itu akan ditanggung oleh orang tua dan sodara. Tetapi, untuk biaya hidup tahun ke 2 akan dipenuhi dari kerja sambilan. Kemudian, saat liburan musim panas dan musim dingin nanti, saya akan kerja sambilan dengan giat, baik belajar maupun kerja sambilan akan dilakukan secara berimbang.

A : Begitu ya? Akan melelahkan ya. Baik, terakhir apakah ada sesuatu yang ingin ditanyakan oleh Nguyen?

B : Ya. Saya minta sedikit saran. Kalau saya lulus, sampai masuk kuliah ada waktu kira-kira 2 bulan, saya harus belajar apa?

A : Oh begitu ya. Pertama-tama sebaiknya anda membaca majalah atau surat kabar. Dalam surat kabar atau majalah banyak tulisan tentang manajemen yang beraneka ragam dan menjadi bahan latihan. Mungkin sulit, tetapi bacalah lalu pikirkan apa yang ada di balik artikel tersebut. Perlu dipertanyakan mengapa demikian.

B : Ya, mengerti. Terima kasih.

A : Kalau begitu, mari kita akhiri!

B : Ya, terima kasih banyak. [berdiri] Permisi. [keluar]

B : ครับ ผมคิดว่าอยากเรียนเกี่ยวกับการตลาด และกลยุทธการตลาดของธุรกิจขนาด กลางและขนาดย่อม หลังจบการศึกษาอยากจะหางานทำที่ ประเทศญี่ปุ่น สั่งสมประสบการณ์ จากนั้นค่อยกลับประเทศและทำธุรกิจส่วนตัว เออ จริง ๆ แล้ว ยังไม่ได้กำหนดชัดเจนว่าจะทำธุรกิจอะไร แต่ด้วยเหตุผลนี้จึงเลือกเรียนการบริหารธุรกิจ

A : งั้นเหรอครับ หมายความว่าหลังจบการศึกษา คุณคาดหวังว่าจะหางานทำที่ญี่ปุ่นใช่ไหมครับ

B : ครับ หลังจบการศึกษาก็คิดเหมือนกันว่า อยากเรียนต่อระดับปริญญาโท แต่การบริหารธุรกิจจำเป็นต้องเรียนรู้ และสั่งสมประสบการณ์ การหางานทำที่ญี่ปุ่นหลังจากเรียนจบ น่าจะช่วยเรื่องการเรียนรู้ และประสบการณ์ มากกว่า แต่ก็ยังมีหลายใจอยู่หลายเรื่อง จึงคิดว่าเมื่อเข้าเรียนในมหาวิทยาลัยแล้ว อยากให้อาจารย์ช่วยชี้แนะ เพื่อที่จะได้เห็นภาพที่ชัดเจนต่อไป

A : ถ้างั้น ช่วยบอกแผนการด้านการเงินของ คุณเวียนหน่อยครับ เช่นค่าเล่าเรียน ค่าครองชีพ ใครจะเป็นคนรับภาระครับ

B : ครับ ค่าเล่าเรียนกับค่าครองชีพช่วงแรก ๆ นี้ พอแม่และญาติๆ จะช่วยรับภาระให้ก่อน แต่ปีที่ 2 เป็นต้นไปค่าใช้จ่ายค่าครองชีพจะมา จากการทำงานพิเศษ นอกจากนี้ ช่วงปิดเทอมฤดูร้อน และฤดูหนาวตั้งใจ ทำงานพิเศษ และพยายามทำให้ดีทั้ง การเรียนและการทำงานพิเศษครับ

A : งั้นเหรอ น่าจะลำบากพอสมควรนะ เอาละ ท้ายนี้คุณเวียนมีคำถามอะไร ไหมครับ

B : ครับ เออ อยากขอคำแนะนำหน่อยครับ ถ้าสอบผ่าน จะมีเวลาอีกประมาณ 2 เดือนกว่าจะเข้าเรียน อยากทราบว่าต้องเตรียมอ่านหนังสือ อะไรไว้บ้างครับ

A : ก่อนอื่นก็น่าจะอ่านหนังสือพิมพ์ นิตยสาร เพราะมักจะมีบทความที่เขียนเกี่ยวกับการ บริหารธุรกิจ ทั้งเคล็ดลับการบริหาร บทเรียนเกี่ยวกับการบริหารเป็นต้น อาจจะยากอยู่บ้าง แต่ลองอ่านและคิดถึง เบื้องหลังของบทความเหล่านี้ การสงสัยและลองตั้งคำถามเป็นสิ่งที่ สำคัญมาก

B : ครับ ขอบคุณครับ

A : เอาละ จบการสัมภาษณ์เท่านี้ละครับ

B : ขอบคุณครับ (ยืนขึ้น) สวัสดีครับ (เดินออกจากห้อง)

B : Vâng. Em muốn học về marketing và chiến lược thị trường của các doanh nghiệp vừa và nhỏ. Sau khi tốt nghiệp, nếu có thể được em muốn làm việc ở Nhật, tích lũy kinh nghiệm, sau đó về nước tự mình khởi nghiệp. Dạ, em vẫn chưa xác định được ngành cụ thể nhưng có suy nghĩ như vậy nên đã có nguyện vọng học quản trị học.

A : Tôi hiểu rồi. Vậy là nguyện vọng sau khi tốt nghiệp, trước tiên là làm việc tại Nhật Bản nhỉ?

B : Vâng. Em cũng đã nghĩ tới việc học tiếp lên cao học sau khi tốt nghiệp, nhưng lại nghĩ quản trị học cần kiến thức và kinh nghiệm nên cho rằng sau khi tốt nghiệp làm việc tại Nhật là môi trường học tập lý tưởng hơn cả. Tuy nhiên, vẫn còn nhiều điều em chưa biết nên em muốn vào đại học rồi sẽ suy nghĩ về định hướng tương lai một cách cụ thể dựa trên những hướng dẫn của các thày cô..

A : Thế à. Vậy thì chúng tôi muốn nghe về kế hoạch tài chính của em. Ai sẽ trả học phí, sinh hoạt phí cho em?

B : Vâng. Học phí và sinh hoạt phí trong thời gian trước mắt sẽ do bố mẹ và người thân em trả ạ. Nhưng em dự định sang năm thứ hai sẽ làm thêm để trả sinh hoạt phí. Ngoài ra, em định sẽ làm việc chăm chỉ vào kỳ nghỉ hè và nghỉ đông, đảm đương được cả học tập và làm thêm.

A : Vậy sao. Vất vả đấy. Cuối cùng, nếu em có câu hỏi gì hãy cứ hỏi.

B : Vâng. Dạ, em muốn nhận được lời khuyên ạ. Nếu nhận được thông báo đỗ, chúng em sẽ có khoảng hai tháng cho đến khi nhập học, vậy em nên học trước gì ạ?

A : Ừm, xem nào. Trước tiên đọc báo và tạp chí sẽ tốt đấy. Các bài viết trên báo và tạp chí có nhiều gợi ý và bài học về quản trị. Có thể khó nhưng em hãy đọc và suy nghĩ về nội dung đằng sau của bài viết đó. Nghi ngờ tại sao lại như vậy là điều quan trọng hơn cả.

B : Vâng, em hiểu rồi ạ. Em cám ơn thầy.

A : Vậy, chúng ta kết thúc ở đây nhé.

B : Vâng. Em cám ơn thầy ạ. (Đứng dậy) Em xin phép ạ. (Rời đi)

71

質問に対する自分なりの答えを作り、音声に合わせて実際の面接シミュレーションをしましょう。

Mari latihan simulasi wawancara konkret dengan membuat jawaban sendiri terhadap pertanyaan, kemudian sesuaikan dengan rekaman!

คำถามต่อไปนี้ขอให้ลองคิดคำตอบเอง แล้วลองฝึกโต้ตอบกับเสียงที่ได้ยินเสมือนอยู่ในสถานการณ์จริง

Hãy soạn những câu trả lời phù hợp với mình đối với các câu hỏi, tiến hành mô phỏng buổi phỏng vấn thực tế.

あなた ： ［ノック×３回］ ＿＿＿＿＿＿＿＿＿＿＿＿＿＿＿＿＿。

面接官 ： どうぞ。受験番号と名前を教えてください。

あなた ： ＿＿＿＿＿＿＿＿＿＿＿＿＿＿＿＿＿＿＿＿＿＿＿＿＿＿＿＿＿。

面接官 ： はい。では、座ってください。

あなた ： ＿＿＿＿＿＿＿＿＿＿＿＿＿＿＿＿＿＿＿＿＿。

面接官 ： えー、筆記試験はどうでしたか。

あなた ： ＿＿＿＿＿＿＿＿＿＿＿＿＿＿＿＿＿＿＿＿＿＿＿＿。

面接官 ： あ、そうですか。あなたは日本語はどのぐらい勉強したんですか。

あなた ： ＿＿＿＿＿＿＿＿＿＿＿＿＿＿＿＿＿＿＿＿＿＿＿＿。

面接官 ： そうですか。日本語能力試験を受けたことがありますか。

あなた ： ＿＿＿＿＿＿＿＿＿＿＿＿＿＿＿＿＿＿＿＿＿＿＿＿。

面接官 ： あ、そうですか。○○さんは本学についてはどこで知ったんですか。

あなた ： ＿＿＿＿＿＿＿＿＿＿＿＿＿＿＿＿＿＿＿＿＿＿＿＿＿＿＿
＿＿＿＿＿＿＿＿＿＿＿＿＿＿＿＿＿＿＿＿＿＿＿＿＿＿＿
＿＿＿＿＿＿＿＿＿＿＿＿＿＿＿＿＿＿＿＿＿＿＿＿＿＿。

面接官 ： ○○さんは○○学部が第一志望ですね。では、志望動機をお聞かせください。

あなた ： ＿＿＿＿＿＿＿＿＿＿＿＿＿＿＿＿＿＿＿＿＿＿＿＿＿＿＿
＿＿＿＿＿＿＿＿＿＿＿＿＿＿＿＿＿＿＿＿＿＿＿＿＿＿＿
＿＿＿＿＿＿＿＿＿＿＿＿＿＿＿＿＿＿＿＿＿＿＿＿＿＿。

■ My Page

面接官： 分かりました。では、卒業後の計画をお聞かせください。

あなた： ＿＿＿＿＿＿＿＿＿＿＿＿＿＿＿＿＿＿＿＿＿＿＿

＿＿＿＿＿＿＿＿＿＿＿＿＿＿＿＿＿＿＿＿＿＿＿

＿＿＿＿＿＿＿＿＿＿＿＿＿＿＿＿＿＿＿＿＿＿。

面接官： そうですか。では、○○さんの経済的(けいざいてき)な計画をお聞きしたいんですが、学(がく)費(ひ)だとか生活費(せいかつひ)だとかは誰(だれ)が負担(ふたん)する計画ですか。

あなた： ＿＿＿＿＿＿＿＿＿＿＿＿＿＿＿＿＿＿＿＿＿＿＿

＿＿＿＿＿＿＿＿＿＿＿＿＿＿＿＿＿＿＿＿＿＿＿

＿＿＿＿＿＿＿＿＿＿＿＿＿＿＿＿＿＿＿＿＿＿。

面接官： そうですか。分かりました。では、最後(さいご)に○○さんから何か質問があればお聞きください。

あなた： ＿＿＿＿＿＿＿＿＿＿＿＿＿＿＿＿＿＿＿＿＿＿＿

＿＿＿＿＿＿＿＿＿＿＿＿＿＿＿＿＿＿＿＿＿＿＿

＿＿＿＿＿＿＿＿＿＿＿＿＿＿＿＿＿＿＿＿＿＿。

面接官： では、終わりにしましょう。

あなた： ＿＿＿＿＿＿＿＿＿＿＿＿＿＿＿＿＿＿＿。［退室(たいしつ)］

この課の表現・ことば
Kosakata dan ungkapan pada bab ini
คำศัพท์ สำนวนในบทนี้ / Những cách nói, từ ngữ trong bài

〈動〉 = verba ／ คำกริยา ／ Động từ　〈名〉 = nomina ／ คำนาม ／ Danh từ　〈表〉 = ungkapan ／ สำนวน ／ Cách nói

〈表〉	持続可能な〜　bisa dibawa ／ ที่ยั่งยืน ／ Bền vững		p.52
	持続可能な社会のために、経済学がどう貢献できるでしょうか。		
〈表〉	経験を積む　menambah pengalaman ／ สั่งสมประสบการณ์ ／ Tích lũy kinh nghiệm		p.56
	今は経験を積んで、ゆくゆくは会社を起こしたいと思います。		
〈表〉	環境が整っている　lingkungannya lengkap ／ สภาพแวดล้อมพร้อม ／ Môi trường thuận lợi		p.60
	寮にはインターネット環境が整っていますか。		
〈動〉	〜に専念する　mengutamakan... ／ ทุ่มเทกับ ／ Chuyên tâm vào ~		p.60
	この1年間は日本語の勉強に専念していました。		
〈動〉	〜に〜を充てる　untuk ... dipenuhi dengan... ／ จัดสรร...เป็น... ／ Dùng ~ để trả cho ~		p.60
	就職活動の費用にアルバイト代を充てます。		
〈表〉	〜をまかなう　menafkahi/ memberi makan ／ จัดเตรียม จัดหาให้พอ ／ Chuẩn bị ~		p.60
	自分のアルバイト代で生活費をまかなっています。		
〈表〉	〜には不自由ない　bermasalah dengan ... ／ ไม่มีปัญหา ไม่ลำบาก ／ Không khó khăn trong ~		p.62
	日常会話には不自由ない日本語力があると自負しています。		
〈表〉	心強い　besar hati ／ มีกำลังใจ ／ Yên tâm		p.64
	留学生向けの卒業論文サポーター制度が、心強いと思いました。		
〈名〉	ご助言　saran ／ คำแนะนำ ／ Lời khuyên		p.66
	留学生センターでは、引越しについてなどもご助言いただけるんでしょうか。		
〈名〉	〜時点　titik... ／ ณ เวลา... ／ Thời điểm ~		p.68
	留学した時点では、日本で就職する気持ちがありませんでした。		
〈動〉	〜に絞り込む　difokuskan pada... ／ กำหนดให้ชัดเจน บีบให้แคบลง ／ Giới hạn, thu hẹp, xác định		p.70
	選択肢がたくさんあるので、一つに絞り込むのが難しいです。		
〈表〉	AとBの両立（が〜）　Kedua-duanya A dan B ... ／ ทำให้ดีทั้ง A และ B ／ Đảm đương A và B		p.70
	この2年間でアルバイトと勉強の両立ができるようになりました。		

Unit 3

就職面接
しゅうしょく

Wawancara untuk bekerja
การสัมภาษณ์เข้าทำงาน
Phỏng vấn xin việc

〈グループ（集団）面接・個人面接〉

Wawancara kelompok・Wawancara perorangan
การสัมภาษณ์กลุ่ม・การสัมภาษณ์เดี่ยว　Phỏng vấn nhóm (tập thể)・Phỏng vấn cá nhân

---

3-1 … グループ（集団）面接・グループディスカッション
⇒他者の回答を聞きつつ、自分の考えを端的に答える
たんてき

3-2 … 個人面接❶：自己PR
⇒自己PR、長所・短所、学業、将来の目標、関心事などを具体的に答える
ちょうしょ　たんしょ　　　　　しょうらい　もくひょう

3-3 … 個人面接❷：志望動機
しぼうどうき
⇒志望理由や業界・企業についての知識などを具体的に答える
きぎょう

3-4 … 個人面接❸：通し練習（入室から退室まで）
にゅうしつ　たいしつ
⇒個人面接を疑似体験する
ぎじたいけん

3-1 Wawancara kelompok・Diskusi kelompok ⇒Menjawab dengan cara mendengarkan jawaban orang lain sambil memikirkan jawaban sendiri.	3-1 การสัมภาษณ์กลุ่ม・การอภิปรายกลุ่ม ⇒ฟังคำตอบของคนอื่น และแสดงความคิดเห็นของตัวเองอย่างตรงประเด็น	3-1 Phỏng vấn nhóm (tập thể)・Thảo luận nhóm ⇒Lắng nghe câu trả lời của người khác và trả lời rõ ràng suy nghĩ của mình.
3-2 Wawancara perorangan ❶ Apresiasi diri ⇒Apresiasi diri, kelebihan dan kekurangan, sasaran ke depan, minat dan sebagainya harus dijawab secara konkret.	3-2 การสัมภาษณ์เดี่ยว ❶ การนำเสนอตนเอง ⇒นำเสนอตัวเอง และตอบคำถามเกี่ยวกับข้อดีข้อเสีย การเรียน เป้าหมายในอนาคต เรื่องที่สนใจอย่างเป็นรูปธรรม	3-2 Phỏng vấn cá nhân ❶ PR bản thân ⇒PR bản thân, trả lời một cách cụ thể ưu điểm, nhược điểm, quá trình học tập, mục tiêu trong tương lai, điều mình quan tâm v.v..
3-3 Wawancara perorangan ❷ alasan mendaftar ⇒Menjawab secara konkret tentang alasan kita meminatinya, pengetahuan tentang dunia bisnis atau perusahaan.	3-3 การสัมภาษณ์เดี่ยว ❷ เหตุผลในการสมัครงาน ⇒ตอบคำถามเกี่ยวกับเหตุผลในการสมัครงาน ความรู้เกี่ยวกับวงการธุรกิจ บริษัทธุรกิจ ฯลฯ อย่างเป็นรูปธรรม	3-3 Phỏng vấn cá nhân ❷ Động cơ ứng tuyển ⇒Trả lời một cách cụ thể lý do ứng tuyển và những kiến thức về ngành, doanh nghiệp v.v..
3-4 Wawancara perorangan ❸ Latihan percakapan lengkap (mulai masuk sampai keluar ruangan) ⇒Simulasi wawancara perorangan	3-4 การสัมภาษณ์เดี่ยว ❸ บทสนทนาเต็ม (ตั้งแต่เข้าห้องจนถึงออกจากห้อง) ⇒ลองฝึกบทสนทนาการสัมภาษณ์เดี่ยวเพื่อเข้าทำงาน	3-4 Phỏng vấn cá nhân ❸ Luyện tập đoạn hội thoại hoàn chỉnh (Từ lúc vào phòng cho đến lúc rời khỏi phòng) ⇒Trải nghiệm mô phỏng buổi phỏng vấn cá nhân

Unit 3では、就職面接を練習します。就職面接には個人面接、グループ面接、グループディスカッション
しゅうしょく
といくつかの種類があります。ここでは、面接の中でも重要度が高く、どの企業でも実施している個人面
きぎょう
接を、特に「自己PR」と「志望動機」を中心に練習します。また面接では身だしなみや立ち振る舞い、話し方
しぼうどうき　　　　　　　　　　　　　　　　　　　　　　　　　　　　ふま
も重要です。再度「面接のマナー（p.6）」を確認しましょう。

Unit 3 ini berisi latihan wawancara untuk pekerjaan. Dalam wawancara pekerjaan ada beberapa macam, yaitu wawancara perorangan, wawancara kelompok, dan diskusi kelompok. Dalam wawancara penampilan, sikap, dan cara bicara pun memegang peranan penting. Lihat kembali tatakrama dalam wawancara (hal.11).

ใน Unit3 จะฝึกการสัมภาษณ์เข้าทำงาน ซึ่งมีหลายรูปแบบทั้งการสัมภาษณ์เดี่ยว การสำภาษณ์กลุ่ม และกรอภิปรายกลุ่ม ในที่นี้จะฝึกทสนทนาการสัมภาษณ์เดี่ยวซึ่งมีความสำคัญเป็นอย่างมาก เนื่องจากทุกบริษัทจัดให้มีการสัมภาษณ์แบบนี้ โดยเน้นฝึกสนทนา "การนำเสนอตนเอง" และ "เหตุผลในการสมัครงาน" เป็นหลัก นอกจากนี้ ในการสัมภาษณ์ต้องระมัดระวังการแต่งกาย อากัปกิริยา วิธีการพูดจาควาย โดยสามารถอ่าน "มารยาทในการสัมภาษณ์งาน" ได้ในหน้า 16

Trong Unit 3, chúng ta sẽ luyện tập phỏng vấn xin việc. Có các loại phỏng vấn xin việc như: phỏng vấn cá nhân, phỏng vấn nhóm, thảo luận nhóm. Ở đây, chúng ta sẽ tập trung luyện tập phỏng vấn cá nhân, là loại rất quan trọng trong các kiểu phỏng vấn mà doanh nghiệp nào cũng thực hiện, đặc biệt là phần "PR bản thân" và "động cơ ứng tuyển". Ngoài ra, trong phỏng vấn, vẻ ngoài, cử chỉ, cách nói năng cũng quan trọng. Hãy kiểm tra lại phần "Tác phong khi phỏng vấn (p.21)".

Unit 3-1 グループ（集団）面接・グループディスカッション

■グループ（集団）面接：

　企業から見ると、グループ（集団）面接は短い時間で大量の志願者をふるいにかける合理的な面接方法です。そのため第一印象が非常に重視されます。入退室や着席の際のマナーはしっかり守りましょう。質問にははっきり、的確に答えることが大切です。長く話しすぎると面接官の印象を悪くする可能性があるので、必要十分な量を答えましょう。また、自分の言いたいことを他の人が先に答えた場合でも、「先ほどの〇〇さんが言われましたが、私も…」と答えると効果的です。他の人が答えている時もあなたは見られています。表情や姿勢につねに気を配り、軽くうなずくなど、聞いていることを表すと好感がもたれます。以下の内容の質問がよく問われます。

① 自己ＰＲ（学生時代に力を入れたこと）　　③ 時事問題（気になるニュース、最近読んだ本）

② 志望動機　　　　　　　　　　　　　　　　④ 自己の長所・短所

■グループディスカッション：

　5～8名程度の学生をグループにし、テーマと時間を与えて討論や議論をさせる選考方法です。近年、就職の選考方法としてグループディスカッションを取り入れている企業が大企業を中心に非常に増えています。リーダーシップや協調性、発言力や傾聴力といった総合的なコミュニケーション能力が評価されます。テーマは業種により様々ですが、時事問題、職業観、業界、会社に対する提案、といったテーマが多いです。

■Wawancara kelompok:

Dilihat dari pihak perusahaan, wawancara kelompok merupakan wawancara yang paling ideal karena dalam waktu yang pendek dapat mewawancarai peserta yang banyak. Oleh karena itu, kesan pertama merupakan bagian yang sangat diutamakan. Pahami dan terapkan tatakrama mulai masuk sampai keluar ruangan atau cara kita duduk. Jawablah pertanyaan sesuai dengan yang dibutuhkan, karena kalau menjawab terlalu panjang ada kemungkinan akan menimbulkan kesan jelek bagi para pewawancara. Kemudian jika ada hal-hal yang ingin kita katakan sudah disampaikan oleh orang lain, maka seyogyanya kita mengatakannya dengan ungkapan "seperti yang sudah dikatakan oleh △ tadi, saya juga ..." Pada saat orang lain menjawab pun anda juga dilihatnya. Perhatikan ekspresi wajah dan sikap, mengangguk dengan pelan, dan sebagainya menunjukkan bahwa anda mendengarkannya, hal akan disukainya. Berikut adalah isi yang sering ditanyakan dalam wawancara.

① Ekspresi diri (kebanggaan waktu kuliah)

② Motivasi mendaftar

③ Isu terakhir (berita yang menjadi perhatian, buku yang dibaca belakangan ini)

④ Kelebihan dan kekurangan diri sendiri

■Diskusi kelompok:

Suatu cara untuk menyeleksi dengan diberikan sebuah tema dan waktu tertentu pada 5 sampai 8 orang, kemudian mereka diminta untuk berembug dan berdebat tentang tema tadi. Belakangan ini banyak perusahan besar yang menggunakan cara ini sebagai cara untuk menyeleksi pekerja baru dengan memasukan diskusi kelompok di dalamnya. Di sini sifat kepemimpinan, kerja sama, cara menyampaikan pendapat, dan cara menyimak pendapat orang lain akan terlihat, sehingga kemampuan berkomunikasi secara menyeluruh akan terukur dengan baik. Tema yang diberikan bergantung pada perusahaannya, tetapi umumnya menyangkut isu mutakhir, pandangan terhadap pekerjaan, dunia bisnis, dan masalah sosial.

■ การสัมภาษณ์กลุ่ม

หากมองจากบริษัท การสัมภาษณ์กลุ่มเป็นวิธีเหมาะสมที่จะคัดผู้สมัครซึ่งมีจำนวนมากออกในระยะเวลาอันสั้น ๆ ดังนั้นความประทับใจแรกเห็นจึงสำคัญเป็นอย่างยิ่ง ควรระมัดระวังมารยาทในการเข้า-ออกห้อง การนั่ง การตอบคำถาม ที่สำคัญคือควรตอบอย่างชัดเจน ตรงประเด็น การพูดยืดเยื้อนานเกินไปอาจทำให้ตัวเองเสียภาพพจน์ จึงควรตอบเท่าที่จำเป็น ทั้งนี้กรณีที่คนอื่นได้พูดในสิ่งที่ตัวเองต้องการพูดไปแล้ว การเกริ่นด้วยว่า "อย่างที่คุณ...ได้พูดไปแล้ว ฉัน/ผมก็..." จะช่วยทำให้การตอบฟังดูดี ขณะที่คนอื่นกำลังตอบคำถาม ผู้สัมภาษณ์ก็ดูคุณอยู่เช่นกัน ดังนั้นต้อง ใส่ใจกับสีหน้า ท่าทางอยู่เสมอ การแสดงออกว่ากำลังฟังอยู่โดยพยักหน้าเบา ๆ ฯลฯ ก็จะทำให้ผู้สัมภาษณ์รู้สึกชื่นชม หัวข้อต่อไปนี้เป็นคำถามที่ถามบ่อย

① การนำเสนอตนเอง (เรื่องที่ให้ความสำคัญตอนเรียน)
② เหตุผลในการสมัครงาน
③ สถานการณ์ปัจจุบัน (ข่าวที่สนใจ หนังสือที่อ่านล่าสุด)
④ ข้อดี ข้อเสียของตัวเอง

■ การอภิปรายกลุ่ม

เป็นวิธีคัดเลือกที่จัดนักศึกษาเป็นกลุ่ม กลุ่มละ 5-8 คน โดยกำหนดหัวข้อและเวลาให้อภิปราย ถกเถียง ระยะหลังมานี้มีบริษัทจำนวนมากโดยเฉพาะบริษัทขนาดใหญ่ ใช้การอภิปรายกลุ่มในการคัดเลือกคนเพื่อรับเข้าทำงาน ซึ่งเป็นวิธีที่ใช้ประเมินความสามารถในการสื่อสารโดยรวม ทั้งภาวะผู้นำ การร่วมมือกับผู้อื่น ความสามารถในการแสดง ความคิดเห็น และการฟังผู้อื่น เป็นต้น หัวข้อการอภิปรายจะแตกต่างกันไปขึ้นอยู่กับประเภทธุรกิจ แต่ที่พบมากได้แก่ สถานการณ์ปัจจุบัน ทัศนคติเกี่ยวกับอาชีพ แวดวงธุรกิจ ข้อเสนอแนะต่อบริษัท เป็นต้น

■ Phỏng vấn nhóm (tập thể) :

Xét về phía doanh nghiệp, phỏng vấn nhóm (tập thể) là một phương pháp phỏng vấn hợp lý để sàng lọc một số lượng lớn ứng viên . Chính vì thế, ấn tượng ban đầu rất được coi trọng. Hãy thực hiện đúng tác phong khi ra vào phòng, ngồi xuống ghế. Trả lời câu hỏi rõ ràng, đích xác là điều rất quan trọng. Nói quá dài có thể gây ấn tượng xấu cho người phỏng vấn nên hãy trả lời một lượng đầy đủ, cần thiết. Ngoài ra, ngay cả trường hợp người khác trả lời trước điều mình muốn nói, nếu bạn trả lời " 先ほどの○○さんが言われ ましたが、私も…" (Như lúc nãy bạn ○ ○ đã nói, tôi cũng...) sẽ có hiệu quả. Bạn bị quan sát kể cả khi người khác đang trả lời. Luôn cẩn thận với những biểu cảm trên khuôn mặt, tư thế, thể hiện bạn đang lắng nghe như khẽ gật đầu v.v.. , sẽ tạo được thiện cảm. Những câu hỏi có nội dung dưới đây thường được hỏi.

① PR bản thân (Những việc bạn đã cố gắng trong thời sinh viên)
② Động cơ ứng tuyển
③ Vấn đề thời sự (Những tin tức bạn quan tâm, cuốn sách bạn đã đọc gần đây)
④ Ưu điểm, nhược điểm của bản thân

■ Thảo luận nhóm :

Là phương pháp tuyển chọn chia 5 ~ 8 sinh viên thành một nhóm, đưa ra đề tài và thời gian, yêu cầu thảo luận và tranh luận. Gần đây, số những doanh nghiệp áp dụng thảo luận nhóm như là một phương pháp tuyển chọn ứng viên xin việc đang tăng nhanh, đặc biệt là các doanh nghiệp lớn. Năng lực giao tiếp tổng hợp như: khả năng lãnh đạo, tinh thần hợp tác, năng lực phát ngôn, khả năng lắng nghe sẽ được đánh giá. Chủ đề đa dạng tùy theo ngành, nhưng phần nhiều là chủ đề về các vấn đề thời sự, quan điểm về nghề nghiệp, đề xuất đối với ngành, công ty.

■ グループ面接　　企業設定：アパレル企業
　　　　　　　　　き ぎょうせってい

1

面接官 　 ： では、自己紹介を一人ずつお願いします。
めんせつかん 　　 じ こ しょうかい

応募者① ： 私は首都中央大学法学部４年のジョージ・ヒルと申します。アメリカ出身
おう ぼ しゃ 　　 しゅ と ちゅうおう　　　　　　　　　　　　　　　　　　　 もう
　　　　　　 です。

応募者② ： チョウ・カと申します。東都大学商学部４年生です。国籍は中国です。
　　　　　　　　　　　　　　　　　　 とう と　　　　　　　　　　　　　　 こくせき

応募者③ ： はい。地球市民大学経済学部４年、ウォン・ヨンハと申します。韓国人です。
　　　　　　　　 ち きゅう し みん　　 けいざい

2

面接官 　 ： 日本の大学で学んで良かった点を、左の方から一人ずつ教えてください。
めんせつかん

応募者① ： はい。私にとっては何よりも日本語能力が向上したことです。大学の講義
おう ぼ しゃ　　　　　　　　　　　　　　　　　　　　　　　　　 こうじょう　　　　　　　　 こう ぎ
　　　　　　 を日本語で受けることで、法律に関する知識が英語と日本語の両方で得るこ
　　　　　　　　　　　　　　　　　　 ほうりつ　　　 ち しき
　　　　　　 とができたことは自分の強みになっていると思います。以上です➡①。

応募者② ： はい。日本には世界的に活躍する企業が数多くありますが、それらの企業
　　　　　　　　　　　　　　　　　 かつやく　　 き ぎょう　　　　　　　　　　　　　　　　　　　　　　　　
　　　　　　 の具体的な活動を日本にいながら学べたことです。自国では学べない実践的
　　 じっせん
　　　　　　 なことを勉強できたのは良かったことです。以上です。

応募者③ ： はい。ヒルさんと同じように➡②、日本語力が上達したことはもちろんです
　　　　　　　　　　　　　　　　　　　　　　　　　　　　 じょうたつ
　　　　　　 が、自国とは違う考え方や習慣に触れられたことが大きかったと思います。
　　　　　　　　　　　　　　　　　　 しゅうかん　 ふ
　　　　　　 視野が広がり、複数の視点から物事を見られるようになりました。
　　　　　　 し や　　　　　 ふくすう　　 し てん　 ものごと

👆POINT

➡① グループ面接では、意見を言う前に「はい」、話し終えてから「以上です」と言うと、話の始
　　 めと終わりが明確になります。

➡② 自分の意見と同じことを先に言われた場合は、「〜さんと同じように」と一言加えて、答えま
　　 す。これは他者の話をきちんと聞いているアピールにもなります。

Wawancara kelompok ／ การสัมภาษณ์กลุ่ม ／ Phỏng vấn nhóm (tập thể)

Jenis perusahaan: Industri pakaian ／ ประเภทของธุรกิจ: ธุรกิจเครื่องนุ่งห่ม／ Doanh nghiệp giả định:Doanh nghiệp thời trang

A=Pewawancara	A=ผู้สัมภาษณ์	A=Người phỏng vấn

Wawancara kelompok

1

A : Baik, silahkan memperkenalkan diri satu persatu!

① : Saya George Hill mahasiswa tingkat 4 fakultas hukum Central Metropilitan University. Berasal dari Amerika.

② : Saya Chou Ka mahasiswa tingkat 4 fakultas ekonomi Universitas Touto. Warga negara Cina.

③ : Ya. Won Yon Ha, mahasiswa tingkat 4 fakultas ekonomi Global Citijen University. Saya orang Korea.

2

A : Jelaskan masing-masing tentang keuntungan anda belajar di universitas di Jepang, dari sebelah kiri!

① : Ya. Bagi saya meningkatnya kemampuan berbahasa Jepang di atas segalanya. Dengan mengikuti perkuliahan yang berbahasa Jepang, pengetahuan tentang perundang-undangan bisa diperoleh baik melalui bahasa Jepang maupun bahasa Inggris, sehingga menjadi kekuatan bagi saya. Begitulah.

② : Ya. Di Jepang ini banyak sekali perusahaan yang beroperasi secara mendunia, dengan berada di Jepang saya bisa belajar tentang kegiatan konkret dari perusahaan tersebut. Saya beruntung bisa belajar hal-hal yang bersifat aplikatif yang memang tidak bisa dipelajari di negeri sendiri. Begitu.

③ : Ya. Sama dengan Hill, meningkatnya kemampuan berbahasa Jepang sudah tentu, dan hal yang lebih penting adalah bisa bersentuhan dengan pola pikir, kebiasaan yang berbeda dengan di negeri sendiri. Sudut pandang saya menjadi semakin luas, serta bisa melihat sesuatu hal dari berbagai sudut pandang.

➡① Dalam wawancara kelompok sebelum mengutarakan pendapat dimulai dengan kata「はい」, dan diakhiri dengan kata「以上です」, hal ini untuk menunjukkan pembatas pembicaraan kita.

➡② Jika pendapat sendiri telah diutarakan duluan oleh orang lain, kemudian kita mau menyampaikan lagi, biasanya digunakan ungkapan「～さんと同じように」lalu kita sampaikan jawabannya. Hal ini menunjukkan bahwa kita menyimak pendapat orang lain.

การสัมภาษณ์กลุ่ม

A : ช่วยแนะนำตัวทีละคนด้วยครับ

① : ผมชื่อจอร์จ ฮิล เรียนอยู่ปี 4 คณะนิติศาสตร์ มหาวิทยาลัยชูโตะ ฏูโอ มาจากอเมริกาครับ

② : ดิฉันชื่อคะ โช เป็นนักศึกษาชั้นปีที่ 4 คณะพาณิชยศาสตร์ มหาวิทยาลัยโทโตะ สัญชาติจีน สัญชาติจีนค่ะ

③ : ครับ ผมชื่อฮะ วอง เรียนอยู่ปี 4 คณะเศรษฐศาสตร์ มหาวิทยาลัยจีกิว ซิมิน เป็นคนเกาหลีครับ

A : ลองพูดถึงข้อดีของการเรียนที่มาหาวิทยาลัย ในญี่ปุ่นให้ฟังที่ละคนหน่อยครับ เริ่มจากคนทางซ้ายมือแล้วกัน

① : ครับ สำหรับผมข้อดีที่สุดก็คือการได้พัฒนา ความสามารถทางภาษาญี่ปุ่นครับ การฟังบรรยายที่มหาวิทยาลัยเป็นภาษาญี่ปุ่น ได้ความรู้เกี่ยวกับกฎหมายทั้งที่เป็น ภาษาอังกฤษ และภาษาญี่ปุ่น ซึ่งผมคิดว่าเป็นจุดแข็งของตัวเองครับ

② : ค่ะ ประเทศญี่ปุ่นมีหลายบริษัทที่มีบทบาท สำคัญระดับโลก ข้อดีก็คือการได้ศึกษาเรียนรู้กิจกรรมต่าง ๆ ของบริษัทเหล่านั้นขณะอยู่ในญี่ปุ่น ซึ่งการได้เรียนรู้สิ่งที่จะนำไปปฏิบัติได้จริง เป็นโอกาสที่หาไม่ได้ในประเทศตัวเอง

③ : ครับ เช่นเดียวกับคุณฮิล แน่นอนว่าข้อดีอย่างแรกคือที่ ภาษาญี่ปุ่นพัฒนาขึ้น และอีกอย่างที่สำคมากก็คือการได้สัมผัสความคิด ขนบธรรมเนียมที่แตกต่างกับประเทศตัวเอง ทำให้โลกทัศน์กว้างขึ้น สามารถพิจารณาเรื่องราวต่าง ๆ จากหลากหลายมุมมอง

ในการสัมภาษณ์กลุ่ม การพูดว่า「はい」 ก่อนแสดงความคิดเห็น และพูดว่า「以上です」 หลังการพูดจบ จะช่วยให้รู้จังหวะการเริ่ม และการจบอย่างชัดเจน

กรณีที่มีใครพูดความคิดเห็นที่เหมือนกับตัวเองไปก่อน ควรตอบโดยกล่าวนำว่า「～さんと同じように」 "เช่นเดียวกับที่คุณ... ใครกล่าวไป" ซึ่งเป็นการแสดงให้เห็นว่าเราได้ตั้งใจฟังคนอื่นพูด

Phỏng vấn nhóm (tập thể)

A : Bây giờ từng người một hãy tự giới thiệu về bản thân.

① : Tôi là George Hill sinh viên năm thứ 4 Khoa Luật trường Đại học Trung tâm Thủ đô. Tôi đến từ Mỹ.

② : Tôi là Chou Ka, sinh viên năm thứ 4 Khoa thương mại trường Đại học Touto. Quốc tịch của tôi là Trung Quốc.

③ : Vâng. Tôi là Won Yonha, sinh viên năm thứ 4 Khoa Kinh tế trường Đại học Công dân toàn cầu. Tôi là người Hàn Quốc.

A : Từng người một, bắt đầu từ người bên trái, hãy nói về những điểm tốt đẹp khi học ở trường đại học của Nhật.

① : Vâng. Đối với tôi, có ích hơn cả là năng lực tiếng Nhật đã được nâng cao. Tôi cho rằng việc có thể tiếp thu được những kiến thức về luật bằng cả tiếng Anh và tiếng Nhật nhờ nghe giảng ở trường bằng tiếng Nhật, đang trở thành thế mạnh của mình. Tôi xin hết ạ.

② : Vâng. Đó là ở Nhật Bản có nhiều doanh nghiệp hoạt động mang tầm thế giới và ở Nhật tôi đã có thể học được những hoạt động cụ thể của các doanh nghiệp đó. Việc có thể học được những kinh nghiệm thực tiễn không thể học được tại đất nước mình quả là một điều rất tốt. Tôi xin hết ạ.

③ : Vâng. Ngoài việc năng lực tiếng Nhật tiến bộ giống như anh Hill đã nói, việc được tiếp xúc với những cách nghĩ, tập quán khác với nước mình là điều có ý nghĩa rất lớn. Tôi đã có thể mở rộng tầm nhìn và đánh giá sự vật từ nhiều góc độ.

Trong phỏng vấn nhóm, nếu trước khi trình bày ý kiến nói " はい " và sau khi nói xong, nói " 以上 で す ", phần mở đầu và phần kết thúc sẽ trở nên rõ ràng.

Khi người khác nói ra ý kiến giống ý kiến của mình trước, hãy nói thêm về " ～さん と同じように " rồi trả lời. Điều này cũng chứng tỏ bạn chăm chú lắng nghe ý kiến của người khác.

3

面接官　： 学生時代に勉強以外で頑張ったことは何ですか？　では、今度は右の方から
めんせつかん　　　　　　　　　　　　　　　　　　　　がんば

　　　　　順番に答えてください。

応募者①： はい。私は住んでいる地域の和太鼓サークルでの活動です。様々な人たちと
おうぼしゃ　　　　　　　　　　　　ちいき　わだいこ　　　　　　　　　　　　さまざま

　　　　　演奏することの楽しさを味わいました。また、地域の祭りにも参加して、町
　　　　　えんそう　　　　　　　　　　　　　　　　　　　　　まつ

　　　　　おこしの現場に触れることができ、学ぶことが多かったです。
　　　　　　　　げんば　ふ

応募者②： はい。大学で様々な国際交流イベントの企画・運営に参加し、日本人学生と
　　　　　　　　　　　さまざま　　　　　　　きかく　うんえい

　　　　　留学生との相互交流に努めました。その活動を通じて、いろいろな学生たち
　　　　　　　　　　　そうご　　つと　　　　　　　　　つう

　　　　　と出会えただけではなく、留学生の一人として自分の国を見直すいい機会に
　　　　　　　　　　　　　　　　　　　　　　　　　　　　　みなお

　　　　　なりました。以上です。

応募者③： はい。大学のボランティアサークルに所属して、ホームレスの支援活動に関
　　　　　　　　　　　　　　　　　　　　しょぞく　　　　　　　　しえん　　かか

　　　　　わってきたことです。毎週土曜日は渋谷区で豚汁の炊き出しをしています。
　　　　　　　　　　　　　　　　　　しぶや　とんじる　た　だ

　　　　　ホームレスの人々の話し相手になることでいろいろな人生を知り、私も多く
　　　　　　　　　　　　　　　　　　　　　　　　　　　じんせい

　　　　　のことを学ぶことができました。
　　　　　　　　まな

Wawancara kelompok ／ การสัมภาษณ์กลุ่ม ／ Phỏng vấn nhóm (tập thể)

3

A : Saat kuliah selain kegiatan belajar, kegiatan apa yang dianggap berhasil? Sekarang dimulai dari sebelah kanan.

① : Ya. Bagi saya adalah kegiatan klub Taiko di daerah tempat tinggal saya. Saya bisa merasakan senangnya ikut tampil dengan bermacam-macam orang. Kemudian, saya juga ikut serta dalam kegiatan festival daerah, ikut andil dalam kegiatan tradisional lainnya, sehingga bisa belajar banyak hal.

② : Ya. Saya terlibat dalam merencanakan dan mengelola berbagai kegiatan internasional di kampus, dan berupaya untuk mengadakan kegiatan yang melibatkan mahasiswa Jepang dan mahasiswa asing. Melalui kegiatan tersebut bukan sekedar bisa berkenalan dengan berbagai mahasiswa, tetapi juga sebagai salah satu mahasiswa asing bisa memandang negara sendiri. Begitu.

③ : Ya. Saya memiliki klub volentir di kampus yang berhubungan dengan kegiatan untuk membantu para homeles. Setiam hari Sabtu kami menjual daging babi bakar di Shibuya. Di sana bisa berbincang-bincang dengan para homeles tentang kehidupan, dan saya bisa belajar lebih banyak lagi.

A : สมัยเป็นนักเรียน นอกจากการเรียนแล้ว สิ่งที่ให้ความสำคัญคืออะไรครับ กรุณาตอบทีละคน คราวนี้เริ่มจากคนที่อยูทางขวากอนครับ

① : ครับ สำหรับผมคือการเข้าร่วมกิจกรรมชมรมกลองญี่ปุ่นในเขตที่อาศัยอยู่ ทำให้ผมได้สัมผัสความสนุกสนานจากการแสดงรวมกับผู้คนหลากหลาย นอกจากนี้ยังได้เข้าร่วมงานเทศกาลของเขต ซึ่งการได้ร่วมงานกับชาวเมืองที่ร่วมแรงร่วมใจทำงาน ทำให้ได้เรียนรู้อะไรมากมาย

② : ค่ะ ที่มหาวิทยาลัย ดิฉันได้ร่วมวางแผนและดำเนินการจัดกิจกรรมแลกเปลี่ยนนานาชาติหลายงาน โดยดิฉันทำหน้าที่ส่งเสริมให้เกิดการแลกเปลี่ยนระหว่างนักศึกษาชาวญี่ปุ่นและนักศึกษาต่างชาติ กิจกรรมนี้ไม่เพียงทำให้ดิฉันได้พบกับนักศึกษาที่หลากหลาย แต่ยังทำให้ดิฉันมีโอกาสหันกลับไปมองประเทศของตัวเองใหม่อีกครั้งในฐานะนักศึกษาต่างชาติคนหนึ่ง

③ : ครับ ผมเป็นสมาชิกชมรมอาสาสมัครของมหาวิทยาลัย ได้มีส่วนร่วมในการทำกิจกรรมช่วยเหลือผู้ไร้ที่อยู่อาศัย ทุกวันเสาร์ชมรมจะไปต้มซุปหมูเผาเนี้ยที่เขตชิบูยา การได้ทำหน้าที่เป็นคู่สนทนาให้กับผู้ไร้ที่อยู่อาศัย ทำให้ผมเข้าใจชีวิตที่หลากหลาย และได้เรียนรู้อะไรมากมาย

A : Thời sinh viên, ngoài việc học, các bạn còn cố gắng trong việc gì nữa?

① : Vâng. Với tôi thì là việc hoạt động ở câu lạc bộ trống Nhật Bản của khu vực mình đang sống. Tôi đã tận hưởng được niềm vui biểu diễn cùng những người khác nhau. Ngoài ra, tôi cũng tham gia vào lễ hội của khu vực, có thể trải nghiệm thực tế những hoạt động thúc đẩy phát triển kinh tế địa phương, học hỏi được nhiều điều.

② : Vâng. Ở trường đại học, tôi tham gia vào việc lên kế hoạch, tổ chức các sự kiện giao lưu quốc tế, nỗ lực trong việc giao lưu giữa sinh viên Nhật Bản và lưu học sinh. Thông qua hoạt động này, tôi không chỉ gặp được nhiều sinh viên mà còn có cơ hội tốt để nhìn nhận lại đất nước của mình với tư cách là một lưu học sinh. Tôi xin hết ạ.

③ : Vâng. Tôi thuộc câu lạc bộ tình nguyện của trường đại học, tham gia các hoạt động hỗ trợ những người vô gia cư. Thứ 7 hàng tuần tôi phát súp thịt heo ở quận Shibuya. Biết về cuộc đời của nhiều người thông qua việc trò chuyện với những người vô gia cư, tôi cũng học được nhiều điều.

81

《就職》グループ面接　

4

面接官　　：では、志望動機をお願いします。

応募者①：はい。私は御社の目覚ましい海外事業展開に深い関心があり、今後のアメ
　　　　　　リカでの市場開発に関わりたいと思ったからです。御社の製品は合理的な
　　　　　　アメリカ人にとって理想的で、市場拡大の可能性は非常に高いと思います。

応募者②：以前より御社の店舗を利用させていただいていますが、従業員の方々の接
　　　　　　客がいつも丁寧で気持ちよく買い物ができています。それは御社の社員教
　　　　　　育や新人指導が大変充実しているからだと思います。自分自身もそのよう
　　　　　　な企業で働けたらと強く思います。以上です。

応募者③：はい。私が御社にひかれる一番の理由は、海外に事業展開する際の、現地
　　　　　　への利益還元の考え方です。御社の製品で人々を幸せにするだけではなく、
　　　　　　現地での雇用や社員教育を通して社会に貢献しようという姿勢に深く共感
　　　　　　しました。私もぜひそのチームの一員として働きたいと思います。

Wawancara kelompok ／ การสัมภาษณ์กลุ่ม ／ Phỏng vấn nhóm (tập thể)

A=Pewawancara

A=ผู้สัมภาษณ์

A=Người phỏng vấn

4

A ： Baik, berikutnya tentang motivasi mendaftar ke sini, silahkan!

① ： Ya. Saya punya minat untuk mengembangkan perusahaan anda di luar negeri, sehingga nantinya saya ingin andil untuk bisa mengembangkannya di pasaran Amerika. Produk perusahaan anda sangat ideal untuk orang Amerika, sehingga sangat memungkinkan untuk memperluas pasarannya.

② ： Sebelumnya saya pernah belanja di suatu toko anak perusahaan anda, para karyawannya memberikan layanan dan perlakuan dengan begitu ramahnya, sehingga kami bisa belanja dengan nyaman. Saya rasa ini semua berkat cukupnya bimbingan dan pengarahan dari perusahaan dalam memperlakukan karyawan barunya. Sehingga saya juga punya keinginan yang kuat untuk bisa bekerja di perusahaan ini. Begitu.

③ ： Ya. Ketertarikan saya ke perusahaan anda ini yang paling utamanya adalah pada saat pengembangan usahanya ke luar negeri, ide dan upaya untuk memberikan keuntungan pada wilayah setempat. Produk perusahaan anda ini tidak hanya membuat orang-orang bahagia, tetapi juga tampak adanya upaya untuk berkontribusi dalam pengembangan masyarakat seperti melalui penggunaan penduduk setempat dan pendidikan para karyawannya. Saya juga ingin sekali menjadi bagian dari tim tersebut.

A ： เอาละ
ช่วยบอกเหตุผลในการสมัครงานหน่อย

① ： ครับ เนื่องจากผมมีความสนใจอย่างมากกับการที่บริษัทขยายธุรกิจไปยังต่างประเทศ และคิดว่าอยากจะมีส่วนร่วมในการพัฒนาตลาดที่อเมริกา สินค้าของบริษัทถือว่าเป็นสินค้าในอุดมคติของชาวอเมริกันที่นิยมความสมเหตุสมผล จึงคิดว่ามีความเป็นไปได้สูงที่จะขยายตลาด

② ： ตั้งแต่เมื่อก่อน ดิฉันเคยไปซื้อของที่ร้านของบริษัท พนักงานจะคอยต้อนรับอย่างสุภาพอ่อนน้อมเสมอ
ทำให้เดินซื้อของอย่างสบายใจ
ทั้งนี้คิดว่าเป็นเพราะบริษัทมีการพัฒนาบุคลากร และอบรมพนักงานใหม่เป็นอย่างดี ตัวดิฉันเองก็เลยคิดว่าถ้าได้ทำงานบริษัทแบบนี้คงดี

③ ： ครับ เหตุผลหลักที่ทำให้ผมสนใจบริษัทก็คือวิสัยทัศน์ของบริษัทที่ต้องการคืนกำไรไปยังสังคมเมื่อจะขยายธุรกิจไปยังต่างประเทศ ผมรู้สึกประทับใจที่ผลิตภัณฑ์ของบริษัทไม่เพียงนำความสุขไปยังผู้คน แต่บริษัทยังพยายามที่จะมีส่วนช่วยเหลือสังคมโดยการจ้างงานในพื้นที่
และพัฒนาบุคลากร
ผมจึงอยากรวมงานในฐานะสมาชิกคนหนึ่งในทีมนั้น

A ： Bây giờ hãy cho chúng tôi biết động cơ ứng tuyển của các bạn.

① ： Vâng. Vì tôi rất quan tâm tới những bước triển khai dự án rất đáng chú ý tại nước ngoài của quý công ty và muốn tham gia vào phát triển thị trường tại Mỹ trong thời gian tới. Tôi cho rằng sản phẩm của quý công ty là lý tưởng đối với người Mỹ vốn có tính hợp lý nên tiềm năng mở rộng thị trường là rất lớn.

② ： Từ trước đến nay tôi vẫn sử dụng cửa hàng của quý công ty và nhận thấy các nhân viên tiếp đón khách rất lịch sự, giúp tôi có thể mua sắm thoải mái. Tôi cho rằng đó là nhờ chương trình đào tạo nhân viên và hướng dẫn nhân viên mới của quý công ty rất đầy đủ. Tôi rất mong nhận được làm việc tại một doanh nghiệp như vậy. Tôi xin hết ạ.

③ ： Vâng. Lý do lớn nhất tôi bị quý công ty thu hút chính là cách tư duy mang lợi ích về lại cho địa phương sở tại khi triển khai dự án ở nước ngoài. Tôi thực sự đồng cảm với định hướng không chỉ làm cho mọi người hạnh phúc bằng sản phẩm của mình, mà còn đóng góp cho xã hội thông qua tuyển dụng tại địa phương và đào tạo nhân viên. Tôi rất mong muốn được làm việc như một thành viên của tập thể đó.

《就職》グループ面接
しゅうしょく

5

面接官　：弊社に入社したら、どのようなことで貢献できると思いますか？　挙手して、
めんせつかん　へいしゃ　こうけん　きょしゅ
　　　　　答えてください。

応募者①：はい。私は御社の海外事業に関する業務で貢献できると思っています。父
おうぼしゃ　おんしゃ　ぎょうむ　こうけん
　　　　　の仕事の関係で海外生活の経験が多いですし、スペイン語とドイツ語の検定
けんてい
　　　　　試験にも合格していますので、自分の能力が発揮できると思います。
はっき

応募者②：はい。私の強み➡③は人に説明したり教えたりすることが得意だということ
おうぼしゃ　とくい
　　　　　です。コンビニでアルバイトリーダーとして留学生の研修を任されていま
けんしゅう　まか
　　　　　したので、その経験を生かして、外国人社員への教育などで貢献できると
い
　　　　　思っています。例えば、中国人の接客マナーは日本人のそれとはかなり違
せっきゃく　ちが
　　　　　います。ですから、日本式のきめ細やかな「おもてなし」の心を研修で伝え
こま
　　　　　る必要があると思います。

応募者③：はい。私は御社のアジアへの展開に貢献できると思っています。語学や現地
おうぼしゃ　おんしゃ　てんかい　こうけん
　　　　　事情の理解はもちろんですが、行動力には自信がありますので、御社の理念
りねん
　　　　　を現地に理解してもらうために、十分動けると思っています。
じゅうぶん

6

面接官　：勤務地が海外になる可能性がありますが、勤務できますか？
めんせつかん　きんむち

応募者①：はい、喜んでさせていただきます。自分でも海外勤務の方が御社に貢献でき
おうぼしゃ　きんむ　おんしゃ　こうけん
　　　　　るのではないかと思っています。自分の語学力も武器になると思います。
ぶき

応募者②：はい、私もぜひ海外で仕事する機会をいただければと思います。海外のいろ
　　　　　いろな価値観に触れ、自分の能力を伸ばしていきたいと思います。
かちかん　ふ　の

応募者③：はい。私もぜひ海外で仕事をさせていただきたいと思っています。適応力
てきおうりょく
　　　　　や体力には自信があります。

👆POINT

➡③「強み」は単なる自分の長所ではなく、企業に貢献できる自分の能力や経験のことです。業務
　　に関連づけて説明すると説得力が出ます。

5

A : Jika anda diterima di perusahaan ini, dengan cara seperti apa anda akan berkontribusi? Angkat tangan lalu jawablah!

① : Ya. Saya bisa memberikan kontribusi terutama untuk pekerjaan yang ada di luar negeri. Saya banyak memiliki pengalaman hidup di luar negeri karena mengikuti orang tua, serta saya juga sudah lulus tes kemampuan berbahasa Spanyol dan bahasa Jerman, sehingga saya bisa mengeluarkan segenap kemampuan saya.

② : Kekuatan saya adalah bisa menjelaskan sesuatu pada orang lain dengan mudah dipahami. Sebagai pimpinan para pekerja sambilan di mini market, saya pernah mendapat tugas untuk mentraining para mahasiswa asing, pengalaman ini bisa diterapkan dalam membina para karyawan yang ada di luar negeri. Misalnya, perlakuan orang Cina terhadap para pelanggannya sangat berbeda dengan perlakuan yang diberikan orang Jepang. Oleh karena itu, perlu menyampaikan spirit orang Jepang dalam pelatihan tersebut.

③ : Ya. Saya bisa memberikan kontribusi dalam pengembangan perusahaan untuk unit di Asia. Faktor bahasa dan kondisi wilayah setempat sudah pasti, untuk beraktifitas pun saya punya rasa percaya diri, sehingga untuk meyakinkan masyarakat setempat tentang visi dan misi perusahaan anda, saya yakin bisa melakukannya.

6

A : Tempat tugas ada kemungkinan di luar negeri, apakah anda semua bisa melakukannya?

① : Ya. Dengan senang hati. Saya sendiri berpikir bahwa saya akan dapat berkontribusi untuk perusahaan dan terutama untuk tugas di luar negeri. Dan kemampuan berbahasa saya akan menjadi senjata yang sangat ampuh.

② : Ya. Saya juga tentunya berharap agar mendapat kesempatan untuk bekerja di luar negeri. Sehingga saya bisa berinteraksi dengan nilai-nilai di luar negeri, dan bisa mengembangkan kemampuan sendiri.

③ : Ya. Saya juga ingin ditugaskan di luar negeri. Saya memiliki kemampuan untuk beradaptasi dan kemampuan fisik yang memadai.

➡③ Yang namanya 'kekuatan' itu bukan hanya kelebihan diri sendiri saja, tetapi juga menyatakan pengalaman atau kemampuan sendiri yang dapat memberikan kontribusi pada perusahaan nanti. Jika kita bisa menjelaskan suatu hubungannya dengan pekerjaan nanti, hal ini cukup bagus.

A : หากเข้าทำงานในบริษัทเราแล้ว คิดว่าจะอุทิศตัวเองเพื่อบริษัทอย่างไรได้บ้าง กรุณายกมือตอบครับ

① : ครับ ผมคิดว่าจะสามารถช่วยเหลืองานบริษัท ในด้านธุรกิจต่างประเทศได้ การย้ายไปประจำประเทศต่าง ๆ ของพ่อ ทำให้ผมมีประสบการณ์อาศัยอยู่ต่างประเทศนาน ตอนนี้ผมผ่านการสอบวัดระดับความรู้ภาษาสเปน และภาษาเยอรมัน ซึ่งผมคิดว่าสามารถใช้ความสามารถได้อย่างดี

② : ค่ะ จุดแข็งของดิฉันคือความถนัดที่จะอธิบาย หรือสอนคน สมัยทำงานพิเศษที่ร้านสะดวกซื้อ ได้รับมอบหมายให้เป็นหัวหน้างานในการฝึก อบรมนักศึกษาต่างชาติ จึงคิดว่าจะใช้ ประสบการณ์นี้ ให้เป็นประโยชน์ต่อการพัฒนาบุคลากร ชาวต่างชาติ ตัวอย่างเช่นวิธีตอบรับลูกค้า ของชาวจีนแตกต่างกับของชาวญี่ปุ่น เป็นอย่างมาก ดังนั้นคิดว่าจำเป็นต้องถ่ายทอดจิตวิญญาณ ของการบริการแบบญี่ปุ่นที่เรียกว่า "Omotenashi" ซึ่งละเอียดอ่อน

③ : ครับ ผมคิดว่าสามารถช่วยบริษัทด้านการ ขยายธุรกิจไปยังเอเชีย แน่นอนว่าไม่เพียงความพร้อมด้านภาษา และความเข้าใจในสถานการณ์ของพื้นที่ ผมยังมั่นใจในศักยภาพที่จะลงมือทำ ดังนั้นคิดว่าสามารถทำให้คนในพื้นที่เข้าใจ ปรัชญาของบริษัทได้

A : พื้นที่ที่ปฏิบัติงานอาจเป็นต่างประเทศ จะไปประจำได้ไหม

① : ครับ ยินดีเป็นอย่างยิ่ง ผมเองก็คิดว่าจะมีส่วนช่วยบริษัทมากกว่า ถ้าได้ไปปฏิบัติงานที่ต่างประเทศ นอกจากนี้ ความสามารถทางภาษาของผม ก็น่าจะมีส่วนช่วยด้วย

② : ค่ะ ดิฉันก็หวังว่าจะมีโอกาสไปทำงานที่ ต่างประเทศเช่นกัน การได้สัมผัสกับทัศนคติที่หลากหลายใน ต่างประเทศ คงจะช่วยพัฒนาความสามารถของตัวเอง

③ : ครับ ผมก็หวังว่าจะมีโอกาสไปทำงานที่ ต่างประเทศเช่นกัน ผมมั่นใจในการปรับตัว และพละกำลังของตัวเอง

จุดแข็งไม่ใช่แค่ข้อดี แต่เน้นความสามารถหรือประสบการณ์ที่จะเป็น ประโยชน์ต่อบริษัท หากอธิบายเชื่อมโยงกับการทำงานจะยิ่งน่าสนใจ

A : Nếu vào công ty chúng tôi, các bạn có thể đóng góp trong những hoạt động gì. Hãy giơ tay để trả lời.

① : Vâng. Tôi cho rằng mình có thể đóng góp trong nghiệp vụ liên quan tới dự án nước ngoài của quý công ty. Do công việc của bố, tôi có nhiều kinh nghiệm sống ở nước ngoài, tôi cũng đã đỗ kỳ thi kiểm định tiếng Tây Ban Nha và tiếng Đức nên tôi cho rằng năng lực của mình có thể được phát huy.

② : Vâng. Thế mạnh của tôi là giỏi giải thích, giảng giải cho người khác. Tại cửa hàng tiện lợi, tôi đã được giao nhiệm vụ đào tạo lưu học sinh trong vai trò trưởng nhóm nhân viên bán thời gian nên tôi cho rằng mình có thể vận dụng kinh nghiệm đó, đóng góp vào việc đào tạo nhân viên người nước ngoài v.v... Chẳng hạn, quy tắc tiếp khách của người Trung Quốc khá khác với người Nhật. Vì vậy, tôi cho rằng, cần phải truyền đạt được lòng "hiếu khách" vô cùng chu đáo theo phong cách Nhật Bản trong quá trình đào tạo.

③ : Vâng. Tôi cho rằng mình có thể đóng góp vào quá trình triển khai hoạt động sang châu Á của quý công ty. Ngoài ngôn ngữ và sự hiểu biết tình hình bản địa, tôi tự tin vào năng lực hành động của mình nên tôi nghĩ mình có thể hành động để người bản địa hiểu được triết lý kinh doanh của quý công ty.

A : Có thể bạn sẽ phải làm việc ở nước ngoài, bạn có làm được không?

① : Vâng, tôi vui mừng đón nhận ạ. Bản thân tôi cũng cho rằng làm việc ở nước ngoài, tôi sẽ đóng góp cho quý công ty nhiều hơn. Tôi nghĩ rằng khả năng ngôn ngữ của mình cũng sẽ trở thành lợi thế.

② : Vâng, tôi rất mong nhận được cơ hội làm việc ở nước ngoài. Tôi muốn tiếp xúc với nhiều giá trị quan của nước ngoài, nâng cao năng lực của bản thân.

③ : Vâng. Tôi rất muốn được làm việc ở nước ngoài. Tôi tự tin ở khả năng thích nghi và thể lực của mình.

" 強み " không chỉ là ưu điểm của bản thân mà còn là năng lực và kinh nghiệm của bản thân có thể cống hiến cho doanh nghiệp. Nếu có thể trình bày được trong mối liên hệ với công việc cụ thể sẽ có sức thuyết phục.

7

面接官　：ご家族は日本の企業で働くことに賛成していますか？
めんせつかん　　　　　きぎょう　　　　　　　　さんせい

応募者①：はい。家族も私が日本の企業で働くことに賛成しています。両親は私のこと
おうぼしゃ　　　　　　　　きぎょう　　　　　　さんせい
　　　　　を信頼してくれていますので、私も安心して自分の希望の道を進むことがで
しんらい
　　　　　きます。御社への入社が叶えば、御社の製品ファンの家族も喜ぶと思います。
おんしゃ　　　　かな

応募者②：はい。留学を決めた時から家族には将来日本で仕事をしたいということを
　　　　　　　　　　　　　　　　　　しょうらい
　　　　　伝えていましたので、私の夢の実現に向けて、家族も賛成してくれることと
じつげん
　　　　　思います。

応募者③：はい、もちろん喜んでくれると思います。家族は、私がやりたいことをやる
　　　　　ことが一番だと言ってくれています。それに、私の故郷にも御社の店舗が
こきょう　　　おんしゃ　　てんぽ
　　　　　ありますので、御社の商品の魅力は家族皆がよく知っています。
みりょく

8

面接官　：一人ずつ、一分程度で自己PRをしてください➡④。
めんせつかん　　　　　　　　ていど

応募者①：はい。先ほどお話ししたことと重複するかもしれませんが、私の強みは柔
おうぼしゃ　　　　　　　　　　　　　　ちょうふく　　　　　　　　　　　　　　　　じゅう
　　　　　軟性があることだと思っています。予期せぬことや期待に反することが起き
なんせい　　　　　　　　　　　　よき
　　　　　た場合、それが良いことでも悪いことでも冷静に受け入れることができます。
れいせい
　　　　　大切なのは起きたことの善し悪しに一喜一憂せずに、冷静に対応することだ
よ　あ　　いっきいちゆう
　　　　　と思います。柔軟な対応はマイナスをプラスに変えることもできます。それ
　　　　　は、私がこれまでの経験から得たことです。大学では企業コンプライアン
きぎょう
　　　　　スに関する研究をしましたので、そういった業務での貢献もできると考え
ぎょうむ　　こうけん
　　　　　ています。

👆POINT

➡④ 1分間で話せる量は、300字程度です。あらかじめ自分で書いてみましょう。

7

A : Apakah keluarga anda merestui kalau anda bekerja di perusahaan Jepang?

① : Ya. Keluarga saya sudah menyetujuinya. Orang tua saya sudah mempercayai diri saya, sehingga saya juga bisa menentukan jalan dan keinginan sendiri dengan tenang. Jika saya bekerja di perusahaan anda, maka keluarga yang menyukai produk perusahaan anda pun akan bergembira.

② : Ya. Sejak saya memutuskan untuk belajar di luar negeri, sudah saya sampaikan bahwa nantinya saya ingin bekerja di perusahaan Jepang, sehingga untuk mewujudkan impian saya ini, keluarga pun akan menyetujuinya.

③ : Ya, tentunya akan bergembira. Keluarga saya pernah mengatakan bahwa dahulukan untuk mengerjakan apa yang ingin saya lakukan. Kemudian, di kampung saya juga ada toko perusahaan anda, sehingga daya tarik produk perusahaan anda sudah diketahui oleh banyak orang.

8

A : Sekarang seorang-seorang diberi waktu selama satu menit untuk menyampaikan apreasiasi diri anda masing-masing!

① : Ya. Mungkin tumpang tindih dengan apa yang telah saya sampaikan tadi, kelebihan saya adalah keflesibelan diri saya. Jika terjadinya adanya ketidak sesuaian dengan yang diharapkan, baik hal baik maupun hal buruk, saya bisa menerimanya dengan kepala dingin. Yang terpenting adalah bukan masalah suka dan duka terhadap munculnya hal baik dan hal buruk, tetapi kita harus menanggapinya dengan kepala dingin dan tenang. Respon dengan keflesibelitas akan dapat mengubah sesuatu yang negatif menjdi positif. Hal yang pernah saya alami selama ini. Di universitas saya pernah meneliti tentang komparansi perusahaan-perusahaan, sehingga bisa juga memberikan kontribusi untuk tugas demikian.

➡④ : Berbicara selama 1 menit sama dengan karangan 3 0 0 huruf. Sebaiknya siapkan saja secara tertulis.

A : ครอบครัวเห็นด้วยกับการที่จะทำงานในบริษัทญี่ปุ่นหรือเปล่าครับ

① : ครับ
ครอบครัวก็เห็นด้วยกับการที่ผมจะทำงานในบริษัทญี่ปุ่น
พ่อแม่ไว้ใจผม ผมจึงเลือกทางเดินชีวิตของตัวเองที่หวังไว้ได้อย่างอุ่นใจ
ถ้าได้เข้าทำงานที่บริษัทนี้
ทุกคนในครอบครัวที่นิยมสินค้าญี่ปุ่นก็คงดีใจ

② : ค่ะ เคยบอกครอบครัวไว้แล้วตั้งแต่ตอนตัดสินใจมาเรียนต่อว่า
ในอนาคตอยากทำงานที่ประเทศญี่ปุ่น
ดังนั้นคิดว่าครอบครัวจะเห็นด้วยกับการมุ่งสู่การทำความฝันให้เป็นจริงของดิฉัน

③ : ครับ ครอบครัวผมจะต้องยินดีด้วยอย่างแน่นอน ทุกคนมักเอกผมว่าให้ทำสิ่งที่อยากทำยิ่งกว่าที่ตั้งใจ ที่จังหวัดบ้านเกิดผมยังมีร้านของบริษัทด้วย
ทุกคนในครอบครัวรู้ดีว่าสินค้าของบริษัทน่าสนใจอย่างไร

A : กรุณานำเสนอตัวเองทีละคน
คนละประมาณ 1 นาที

① : ครับ อาจจะซ้ำกับที่พูดไปเมื่อสักครู่ แต่ผมคิดว่าจุดแข็งของตัวเองคือการมีความยืดหยุ่น
ดังนั้นกรณีที่เกิดเหตุการณ์ไม่คาดฝัน
หรือเรื่องราวไม่เป็นไปตามที่คาดหวัง
ก็สามารถยอมรับทั้งเรื่องดีและร้ายได้โดยจิตใจเย็น
ผมคิดว่าสิ่งสำคัญคือการรับมือกับเรื่องต่างๆ
อย่างมีสติ ไม่รู้สึกยินดียินร้ายมากเกินไป
การรับมืออย่างยืดหยุ่นยังสามารถเปลี่ยนจากลบเป็นบวกได้ด้วย ซึ่งเป็นสิ่งที่ผมได้เรียนรู้จากประสบการณ์ที่ผ่านมา
ที่มหาวิทยาลัยผมได้ศึกษาวิจัยเกี่ยวกับการกำกับดูแลกิจการของบริษัท ซึ่งคิดว่าจะเป็นประโยชน์ต่อการทำงานด้วยเช่นกัน

➡ ปริมาณสำหรับการพูด 1 นาที คือ 300 ตัวอักษร
ควรลองเขียนเนื้อหาด้วยตัวเองก่อน

A : Gia đình có tán thành việc bạn làm việc ở một doanh nghiệp Nhật Bản không?

① : Vâng. Gia đình tôi cũng tán thành việc tôi làm việc ở một doanh nghiệp Nhật Bản. Bố mẹ tin tưởng tôi nên tôi cũng có thể yên tâm tiến theo con đường mình mong muốn. Tôi nghĩ nếu tôi được vào quý công ty, gia đình tôi vốn là những người hâm mộ sản phẩm của quý công ty cũng sẽ vui lắm.

② : Vâng. Từ khi quyết định đi du học, tôi đã nói với gia đình là tương lai muốn làm việc ở Nhật Bản nên tôi nghĩ gia đình cũng sẽ tán thành việc tôi theo đuổi ước mơ của mình.

③ : Vâng, tất nhiên là gia đình tôi sẽ vui lắm. Gia đình tôi nói rằng việc tôi làm điều mình muốn là quan trọng nhất. Hơn nữa, ở quê hương tôi cũng có cửa hàng của quý công ty nên mọi người trong gia đình tôi biết rõ sức hấp dẫn của sản phẩm của quý công ty.

A : Từng người một hãy PR bản thân trong vòng 1 phút.

① : Vâng. Điều tôi sắp nói ra có thể sẽ bị trùng với những gì tôi nói lúc trước, nhưng điểm mạnh của tôi là sự linh hoạt. Khi những việc ngoài dự đoán hay trái với mong đợi xảy ra, dù đó là việc tốt hay xấu tôi đều có thể bình tĩnh đón nhận. Tôi cho rằng điều quan trọng là không dao động trước những điều hay dở để xử lý. Xử lý linh hoạt cũng có thể thay đổi điều tiêu cực thành tích cực. Đó là bài học tôi đã rút ra được từ kinh nghiệm từ trước đến giờ. Ở trường đại học tôi đã nghiên cứu về việc doanh nghiệp tuân thủ các quy định nên tôi nghĩ rằng mình cũng có thể đóng góp cả ở nghiệp vụ đó.

Lượng phát ngôn có thể nói ra trong một phút là khoảng 300 ký tự. Hãy tự mình viết thử trước.

応募者②： はい。私は小さい頃から日本のテレビ番組や漫画に触れていました。テレビ
まんが ふ
の声に合わせて、よくセリフをまねて言ったりしていました。そのおかげで
比較的発音は良くなったと思います。在学中に日本語能力試験のＮ１レベ
ざいがくちゅう
ルとビジネス日本語検定のＪ１を取得しました。また、４年間の留学生活を
しゅとく
通して、日本に対する理解が深まりました。私の強みは日本語と日本に対す
る理解だと思います。どうぞよろしくお願いいたします。

応募者③： はい。私が自信を持っているのは、広い視野と行動力です。国にいた時に比
しゃ
べて、複数の価値観や見方が理解できるようになり、共感力や相手の立場
ふくすう かちかん みかた きょうかんりょく たちば
に立った考え方ができるようになりました。このことは、より豊かな発想や
ゆた
斬新なアイディアを生み出す原動力になると思います。また、頭で考える
ざんしん げんどうりょく
だけではなく、それを目に見えるものに変えていく実行力、行動力も持っ
じっこうりょく
ています。自分が動くだけではなく、周囲を巻き込んで皆で作り上げる喜び
ま こ
を感じながら仕事を進めることが大切です。海外の現場などにおいても、そ
げんば
ういう面で御社に貢献できると思います。
おんしゃ こうけん

9

面接官 ： 今の自分を色で例えると何色ですか？　そう思う理由も教えてください。ど
めんせつかん たと
なたからでも結構です。
けっこう

応募者①： はい。私の今の色はオレンジ色だと思います。私の健康な身体と前向きな気
おうぼしゃ からだ
持ちを表していると思います。もう一つ、私はオレンジが大好きで毎日欠
あらわ か
かさず食べているからです。

応募者②： はい。私は白だと思います。白は上に様々な色を使って自由に描くことがで
さまざま えが
きます。今の私の心は真っ白で、将来の夢やビジョンをその白いキャンバ
ま しろ しょうらい
スに描いていきたいと思います。

応募者③： はい。緑です。日々落ち着いて生活できている今の状態に、ぴったりの色
みどり じょうたい
だと思います。

② : Ya. Sejak kecil saya sudah bersentuhan dengan acara TV Jepang atau kartun. Saya selalu menirukan ucapan yang ada di TV. Berkat itu lafal saya benjadi lebih baik lagi. Selama berada di Jepang saya bisa lulus Tes Kemampuan Berbahasa Jepang untuk N1, dan Tes Keterampilan Bahasa Jepang untuk Bisnis J1. Kemudian, setelah melalui masa studi selama 4 tahun, pemahaman terhadap Jepang semangkin meningkat. Oleh karena itu, kelebihan saya adalah kemampuan berbahasa Jepang dan pemahaman terhadap Jepang. Mohon dipertimbangkan.

③ : Yang menjadi kebanggan saya adalah kemampuan beraktifitas dan luasnya sudut pandang. Hal ini akan menjadi kekuatan dasyat untuk melahirkan ide-ide baru dan pemikiran segar. Kemudian, saya punya kemampuan mengubah dan merealisasikan sesuatu yang ada di dalam kepala menjadi sesuatu yang tampak di depan mata. Bukan hanya bekerja saja secara individu, tetapi juga bisa melibatkan diri untuk menciptakan suatu kegembiraan bersama ketika melakukan pekerjaan. Dengan hal ini, saya yakin dalam lapangan di luar negeri pun, saya bisa berkontribusi pada perusahaan anda.

9

A : Selanjutnya, kalau saja anda semua diumpamakan dengan warna, anda ini warna apa? Kemudian kemukakan pula alasannya! Mulai dari siapa saja boleh.

① : Ya. Kalau saya sekarang ini warna oranye. Karena menyatakan bahwa kesehatan saya dan perasaan saya sekarang ini menatap ke depan. Satu lagi alasannya, saya menyukai jeruk, sehingga setiap hari selalu memakannya.

② : Ya. Kalau saya warna putih. Warna putih bisa dijadikan dasar untuk melukis berbagai macam warna. Sekarang hati saya ini putih bersih, cita-cita ke depan dan visi saya ingin saya melukis di atas kanpas putih.

③ : Ya. Kalau saya hijau. Kondisi saya saat ini sangat sesuai, karena saya sedang dalam keadaan hidup dengan tenang setiap harinya.

---

② : ค่ะ ดิฉันได้สัมผัสกับรายการทีวี การ์ตูนของญี่ปุ่นตั้งแต่ตอนเด็กๆ และมักจะพูดเลียนแบบประโยคที่ได้ยินจาก โทรทัศน์ ทำให้การออกเสียงภาษาญี่ปุ่นค่อนข้างดี ขณะศึกษาอยู่ได้ผ่านการสอบวัดระดับภาษาญี่ปุ่น N1 และผ่านการสอบวัดระดับภาษาญี่ปุ่นธุรกิจ J1 การมาศึกษาต่อ 4 ปี ทำให้เข้าใจในประเทศญี่ปุ่น ลึกซึ้งขึ้น ดังนั้นจึงคิดว่าจุดแข็งของตัวเองคือความ สามารถทางภาษาญี่ปุ่น และความเข้าใจในประเทศญี่ปุ่น ขอฝากเนื้อฝากตัวด้วยค่ะ

③ : ครับ สิ่งที่ผมมีความมั่นใจคือมุมมองที่กว้างไกล กับความสามารถในการลงมือปฏิบัติ เปรียบเทียบกับตอนที่อยู่ในประเทศตัวเอง ผมเข้าใจทัศนคติและมุมมองที่หลากหลาย มีความรู้สึกร่วม และสามารถมองเรื่องราวต่างๆ ในจุดยืนของผู้อื่น ซึ่งผมคิดว่าสิ่งเหล่านี้เป็น พลังขับเคลื่อนไอเดียที่แปลกใหม่ และจินตนาการที่หลากหลาย นอกจากนี้ผมยังพร้อมที่จะลงมือ และปฏิบัติจริงเพื่อเปลี่ยนให้สิ่งที่คิด กลายเป็นรูปธรรมที่จับต้องได้ ทั้งนี้สิ่งสำคัญคือการดำเนินงานที่ดึงคนรอบ ข้างเข้ามามีส่วนร่วมในการสร้าง และร่วมยินดีไปพร้อมๆ กัน ไม่ใช่ทำงานลำพังเพียงคนเดียว การทำงานในต่างประเทศก็เช่นเดียวกัน ผมคิดว่าจะสามารถอุทิศตนให้กับบริษัทในด้าน นี้ได้

A : ถ้าเปรียบเทียบตัวเองตอนนี้กับสี จะเป็นสีอะไร กรุณาให้เหตุผลด้วยว่าทำไมถึง คิดเช่นนั้น เริ่มจากใครก่อนก็ได้ครับ

① : ครับ ผมคิดว่าตอนนี้ตัวเองเหมือนสีส้ม ซึ่งแสดงถึงสุขภาพร่างกายที่แข็งแรง และความคิดบวกของผม อีกอย่างคือผมกินส้มทุกวันเพราะชอบมากครับ

② : ค่ะ ดิฉันคิดว่าตัวเองเหมือนสีขาว สีขาวสามารถเขียนทับด้วยอิสระด้วยสีอื่นๆ ตอนนี้จิตใจของดิฉันเป็นสีขาวบริสุทธิ์ ดิฉันอยากวาดความฝันในอนาคต และโลกทัศน์ลงบนผ้าใบสีขาวนั้น

③ : สีเขียวครับ ซึ่งผมคิดว่าเป็นสีที่เหมาะจะแสดงถึงสภาพ ปัจจุบันที่สามารถดำเนินชีวิตได้อย่างสงบ สุขในทุกๆ วัน

---

② : Vâng. Từ nhỏ tôi đã tiếp xúc với các chương trình tivi và truyện tranh Nhật Bản. Tôi thường bám theo tiếng tivi để bắt chước lời thoại. Tôi nghĩ nhờ vậy mà phát âm của tôi trở nên tốt hơn. Trong thời gian học ở trường đại học, tôi đã đỗ cấp độ N1 kỳ thi năng lực tiếng Nhật và J1 kỳ thi kiểm định tiếng Nhật thương mại. Ngoài ra, qua cuộc sống du học 4 năm, tôi đã hiểu rõ hơn về Nhật Bản. Tôi cho rằng thế mạnh của tôi là hiểu tiếng Nhật và Nhật Bản. Tôi rất mong nhận được sự giúp đỡ của mọi người.

③ : Vâng. Tôi tự tin là có tầm nhìn xa và năng lực hành động. So với khi còn ở nước nhà, tôi đã hiểu được giá trị quan và cách nhìn đa dạng, có thể đồng cảm và đứng trên phương diện của đối phương để suy nghĩ. Tôi cho rằng điều này sẽ trở thành động lực để tạo ra những sáng kiến phong phú và ý tưởng mới lạ hơn. Ngoài ra, tôi không chỉ biết suy nghĩ trong đầu mà còn có năng lực thực hiện, năng lực hành động biến những suy nghĩ đó thành những thứ hữu hình. Điều quan trọng là vừa xúc tiến công việc, vừa cảm nhận được niềm vui khi không chỉ hành động một mình mà còn lôi cuốn được những người xung quanh cùng hoàn thành công việc. Tôi nghĩ rằng, ngay cả ở nước ngoài, tôi cũng có thể đóng góp được cho quý công ty ở phương diện này.

A : Nếu ví bản thân mình bây giờ với màu sắc, bạn sẽ là màu gì? Hãy cho tôi biết cả lý do bạn nghĩ vậy. Ai bắt đầu trước cũng được.

① : Vâng. Màu của tôi bây giờ là màu cam. Màu đó thể hiện cơ thể khỏe mạnh và tinh thần lạc quan của tôi. Còn một lý do nữa là tôi rất thích cam nên ngày nào cũng ăn.

② : Vâng. Tôi cho rằng mình là màu trắng. Có thể dùng nhiều màu sắc vẽ bất cứ điều gì bạn muốn lên trên màu trắng. Tâm hồn tôi bây giờ là một màu trắng tinh khiết, tôi muốn vẽ ước mơ của tương lai và tầm nhìn lên trên vải vẽ màu trắng đó.

③ : Vâng. Là màu xanh lục ạ. Tôi nghĩ là đó là màu phù hợp với hoàn cảnh của tôi bây giờ là có thể sống những ngày thư thái.

《就職》グループ面接
しゅうしょく

🔟

面接官　：最近の気になったニュースは何ですか➡⑤？
めんせつかん

応募者①：はい。先週、埼玉県で起きた、主婦の安易な行動によって車が電車に衝突し、
おうぼしゃ　　　　　　　　　　さいたまけん　　　　　　　　　　　あんい　　　　　　　　　　　　　　　しょうとつ
　　　　　一日中ダイヤが乱れてしまった事件が気になりました。気になったというよ
　　　　　　　　　　　みだ
　　　　　り、理解に苦しみます。踏切で待っている間に車を離れ、郵便物を投函する、
　　　　　　　　　　　　　　　　ふみきり　　　　　　　　　　　　はな　　ゆうびんぶつ　とうかん
　　　　　というリスキーな行動をしてしまう思考回路に違和感を覚えます。
　　　　　　　　　　　　　　　　　　　　　　しこうかいろ　　いわかん

応募者②：はい。やはりオリンピックのニュースです。国の選手の活躍はもちろん嬉し
　　　　　　　　　　　　　　　　　　　　　　　　　　　　　　かつやく
　　　　　いのですが、それよりももっと選手一人一人が厳しい練習に耐え、自分の持
　　　　　　　　　　　　　　　　　　　　　　　　　　　きび　　　　　　たえ
　　　　　つすべての力を出し切る姿に感動を覚えます。私も選手たちのように、仕
　　　　　　　　　　　　　　　すがた
　　　　　事を通じ自分の力を最大限に発揮できればと思います。
　　　　　　　　　　　　　さいだいげん　　はっき

応募者③：私はまだあちこちで続いている内戦のニュースです。物事を解決するの
　　　　　　　　　　　　　　　　　　　　　　　　　　　ものごと
　　　　　に、いまだに武力に頼るということに、悲しさを覚えます。自分をも含めて、
　　　　　　　　　　ぶりょく　たよ　　　　　　　　　　　　　　　　　　　　　ふく
　　　　　人間の弱さや難しさを感じます。
　　　　　　　　　　　むずか

POINT

➡⑤ 興味や関心事について、得た情報と感想をきちんと整理してわかりやすく答えましょう。

Wawancara kelompok ╱ การสัมภาษณ์กลุ่ม ╱ Phỏng vấn nhóm (tập thể)

10

A : Belakangan ini berita apa yang menjadi perhatian anda?

① : Ya. Kecelakaan kereta menabrak mobil di Provinsi Saita minggu lalu, sebagai akibat dari kelalaian seorang ibu rumah tangga, sehingga seharian kereta tidak jalan. Hal ini bukan menarik perhatian, tetapi lebih tepatnya dibilang susah dimengerti mengapa terjadi. Ketika sedang menunggu kereta lewat di depan, wanita itu meninggalkan mobilnya, hanya untuk memasukan surat ke dalam kotak surat, mengapa ia melakukan hal berbahaya semudah itu.

② : Ya. Bagi saya tentunya berita tentang olimpiade. Aksi para atlit dari negara tentunya sangat membahagiakan, tetapi yang lebih utama setiap atlit itu diberikan latihan yang ekstra keras, mereka dituntut untuk mengerahkan segenap kemampuannya, inilah yang mengharukan. Saya juga berharap bisa seperti para atlit itu untuk mengerahkan semua kemampuan dalam bekerja nanti.

③ : Perhatian saya terhadap berita peperangan sipil yang terjadi di mana-mana. Untuk memutuskan sesuatu hal saja, sampai menggantungkan diri pada senjata, sangat menyedihkan. Termasuk saya juga merasakan betapa lemah dan kompleksnya manusia ini.

A : ข่าวที่สนใจในตอนนี้คือข่าวอะไรครับ

① : ครับ ผมติดใจคดีซึ่งเกิดที่จังหวัดไซตามะ เมื่อสัปดาห์ที่แล้ว ที่รถยนต์ชนกับรถไฟ จากพฤติกรรมที่เลินเล่อของแม่บ้านคนหนึ่ง ทำให้ตารางเดินรถรวนไปทั้งวัน คงต้องบอกว่าผมไม่อาจเข้าใจได้ มากกว่าจะพูดว่าแปลกใจ ผมรู้สึกแปลกใจกับ ความคิดของแม่บ้านที่ทำเรื่องเสี่ยงโดยลงจาก รถขณะรอรถไฟ เพื่อไปหยอนจดหมาย ลงตู้ไปรษณีย์

② : ค่ะ คงหนีไม่พ้นข่าวกีฬาโอลิมปิก ดิฉันรู้สึกภูมิใจกับการทำหน้าที่ของ นักกีฬาซึ่งเป็นตัวแทนของประเทศ แต่ยิ่งไปกว่านั้นคือ รู้สึกประทับใจที่ นักกีฬาแต่ละคนอดทนกับการฝึกฝนอย่างหนัก และพยายามแข่งสุดความสามารถของตัวเอง ดิฉันก็หวังว่าในการทำงาน จะแสดงความสามารถของตัวเองได้อย่าง เต็มที่เช่นเดียวกับเหล่านักกีฬา

③ : ข่าวสงครามกลางเมืองที่ยังมีอยู่ต่อเนื่องใน หลาย ๆ พื้นที่ค่ะ ดิฉันรู้สึกเศร้าใจที่ปัจจุบันยังมีการใช้อำนา จทหารในการแก้ปัญหาต่าง ๆ ทำให้รู้ถึงความอ่อนแอ และความยากของมนุษย์ซึ่งรวมถึงตัวเองด้วย

A : Tin tức gần đây các bạn quan tâm là gì?

① : Vâng. Tôi quan tâm đến vụ việc xảy ra ở tỉnh Saitama tuần trước là một chiếc xe ô tô đâm vào tàu điện do sự bất cẩn của người phụ nữ lái xe, làm lịch trình đường sắt bị đảo lộn suốt một ngày. Nói đúng ra là tôi không thể hiểu nổi hơn là quan tâm. Tôi thấy lạ với kiểu suy nghĩ dẫn tới hành động nguy hiểm là rời khỏi xe khi đang đợi ở nơi chắn tàu để bỏ bưu phẩm.

② : Vâng. Là tin tức Olympic ạ. Tôi tất nhiên là vui với thành công của các vận động viên nước nhà nhưng hơn cả điều đó là tôi cảm động trước hình ảnh từng vận động viên vượt qua những đợt huấn luyện hà khắc, dốc hết tất cả sức mình của mình. Tôi cũng mong muốn có thể phát huy tối đa khả năng của mình thông qua công việc, giống như các vận động viên.

③ : Tôi quan tâm đến những tin tức về các cuộc nội chiến vẫn đang diễn ra ở khắp nơi. Tôi cảm thấy buồn vì con người vẫn dựa vào vũ lực để giải quyết vấn đề. Tôi cảm thấy sự yếu đuối và khó khăn của con người, trong đó có bản thân mình.

➡⑤ Terhadap hal-hal yang berhubungan dengan minat atau perhatian kita, kita harus menyusun dengan baik antara informasi yang diperoleh dengan kesan kita, sehingga bisa menyampaikan secara mudah dipahami.

การพูดถึงความสนใจ หรือเรื่องที่กำลังให้ความสนใจ ควรนำข้อมูล หรือความคิดเห็นที่ได้รับมาเรียบเรียงให้เป็นระบบ และตอบให้เข้าใจง่าย

Hãy hệ thống hóa lại một cách kỹ càng những thông tin và cảm nhận có được để trả lời một cách dễ hiểu về sở thích và các vấn đề mình quan tâm.

🕚

面接官　　：5年後、あなたはどうなっていたいですか？
めんせつかん

応募者①：はい。御社の市場開発に関する部署に所属し、そこで自分の力を最大限に
おうぼしゃ　　　おんしゃ　しじょう　　　　　　ぶしょ　しょぞく　　　　　　　　　　　　　　さいだいげん
　　　　　　発揮して、御社の製品をより多くの人々に提供することに、エネルギーを
　　　　　　はっき　　　せいひん　　　　　　　　　ていきょう
　　　　　　注いでいたいと思います。
　　　　　　そそ

応募者②：はい。御社の社員教育に携わっていたいと思います。あるいは、できれば
　　　　　　　　　おんしゃ　　　　　たずさ
　　　　　　店長資格を取得し、管理業務を任されるまでになっていたいとも考えてい
　　　　　　しかく　しゅとく　　かんりぎょうむ　まか
　　　　　　ます。

応募者③：はい。私は御社の海外での店舗の立ち上げに関わっていたいです。未知の現
　　　　　　　　　　　　　　　　てんぽ　　　　　かか　　　　　　　みちげん
　　　　　　場で、実際に何かを作り上げていく経験を積んでいき、将来のより責任あ
　　　　　　ば　じっさい　　　　　つ　　　　　　　　　しょうらい
　　　　　　る仕事の礎にしたいと思っています。
　　　　　　　いしずえ

Wawancara kelompok / การสัมภาษณ์กลุ่ม / Phỏng vấn nhóm (tập thể)

Unit 3-1

11

A : Setelah 5 tahun nanti, anda semua ingin jadi seperti apa?

① : Ya. Saya memiliki salah satu devisi dari perusahaan anda yang bergerak pada pengembangan pemasaran, di situ saya dapat mengerahkan segenap kemampuan diri, serta dapat mengerahkan energi saya untuk menyalurkan produk perusahaan anda kepada konsumen yang lebih banyak lagi.

② : Ya. Saya kira sudah mengelola bagian pengembangan staf dan karyawan perusahaan anda. Atau, kalau bisa memiliki kemampuan untuk menjadi pimpinan toko, bahkan bisa menjadi yang bertanggung jawab atas pengaturan tugas kerja.

③ : Ya. Saya ingin berperan dalam mendirikan cabang perusahaan anda di luar negeri. Tempatnya belum diketahui secara pasti, apa yang saya perbuat, yang jelas saya akan mengumpulkan pengalaman sebagai bekal untuk menjalankan tugas di masa mendatang.

A : 5 ปีหลังจากนี้ อยากจะทำอะไรครับ

① : ครับ
อยากอยู่ที่บริษัทนี้โดยสังกัดแผนกที่เกี่ยวข้องกับการพัฒนาการตลาด ใช้ความสามารถของตัวเองที่มีอยู่ให้เต็มที่ และทุ่มเทให้กับการทำให้ผลิตภัณฑ์ของบริษัทเป็นที่รู้จักของคนทั่วไปให้มากขึ้น

② : ค่ะ คิดว่าอยากมีส่วนเกี่ยวข้องกับการพัฒนาบุคลากรของบริษัทนี้ หรือถ้าเป็นไปได้ก็อยากสอบให้ได้คุณวุฒิ ผู้จัดการร้าน และพยายามปฏิบัติหน้าที่ เพื่อที่จะได้รับมอบหมายให้ทำงานด้านการบริหาร

③ : ครับ ผมอยากมีส่วนเกี่ยวข้องกับการจัดตั้งร้านใหม่ในต่างประเทศของบริษัทนี้ อยากสั่งสมประสบการณ์จริงที่จะสร้างอะไรบางอย่างในพื้นที่ที่ไม่คุ้นเคย เพื่อเป็นพื้นฐานในการปฏิบัติงานที่ต้องรับผิดชอบสูงต่อไปในอนาคต

A : 5 năm nữa, bạn muốn trở thành người thế nào?

① : Vâng. Tôi muốn trở thành nhân viên thuộc bộ phận phát triển thị trường của quý công ty, ở đó tôi sẽ phát huy tối đa năng lực của bản thân, dốc sức lực vào việc cung cấp sản phẩm của quý công ty tới với nhiều khách hàng hơn.

② : Vâng. Tôi muốn tham gia vào hoạt động đào tạo nhân viên của quý công ty. Hoặc, nếu có thể được tôi cũng muốn lấy được chứng chỉ phụ trách cửa hàng, được giao nghiệp vụ quản lý.

③ : Vâng. Tôi muốn tham gia vào việc mở cửa hàng ở nước ngoài của quý công ty. Tôi muốn tích lũy kinh nghiệm thực tế gây dựng một dự án nào đó tại một địa bàn mới lạ, lấy đó làm nền tảng cho công việc với trách nhiệm lớn hơn trong tương lai.

就職面接∷グループ面接

Unit 3-1	《就職》グループディスカッション	27

■ グループディスカッション

1 ディスカッション開始前 ·························

面接官 ：10分後にグループディスカッションを行います。それまで、今しばらくお
　　　　待ちください。

田　中 ：こんにちは。今日はどうぞ、よろしくお願いします。

キ　ム ：こんにちは。こちらこそよろしくお願いします。

ボ　ブ ：こんにちは。一緒に協力しましょう。

田中／キム：ええ、そうですね。よろしくお願いします。

2 役割分担決め ·······························

面接官 ：それでは、今日は「学生と社会人の違いは何か」というテーマで40分間、グ
　　　　ループで話し合ってください。そして、グループの結論を、どなたか代表者
　　　　の方に3分以内で発表してもらいます。それでは、始めてください。

田　中 ：はい。では、一人ずつ簡単に自己紹介して、司会とタイムキーパーと発表
　　　　者を決めていきましょうか。

キム／ボブ：はい。

田　中 ：はい。私は桜山大学外国語学部4年の田中新之助と申します。もしよければ、
　　　　私、司会を担当しましょうか。

キム／ボブ：はい。よろしくお願いします。

キ　ム ：こんにちは。キム・ハヨンと申します。地球市民大学経済学部の4年生です。
　　　　では、私はタイムキーパーを担当しましょうか。

田中／ボブ：はい。よろしくお願いします。

ボ　ブ ：えー、首都中央大学法学部4年のボブ・ヒルです。それでは、私は報告を
　　　　担当させていただきます。

田中／キム：はい。よろしくお願いします。

94

Diskusi kelompok / การอภิปรายกลุ่ม / Thảo luận nhóm

就職面接：グループディスカッション

| A=Pewawancara B=Tanaka | A= ผู้สัมภาษณ์ B= ทานากะ | A= Người phỏng vấn B=Tanaka |
| C=Kim D=Bob | C= คิม D= บอบ | C=Kim D=Bob |

| **Diskusi kelompok** | **การอภิปรายกลุ่ม** | **Thảo luận nhóm** |

1 Sebelum diskusi kelompok | **ก่อนเริ่มอภิปราย** | **Trước khi bắt đầu thảo luận**

A : Sepuluh menit lagi ada dilaksanakan diskusi kelompok. Tunggu sebentar lagi!
A : อีก 10 นาทีจะเริ่มการอภิปรายกลุ่ม กรุณาคอยอีกสักครู่
A : 10 phút nữa chúng ta sẽ tiến hành thảo luận nhóm. Trước khi bắt đầu, xin các bạn hãy đợi một chút.

B : Selamat siang. Terima kasih untuk hari ini.
B : สวัสดีครับ ยินดีที่ได้รู้จักครับ
B : Chào các bạn. Hôm nay rất mong sự giúp đỡ của các bạn

C : Selamat siang. Sama-sama.
C : สวัสดีค่ะ ยินดีที่ได้รู้จักเช่นกันค่ะ
C : Chào các bạn. Tôi cũng rất mong được các bạn giúp đỡ.

D : Selamat siang. Mari kita kerja sama!
D : สวัสดีครับ เรามาร่วมมือกันนะครับ
D : Chào các bạn. Chúng ta hãy cùng hợp tác nhé.

B/C : Ya, baik. Terima kasih.
B/C : ครับ/ค่ะ ขอฝากเนื้อฝากตัวด้วยค่ะ
B/C : Đúng đấy. Rất mong được sự hỗ trợ của các bạn.

---

2 Menentukan peran masing-masing | **การกำหนดบทบาท** | **Phân công nhiệm vụ**

A : Baik, hari ini hari ini kita akan diskusi kelompok selama 4 0 menit, dengan tema 'Perbedaan antara mahasiswa dan masyarakat'. Kemudian, hasilnya disampaikan oleh seseorang sebagai wakilnya dalam waktu kurang dari 3 menit. Silahkan mulai!
A : วันนี้จะให้ทุกคนอภิปรายกลุ่มในหัวข้อ "นักศึกษากับคนทำงานต่างกันอย่างไร" เป็นเวลา 40 นาที จากนั้นให้ใครสักคนเป็นตัวแทนในการนำเสนอข้อสรุปของกลุ่มในเวลาไม่เกิน 3 นาที เอาละ เริ่มได้ครับ
A : Hôm nay các bạn hãy tiến hành thảo luận theo nhóm với chủ đề "Sự khác nhau giữa sinh viên và người đi làm là gì", trong vòng 40 phút. Sau đó, đại diện của nhóm sẽ phát biểu kết luận của nhóm mình trong vòng 3 phút. Các bạn hãy bắt đầu.

B : Ya. Baik, pertama-tama kenalan diri masing-masing, kemudian kita tentukan siapa moderator, pencatat waktu, dan presenternya!
B : ครับ ก่อนอื่นให้แต่ละคนแนะนำตัวเองสั้น ๆ แล้วค่อยกำหนดพิธีกร คนจับเวลา และคนนำเสนอ ดีไหมครับ
B : Vâng. Trước hết, từng người hãy tự giới thiệu ngắn gọn về bản thân, sau đó sẽ chọn người điều hành, thư ký và người báo cáo nhé.

C/D : Baik.
C/D : ค่ะ/ครับ
C/D : Đồng ý.

B : Ya. Saya Tanaka Shinnosuke mahasiswa tingkat 4 di jurusan bahasa asing Universitas Sakurayama. Kalau boleh, saya minta jadi moderatornya.
B : ครับ ผมชื่อชินโนะสุเกะ ทานากะ เป็นนักศึกษาชั้นปีที่ 4 คณะภาษาต่างประเทศ มหาวิทยาลัยซากุระยามะ ผมรับหน้าที่พิธีกรดีไหมครับ
B : Vâng. Tôi là Tanaka Shinnosuke, sinh viên năm thứ 4 Khoa Ngoại ngữ, trường Đại học Sakurayama. Nếu các bạn đồng ý, tôi sẽ làm người điều hành nhé.

C/D : Ya. Senang jumpa dengan anda.
C/D : ค่ะ/ครับ รบกวนด้วยค่ะ
C/D : Vâng. Chúng tôi rất mong được bạn hỗ trợ.

C : Selamat siang. Saya Kim Ha Yon, mahasiswa tingkat 4 jurusan manajemen Universitas Chikyushimin. Baik, saya minta jadi pencatat waktu saja.
C : สวัสดีค่ะ ดิฉันชื่ออะยง คิม เป็นนักศึกษาชั้นปีที่ 4 คณะเศรษฐศาสตร์ มหาวิทยาลัยคิว ชิมินค่ะ ถ้าเช่นนั้นดิฉันจะรับหน้าที่เป็นคนจับเวลาค่ะ
C : Chào các bạn. Tôi là Kim Hayon, là sinh viên năm thứ 4 Khoa Kinh tế trường Đại học Công dân toàn cầu. Vậy, tôi sẽ làm thư ký nhé.

B/D : Senang berkenalan dengan anda.
B/D : ครับ รบกวนด้วยครับ
B/D : Vâng. Chúng tôi rất mong được bạn hỗ trợ.

D : Emm... saya Bob Hill, mahasiswa tingkat 4 jurusan ilmu hukum Universitas Shutochuo. Saya yang menjadi presenter nanti.
D : เออ ผมชื่อบ๊อบ ฮิล อยู่ชั้นปี 4 คณะนิติศาสตร์มหาวิทยาลัยชูโตะ จูโอ ถ้าเช่นนั้นผมจะรับหน้าที่รายงานครับ
D : Ừm, tôi là Bob Hill, sinh viên năm thứ 4, Khoa luật trường Đại học Trung tâm Thủ đô. Tôi xin phép làm người báo cáo.

B/C : Senang berkenalan dengan anda.
B/C : ครับ/ค่ะ รบกวนด้วยครับ
B/C : Vâng. Chúng tôi rất mong được bạn hỗ trợ.

《就職》グループディスカッション

---

3 司会者：議論の方向を示す ‥‥‥‥‥‥‥‥‥

田　中　：それでは、「学生と社会人の違いとは何か」ということで今から話したいと
　　　　　思います。どうぞよろしくお願いします。まず、学生と社会人の「違い」に
　　　　　ついて話す前に、「学生」とはどんな存在か、「社会人」とはどんな存在かに
　　　　　ついて話してはどうかと思いますが、どうですか➡⑥。

キ　ム　：いいですね。ではそれぞれの定義についてまず確認しましょうか。

ボ　ブ　：あの、すみません。それぞれの定義について話すことは、賛成なのですが、
　　　　　経済的な視点とか、責任という視点とか、的を絞ってそれぞれの定義につい
　　　　　て話してはどうでしょうか。

田　中　：ああ、いいアイディアですね！

キ　ム　：ええ。効率的ですね。

---

4 タイムキーパー：提案 ‥‥‥‥‥‥‥‥‥‥‥‥

キ　ム　：残り時間10分です。そろそろまとめに入ったほうが良さそうですね。あの、
　　　　　そこで提案ですが、もうだいたい「学生」と「社会人」の違いは出たと思いま
　　　　　す。この違いを、分類できないかなと思ったんですが。例えば…

👆POINT

➡⑥ 提案や反対意見を言う際、「（〜と思いますが）どうですか」と疑問文で終えると、印象がや
　　わらかく協調性があると評価されます。

Diskusi kelompok / การอภิปรายกลุ่ม / Thảo luận nhóm

A=Pewawancara B=Tanaka	A= ผู้สัมภาษณ์ B= ทานากะ	A= Người phỏng vấn B=Tanaka
C=Kim D=Bob	C= คิม D= บอบ	C=Kim D=Bob

3 Moderator: memandu arahan beragrgumen

B : Baik, kita mulai membicarakan tentang 'apa perbedaan antara mahasiswa dan masyarakat biasa'. Kita mulai. Pertama-tama, sebelum membahas 'perbedaan' antara mahasiswa dan masyarakat, bagaimana kalau kita bahas dulu apa itu 'mahasiswa', dan apa itu 'masyarakat'?

C : Baiklah. Kita mulai dari defenisi masing-masing.

D : Em… maaf, saya setuju dengan membahas defenisinya masing-masing, tetapi bagaimana kalau kita bahas dari sudut ekonomi, atau sudut tanggung jawab sehingga menjadi lebih sempit lagi?

B : Ya, ya, ide yang bagus!

C : Ya, akan lebih efektif ya.

4 Pencatat waktu: Saran

C : Sisanya tinggal 10 menit lagi. Sebaiknya segera kita simpulkan. Dan… ada sedikit saran, memang masalah 'mahasiswa' dan 'masyarakat' umumnya sudah jelas. Apakah perbedaan ini bisa diklasifikasikan lagi, misalnya….

พิธีกร : กำหนดแนวทางการอภิปราย

B : ถ้าเช่นนั้น ขอเริ่มการพูดคุยในหัวข้อ "นักศึกษากับคนทำงานต่างกันอย่างไร" ตั้งแต่บัดนี้เลยนะครับ แต่ก่อนที่เราจะเริ่มพูดคุยเกี่ยวกับ "ความแตกต่าง ระหว่างนักศึกษากับคนทำงาน" เราจะคุยกันก่อนว่า "นักศึกษา" หมายถึงอะไร และ "คนทำงาน" หมายถึงอะไร ดีไหมครับ

C : ดีค่ะ ถ้างั้นก่อนอื่นเรามาตรวจสอบ คำจำกัดค วามของสองคำนี้ดีไหมคะ

D : เออ ขอโทษครับ ผมเห็นด้วยที่เราจะคุยกัน เกี่ยวกับความหมายของแต่ละคำ แต่เราจะกำหนดขอบเขตว่าเป็นมุมมอง ด้านไหน เช่นด้านเศรษฐกิจ ด้านความรับผิดชอบเป็นต้น ดีไหมครับ

B : เป็นความคิดที่ดีครับ

C : ค่ะ การพูดคุยจะได้มีประสิทธิภาพ

คนจับเวลา : การเสนอแนะ

C : เหลือเวลาอีก 10 นาทีค่ะ น่าจะต้องเริ่มสรุปผลการอภิปรายได้แล้วค่ะ เออ..ดิฉันมีข้อเสนอแนะค่ะ ตอนนี้เรารู้ความแตกต่างระหว่าง "นักศึกษา" กับ "คนทำงาน" แล้ว เราน่าจะแบ่งประเภทความแตกต่างนี้ได้ นะคะ ตัวอย่างเช่น...

Người điều hành: Nêu hướng thảo luận

B : Bây giờ tôi muốn chúng ta cùng thảo luận về "Sự khác nhau giữa sinh viên và người đi làm là gì". Rất mong nhận được sự hợp tác của các bạn. Đầu tiên, trước khi bàn về "sự khác nhau" giữa sinh viên và người đi làm, chúng ta hãy nói về "sinh viên" là những người như thế nào, "người đi làm" là những người như thế nào, các bạn nghĩ sao?

C : Ý kiến rất hay. Vậy trước hết, chúng ta hãy cùng xác nhận về định nghĩa của mỗi khái niệm nhé.

D : Xin lỗi. Tôi đồng ý với việc sẽ nói về định nghĩa của mỗi khái niệm, nhưng liệu chúng ta có thể thu hẹp phạm vi như là xét trên phương diện kinh tế hay xét trên phương diện trách nhiệm chẳng hạn, để nói về định nghĩa của mỗi khái niệm, được không nhỉ?

B : Đồng ý, ý kiến rất hay!

C : Ừ. Như thế sẽ hiệu quả nhỉ.

Đề xuất

C : Thời gian còn lại là 10 phút. Tôi nghĩ chúng ta nên vào phần tổng kết được rồi. Ừm, tôi đề xuất thế này, chúng ta đã nêu ra được những điểm khác nhau giữa "sinh viên" và "người đi làm". Nhưng tôi nghĩ, liệu có thể phân loại những điểm khác nhau này. Chẳng hạn...

➡⑥ Pada saat kita menyampaikan saran atau pendapat yang berlawanan, jika disampaikan dengan ungkapan '(～と思いますが) どうですか' (menurut saya……, bagaimana menurut anda?) yang diakhiri dengan bentuk kalimat tanya, akan dinilai bahwa kita menyampaikannya dengan lunak dan kita kooperatif dengan mereka.

การพูดให้ข้อเสนอแนะ หรือแสดงความเห็นคัดค้าน ควรใช้สำนวน 「(～と思いますが) どうですか」 "ฉันคิดว่า.. เห็นด้วยไหมคะ" ซึ่งจะทำให้ผู้ฟังนุ่มนวล และรู้สึกว่าผู้พูดมีความประณีประณอม

Khi đưa ra đề xuất và ý kiến phản đối, nếu kết thúc bằng câu hỏi "(～と思いますが) どうですか" sẽ được đánh giá là nhẹ nhàng, có tinh thần hợp tác.

《就職》グループディスカッション

5 報告者の発言

面接官 ： それでは、今から3分以内で協議した内容を発表していただきます。第1
　　　　 グループからお願いします。

ボ　ブ ： はい。ボブ・ヒルと申します。それでは、今から私たちのグループで協議
　　　　 したことを発表したいと思います。私たちのグループでは、大きく3つの視
　　　　 点から学生と社会人の違いについて考えました。「責任」、「評価」、「成長」、
　　　　 この3つです。　（つづく・・・）

➡ グループディスカッションで困ったとき

知らない言葉が出てきたとき・・・・・・・・・・・・・・・・・・・・・・

A：すみません。テーマにある「BOPビジネス」について私はよく知らないので
　　すが、どなたか簡単に教えていただけませんか。

話についていけないとき・・・・・・・・・・・・・・・・・・・・・・・・・

A：すみません。今、いろいろな意見が出ていますが、ちょっと一旦、みんなで
　　整理してみませんか。

決められないとき・・・・・・・・・・・・・・・・・・・・・・・・・・・・

A：時間も限られているので、まず「何をするか」について考えて、次に「どのよ
　　うにするか」について考えてはどうでしょうか。

Diskusi kelompok / การอภิปรายกลุ่ม / Thảo luận nhóm

A=Pewawancara	B=Tanaka
C=Kim	D=Bob

A= ผู้สัมภาษณ์	B= ทานากะ
C= คิม	D= บอบ

A= Người phỏng vấn	B=Tanaka
C=Kim	D=Bob

5 Pernyataan dari pelapor

A : Baik, saya minta presentasikan hasil keputusan bersama maksimal 3 menit! Saya minta mulai dari kelompok 1.

D : Baik, Nama saya Bob Hill. Saya akan melaporkan hasil kesepakatan dari diskusi kelompok kami. Dalam kelompok saya masalah 'mahasiswa' dan 'masyarakat' dilihat dari tiga sudut pandang, yaitu 'tanggung jawab', 'penilaian', dan 'pertumbuhan'. (berlanjut....)

การแสดงความคิดเห็นของผู้รายงาน

A : เอาละ อีก 3 นาทีขอให้ทุกกลุ่มรายงานเนื้อหาที่ได้อภิปรายกัน ขอเชิญกลุ่มที่ 1 ก่อนครับ

D : ครับ ผมชื่อบอบ ฮิลครับ จะขอรายงานเรื่องที่ได้อภิปรายในกลุ่มของผมครับ กลุ่มของผมได้พูดคุยเกี่ยวกับความแตกต่างระหว่างนักศึกษากับคนทำงานจากมุมมองต่าง ๆ 3 ด้าน ได้แก่ "ความรับผิดชอบ" "การประเมิน" และ "การเติบโต" (มีต่อ...)

Phát ngôn của người báo cáo

A : Bây giờ mỗi nhóm sẽ phát biểu nội dung đã thảo luận trong vòng 3 phút. Mời nhóm 1.

D : Vâng. Tôi là Bob Hill. Sau đây, tôi xin trình bày nội dung đã thảo luận của nhóm chúng tôi. Nhóm chúng tôi đã suy nghĩ về sự khác nhau giữa sinh viên và người đi làm dựa trên 3 tiêu chí lớn. Đó là 3 tiêu chí "trách nhiệm", "đánh giá", "trưởng thành". (tiếp tục...)

Saat mengalami kesulitan ketika diskusi kelompok

Saat muncul kosakata yang tidak dipahami

A : Maaf. Tentang 'Bisnis BOP' yang terdapat dalam tema, saya tidak begitu paham, adakah seseorang mau menjelaskan dengan singkat?

Saat tidak bisa mengikuti pembicaraan

A : maaf, Barusan muncul berbagai pendapat, tetapi bisakan difokuskan pada satu hal?

Saat tidak bisa diputuskan

A : Karena waktunya terbatas, bagaimana kalau dimulai dari pikirkan 'apa yang akan dilakukan', lalu 'bagaimana caranya'?

เมื่อเกิดปัญหาขณะอภิปรายกลุ่ม

เมื่อมีคำศัพท์ที่ไม่รู้ความหมาย

A : ขอโทษนะคะ ดิฉันไม่ค่อยเข้าใจคำว่า "ธุรกิจ BOP" ในหัวข้ออภิปราย ใครช่วยอธิบายให้ฟังหน่อยได้ไหมคะ

เมื่อฟังตามไม่ทัน

A : ขอโทษค่ะ ตอนนี้เราได้ความเห็นที่หลากหลายแล้ว เราลองมาสรุปกันสักครั้งดีไหมคะ

เมื่อไม่สามารถตัดสินใจได้

A : เนื่องจากเวลาจำกัด ก่อนอื่นเรามาคิดว่า "จะทำอะไร" จากนั้นค่อยคิดต่อว่า "จะทำอย่างไร" ดีไหมคะ

Khi khó khăn trong thảo luận nhóm

Khi xuất hiện những từ mình không biết

A : Tôi xin lỗi. Tôi không biết rõ về "BOP bizness" trong chủ đề. Ai đó có thể giải thích ngắn gọn giúp tôi được không?

Khi không theo kịp thảo luận

A : Tôi xin lỗi. Bây giờ các bạn đang đưa ra rất nhiều ý kiến, vậy sao chúng ta không thử tổng hợp lại các ý kiến đó nhỉ?

Khi không thể quyết định

A : Vì thời gian có hạn nên trước hết hãy nghĩ "Làm cái gì" rồi tiếp theo hãy nghĩ "Làm như thế nào", có được không?

Unit

3-1

就職面接::グループディスカッション

個人面接❶：自己PR

個人面接では、あなたの長所・短所、学業、学業以外のこと、将来の目標、技術・能力、関心事などを聞かれ、また自己PRを求められることがよくあります。自分がこの企業でいきいきと働くことができ、貢献できる人材であることをアピールしましょう。そのためには、以下のことに注意しましょう。

❶ 質問を受けたら、①結論、②根拠（経験などのエピソード）、③結論の順で述べると効果的です。

❷ 長所は一つに絞り、具体的なエピソードを交えて話しましょう。

❸ 短所は、「コミュニケーションが下手」「わがまま」のような、仕事上致命的なものは避けます。短所ではあるけれども、時には長所にもなり得ることを言いましょう。

❹ 短所を答える際は、必ず、改善するためにどんな努力をしているかを具体的に加えましょう。

❺ 学生時代に力を入れたことを話すときは、努力したこと、成長したことを具体的な体験を元に述べましょう。自分だけの成長エピソードを語ることが大切です。

❻ 履歴書やエントリーシートに書いたことと矛盾しないように、履歴書などは必ずコピーをとっておきましょう。履歴書に書いたことを話し言葉で語れると非常に効果的です。

Dalam wawancara perorangan biasanya ditanya tentang kelebihan dan kekurangan diri, prestasi akademik, dan hal-hal lain di luar perstasi akademik, sasaran ke depan, kemampuan dan penguasaan teknologi, minat dan perhatian, bahkan diminta untuk menunjukkan apresiasi diri. Tunjukkan bahwa kita akan mampu bekerja di perusahaan ini dengan baik, dan merupakan sosok yang bisa memberikan kontribusi untuk perusahaan. Untuk itu, perlu diperhatikan beberapa hal berikut.

❶ Setelah mendengar pertanyaan, akan lebih efektif jika kita jawab dengan urutan ① simpulan, ② dasarnya (pengalaman dan anekdot), dan ③ simpulan.

❷ Dalam menyampaikan kelebihan diri jadikan satu poin, kemudian disampaikan secara konkret melalui berbagai argumen atau anekdot.

❸ Dalam menyampaikan kelemahan diri hindari hal-hal yang akan menghambat kelangsungan pekerjaan, seperti 'tidak bisa berkomunikasi', 'egois' dan sebagainya. Sampaikan bahwa kita memiliki kelemahan tetapi memungkinkan untuk diubah menjadi suatu kelebihan.

❹ Pada saat menjawab tentang kelemahan diri tambahkan pula secara konkret upaya yang bisa dilakukan untuk mengubahnya sehingga menjadi suatu kelebihan.

❺ Pada saat menyampaikan kegiatan yang dibanggakan saat menjadi mahasiswa, utarakan apa yang telah diupayakan, kemudian bagaimana pertumbuhannya, dengan pengalaman yang nyata. Perlu pula menyampaikan cerita tentang pertumbuhan atau kemajuan diri sendiri.

❻ Dokumen seperti riwayat hidup dan riwayat pendidikan sebaiknya dicopy buat arsip, sehingga tidak terjadi kontradiksi dengan apa yang disampaikan dalam wawancara nanti. Jika anda menulis daftar riwayat hidup dengan bahasa lisan akan membantu dengan efektif.

ในการสัมภาษณ์เดี่ยว คุณจะถูกตั้งคำถามเกี่ยวกับข้อดี ข้อเสียของตัวเอง การเล่าเรียน กิจกรรมอื่น ๆ นอกจากการเรียน เป้าหมายในอนาคต ความเชี่ยวชาญ ความสามารถต่าง ๆ เรื่องที่สนใจเป็นต้น นอกจากนี้ ส่วนใหญ่ต้องนำเสนอตัวเองด้วยเช่นกัน ในกรณีนี้ควรดึงดูดความสนใจโดยแสดงให้เห็นความกระตือรือร้นที่จะ ทำงาน และมีความสามารถที่จะทำประโยชน์ให้กับบริษัทได้ ซึ่งมีประเด็นที่ต้องระวังดังต่อไปนี้

❶ เมื่อได้รับคำถาม การตอบเป็นลำดับโดยเริ่มจาก 1. ข้อสรุป 2. เหตุผล (เรื่องเล่าจากประสบการณ์จริง)
3. ข้อสรุป จะทำให้ตอบคำถามได้อย่างมีประสิทธิภาพ

❷ ควรเลือกพูดถึงข้อดีเพียงข้อเดียว โดยนำเสนอไปพร้อม ๆ กับสอดแทรกเรื่องราวที่เป็นรูปธรรม

❸ หลีกเลี่ยงการพูดถึงข้อเสียที่ส่งผลเสียต่อการทำงาน เช่น "สื่อสารไม่เก่ง" "เอาแต่ใจตัวเอง"
แต่ควรพูดถึงข้อเสียที่ในบางครั้งก็ถือว่าเป็นข้อดีได้

❹ เวลาพูดถึงข้อเสีย ควรเพิ่มเติมอย่างเป็นรูปธรรมว่าพยายามแก้ไขข้อเสียนั้นอย่างไร

❺ เวลาพูดถึงสิ่งที่ให้ความสำคัญตอนเรียน
ควรพูดเกี่ยวกับสิ่งที่พยายาม เรื่องที่ทำให้ตัวเองพัฒนาขึ้นอย่างเป็นรูปธรรมโดยมีประสบการณ์เป็นพื้นฐาน
การพูดถึงเรื่องราวการพัฒนาของตัวเองเป็นสิ่งสำคัญ

❻ ควรถ่ายสำเนาประวัติส่วนตัวเก็บไว้ด้วย เนื้อหาที่พูดจะได้ไม่ขัดแย้งกับประวัติส่วนตัว หรือใบสมัคร
การพูดถึงเรื่องที่เขียนไว้ในประวัติส่วนตัวอีกครั้ง จะช่วยเพิ่มประสิทธิภาพในการสัมภาษณ์

Trong các buổi phỏng vấn cá nhân, bạn thường được hỏi về ưu, nhược điểm của bản thân, tình hình học tập, những vấn đề ngoài tình hình học tập, mục tiêu của tương lai, kỹ năng, năng lực, vấn đề quan tâm v.v.. và được yêu cầu thể hiện bản thân. Hãy thể hiện rằng bạn có thể làm việc hăng say tại doanh nghiệp này và bạn là nhân lực có thể cống hiến cho doanh nghiệp.

❶ Khi được hỏi, nếu trình bày theo thứ tự ①Kết luận, ② Dẫn chứng (Những câu chuyện về trải nghiệm của bản thân v.v..), ③ Kết luận, thì sẽ có hiệu quả.

❷ Hãy tập trung trình bày một ưu điểm với một câu chuyện cụ thể.

❸ Hãy tránh đề cập tới những nhược điểm mang tính quyết định tới công việc như "khả năng giao tiếp kém", "ngang bướng". Hãy nói tới những nhược điểm nhưng có thể trở thành ưu điểm.

❹ Khi trả lời về nhược điểm, nhất định phải bổ sung một cách cụ thể bạn đang có nỗ lực gì để cải thiện nhược điểm đó.

❺ Khi nói về những cố gắng trong thời sinh viên, hãy trình bày về những nỗ lực, sự trưởng thành dựa trên những trải nghiệm cụ thể. Việc kể lại câu chuyện trưởng thành của bản thân là rất quan trọng.

❻ Nhất định phải phô tô sơ yếu lý lịch để những điều mình nói không mâu thuẫn với những điều viết trong sơ yếu lý lịch và nguyện vọng xin việc (entry sheet). Nếu có thể dùng văn nói để trình bày những nội dung viết trong sơ yếu lý lịch thì sẽ rất hiệu quả.

A＝面接官　　B＝応募者
めんせつかん　　おうぼしゃ

■ 長所・短所に関する質問
ちょうしょ　たんしょ

1 A ： あなたの長所について教えてください➡①。
ちょうしょ

B ： はい。困難なことでもあきらめないで、最後までやり抜くところだと思いま
こんなん　　　　　　　　　　　　　　　　　　　　　　ぬ
す➡②。日本語能力試験の N1 も、一度失敗してショックを受けましたが、あ
のうりょく
きらめるのは悔しいと思い、1 日 3 時間の勉強で 2 度目に合格しました。
くや

2 A ： あなたの短所は何ですか。
たんしょ

B ： はい。アイディアを思いつくとすぐに実行に移してしまい、準備不足のため
じっこう　　　　　　　　　　じゅんびぶそく
に失敗してしまうところがあります➡③。そのため、落ち着いて行動するよう
にいつも心がけています。ここ 1 年間は物事を始める前に計画をきちんと立て、
ものごと
どんなことでも余裕を持って終わらせることができるようになりました➡④。
よゆう

3 A ： あなたのモットーは何ですか。

B ： はい。一見常識的な事でも鵜呑みにせずに、自分の頭で考えるということです。
じょうしきてき　　う の

A ： そうですか。どうしてそう考えるようになったんですか。

B ： はい。私の国と日本では、常識と言われることが違います。食事のマナーひ
ちが
とつ取っても、音を立てて食べることについての感覚が違います。そういう
かんかく
場面に直面して、絶対ということはないと気付きました。それ以来、まずは
ちょくめん
自分で考えてみることを心がけています。

✐POINT

➡① 長所の内容を具体的に説明しましょう。

➡② 質問されたことに対して最初に結論を簡潔に述べ、次に具体的なことを言いましょう。

➡③ 「怒りっぽい」「わがまま」といった致命的な短所は避けます。この答えのように、それが時には長所にもなり得る（この例は、「実行力がある」とも取れます）ことを言いましょう。

➡④ 短所を克服する努力をしていること、また克服しつつあることを必ずアピールしましょう。

Wawancara perorangan ❶ : Apresiasi diri
การสัมภาษณ์เดี่ยว ❶ : การนำเสนอตนเอง
Phỏng vấn cá nhân ❶ : PR bản thân

Unit
3-2

A=Pewawancara B=Pendaftar	A=ผู้สัมภาษณ์ B=ผู้สมัคร	A=Người phỏng vấn B=Ứng viên

Pertanyaan tentang kelebihan dan kelemahan diri / คำถามเกี่ยวกับข้อดีและข้อเสีย / Câu hỏi về ưu điểm và nhược điểm

1 A : Utarakan tentang kelebihan anda?

B : Ya. Saya tidak mudah menyerah meskipun ada kesulitan, selalu berusaha sampai tuntas. Ketika saya gagal dalam Tes Kemampuan Berbahasa Jepang N1 memang kecewa, tetapi kalau menyerah akan lebih sakit lagi, sehingga saya belajar sehari 2 jam sampai lulus pada tes yang ke dua kalinya.

A : ช่วยบอกข้อดีของคุณหน่อยครับ

B : ครับ คิดว่าคือการที่ไม่เลิกล้มความตั้งใจ ถึงแม้จะต้องเผชิญกับความยากลำบาก และการพยายามจนถึงที่สุด การสอบวัดระดับภาษาญี่ปุ่นระดับ N1 ก็เหมือนกัน ตอนสอบรอบแรกไม่ผ่านก็เสียใจ แต่คิดว่ามันน่าเจ็บใจที่จะล้มเลิก เลยดูหนังสือเตรียมสอบวันละ 3 ชั่วโมง จนสอบผ่านในครั้งที่ 2

A : Hãy cho tôi biết ưu điểm của bạn.

B : Vâng. Tôi nghĩ rằng đó là dù khó khăn cũng không bỏ cuộc mà làm đến cùng. Tôi cũng đã một lần trượt N1 kỳ thi năng lực tiếng Nhật và bị sốc, nhưng tôi nghĩ bỏ cuộc thì tiếc quá nên đã đổ vào lần thứ 2 nhờ học 3 tiếng mỗi ngày.

2 A : Kelemahan anda apa?

B : Ya. Ketika dapat ide selalu ingin langsung merealisasikannya, karena kurang siap sehingga pernah gagal. Untuk itu, saya sadar perlu dilakukan dengan tenang dan hati-hati. Selama 1 tahun terakhir saya selalu membuat perencanaan yang matang sebelum melakukan sesuatu, sehingga dalam kondisi apapun saya selalu ada waktu untuk menuntaskan segala pekerjaan.

A : ข้อเสียของคุณคืออะไรครับ

B : ค่ะ คิดว่าคือการที่พอคิดไอเดียดี ๆ อะไรออก ก็จะลงมือทำทันที แต่บางทีก็ล้มเหลวเนื่องจากการเตรียมการไม่ดีพอ ดังนั้นจึงพยายามที่จะทำอะไรโดยตั้งสติก่อน ช่วงปีที่ผ่านมา ก็จะวางแผนให้ดีก่อนเริ่มลงมือทำสิ่งต่าง ๆ ทำให้ทุกเรื่องจบลงได้อย่างราบรื่น

A : Nhược điểm của bạn là gì?

B : Vâng. Đó là có ý tưởng là thực hiện ngay lập tức, nên có lúc thất bại do thiếu sự chuẩn bị . Vì vậy, tôi luôn ghi nhớ hành động một cách bình tĩnh. Trong 1 năm trở lại đây, trước khi bắt đầu làm gì, tôi cũng lên kế hoạch cụ thể và nhờ đó đã có thể hoàn thành bất cứ việc gì một cách chủ động.

3 A : Apa moto anda?

B : Ya. Suatu hal yang tampak biasa-biasa pun jangan diabaikan begitu saja, tetapi pikirkan dengan kepala sendiri.

A : คติประจำใจคุณคืออะไรครับ

B : ครับ คือการคิดด้วยตัวเอง ไม่หลงเชื่อในทันที แม้จะเป็นเรื่องที่ดูเผิน ๆ จะเป็นที่รู้กันทั่วไปก็ตาม

A : Phương châm của bạn là gì?

B : Vâng. Là việc không dễ dãi chấp nhận mọi việc, kể cả việc thoạt nhìn có vẻ tầm thường, mà luôn suy luận bằng tư duy của riêng mình.

A : Begitu. Kenapa anda beranggapan demikian?

A : งั้นเหรอ ทำไมถึงคิดอย่างนั้นละครับ

A : Vậy à. Tại sao bạn lại nghĩ như vậy?

B : Ya. Di nengara saya dan Jepang, yang namanya 'kebiasaan' itu berbeda. Salah satu contohnya dalam tatakrama makan, yaitu jangan makan dengan mengeluarkan suara, ini pun nuansanya berbeda. Dengan memandang hal tersebut, kita sadari bahwa tidak ada sesuatu yang mutlak. Sejak itu, hal yang paling utama adalah mencoba memikirkannya sendiri.

B : ครับ สิ่งที่เรียกว่าสามัญสำนึก แตกต่างกันระหว่างที่ประเทศผมกับประเทศญี่ปุ่น เช่นมารยาทการรับประทานอาหาร เรารู้สึกแตกต่างกันต่อการซดน้ำแกงเสียงดัง จากประสบการณ์นั้น จึงได้รู้ว่าไม่มีอะไรที่เรียกว่าแน่นอนตายตัว ตั้งแต่นั้นมาไม่ว่าเรื่องใดก็จะพยายามลองคิดเองก่อนเป็นอันดับแรก

B : Vâng. Ở đất nước tôi và Nhật Bản, những điều được coi là lẽ thường tình lại khác nhau. Lấy một ví dụ như quy tắc ăn uống, cảm giác đối với việc phát ra tiếng khi ăn là khác nhau. Khi điện với những tình huống đó, tôi đã nhận ra không có gì là tuyệt đối. Từ đó, tôi luôn ghi nhớ trước tiên phải tự mình suy nghĩ.

➡① Jelaskan secara konkret tentang kelebihan diri sendiri.

ควรอธิบายเนื้อหาเกี่ยวกับข้อดีอย่างละเอียด

Hãy giải thích một cách cụ thể nội dung của ưu điểm.

➡② Terhadap pertanyaan yang diberikan, jawaban diawali dengan simpulan, kemudian dijelaskan dengan teliti, lalu diikuti dengan hal-hal yang lebih konkret lagi.

เมื่อถูกถึงคำถาม ควรบอกข้อสรุปอย่างสั้น ๆ ก่อน แล้วค่อยพูดอธิบายรายละเอียด

Đối với nội dung được hỏi, trước hết hãy trình bày ngắn gọn kết luận, tiếp theo hãy nói những nội dung cụ thể.

➡③ Hindarilah jangan sampai menyebutkan kelemahan diri tentang hal-hal psikologis, seperti 'mudah marah', atau 'egois'. Jawablah dengan kelemahan yang sewaktu-waktu dapat berubah menjadi suatu kelebihan (Misalnya, hal itu 'bisa diupayakan').

หลีกเลี่ยงการกล่าวถึงข้อเสียที่ส่งผลเสียต่อการทำงาน เช่น "ขี้โมโห" "เอาแต่ใจตัวเอง" ควรพูดถึงข้อเสียที่ดีกว่า จะกลายเป็นข้อดีได้ เช่นเดียวกับคำตอบนี้ (ตัวอย่างนี้ ตีความได้ว่ามีความสามารถในการลงมือปฏิบัติ)

Hãy tránh những nhược điểm nghiêm trọng như "dễ nổi nóng" "bướng bỉnh". Hãy nói nhược điểm đó đôi khi có thể trở thành ưu điểm (Trong ví dụ này, có thể hiểu là "có năng lực thực hiện") giống như trong câu trả lời này.

➡④ Tunjukan pula bahwa ada usaha atau sedang dilakukan usaha untuk mengatasi kelemahan tersebut.

ควรแสดงให้เห็นด้วยว่ากำลังพยายามพิชิตข้อเสีย หรือกำลังเอาชนะข้อเสียเหล่านั้น

Nhất định phải nêu rõ những việc mình đang nỗ lực để khắc phục nhược điểm và nhược điểm đang được khắc phục.

就職面接：個人面接 ❶ 自己 PR

4 A ： あなたが自信を持っていることは何ですか。

B ： はい。物事を筋道立てて論理的に考えられるということです。

A ： それは、つまりどういうことですか。

B ： はい。何かを判断する時に、その時の感情ではなく、結果や過程を予測して判断できることです。実は高校時代に、大嫌いな先生がいまして、その教科の勉強を全くしませんでした。その結果、再試験を受けることになり、大変後悔しました。それからは、何事も自分の胸にもう一度問い直し、今やるべきことは何なのか、冷静に判断できるようになったと思います。

5 A ： 自分の弱点はどんなことだと思いますか。

B ： はい。一つのことに集中しすぎて、他のことが疎かになってしまうところがあります。

A ： そうですか。具体的にはどんな失敗がありましたか。

B ： はい。国際交流サークルでイベントを行った時、企画の責任者を任されました。自分でもやりたかったことでしたので、一日のほとんどをその準備に費やしてしまいました。その結果、勉学に手を抜いてしまうことになり、単位を落としそうになりました。

A ： ああ、そうなんですか。その後改善されましたか。

B ： はい。このようなやり方ではいけないということがよく分かりましたので、今はきちんと計画を立て、やるべきことの優先順位を考えるようにしています➡⑤。

✍POINT

➡⑤ 改善に向けての努力をきちんと述べましょう。

Wawancara perorangan ❶ : Apresiasi diri
การสัมภาษณ์เดี่ยว ❶ : การนำเสนอตนเอง
Phỏng vấn cá nhân ❶ : PR bản thân

Unit 3-2

4 A : Apa yang menjadi keoptimisan diri anda?

B : Ya. Memandang sesuatu dilihat dari situasi dan logikanya.

A : Hal itu konkretnya seperti apa?

B : Ya. Ketika kita akan menentukan sesuatu, bukan hanya dilakukan berdasarkan perasaan saat itu saja, tetapi perlu dipertimbangkan terlebih dahulu bagaimana hasil dan prosesnya. Sebenarnya waktu saya di SMA ada guru yang sangat saya benci, sama sekali tidak memberikan ajaran demikian. Akibatnya, saya dites ulang, sangat mengecewakan. Kemudian, akhirnya saya bertanya pada diri sendiri apa yang harus saya kerjakan sekarang ini, sehingga bisa memutuskannya dengan kepala dingin.

5 A : Apa kelemahan diri anda?

B : Ya. Terlalu berkonsentrasi pada suatu hal, sehingga mengabaikan hal lainnya.

A : Oh, begitu. Apa ada sesuatu kegagalan secara konkret?

B : Ya. Ketika saya mengadakan kegiatan dalam organisasi hubungan internasional, ditugasi sebagai penanggung jawab untuk melakukan perencanaan. Karena memang ini yang ingin saya lakukan, sampai seharian membuat persiapannya. Hasilnya, saya meninggalkan kegiatan belajar, sampai gagal dalam kuliah tertentu.

A : Oh, begitukah? Apakah setelahnya ada perbaikan?

B : Ya. Akhirnya saya menyadari bahwa cara kerja seperti ini tidak baik, sehingga sekarang selalu membuat suatu perencanaan, dan memikirkan apa yang harus diprioritaskan terlebihd ahulu.

A : สิ่งที่คุณมั่นใจคืออะไรครับ

B : ครับ คือการคิดเรื่องราวต่าง ๆ อย่างมีตรรกะ โดยคิดให้เป็นระบบ

A : หมายถึงอะไรครับ

B : ครับ เมื่อจะตัดสินใจอะไรบางอย่าง จะคาดการณ์ล่วงหน้าถึงผลหรือกระบวนการ ไม่ใช่ตัดสินใจโดยอารมณ์ในขณะนั้น ตอนเรียนอยู่มัธยมปลายมีอาจารย์ท่านหนึ่งที่ผมเกลียดมาก จึงไม่เรียนวิชานั้นเลย ผลที่ตามมาคือต้องสอบซ่อม ซึ่งทำให้ผมต้องเสียใจในภายหลัง ตั้งแต่นั้นมา ไม่ว่าจะเรื่องอะไรก็จะถามใจตัวเองอีกครั้งว่า สิ่งที่ควรทำตอนนี้คืออะไร ซึ่งก็ทำให้สามารถพิจารณาเรื่องราวต่าง ๆ ได้อย่างมีสติ

A : คิดว่าจุดอ่อนของตัวเองคืออะไรครับ

B : ค่ะ คือการที่มุ่งมั่นกับสิ่งใดสิ่งหนึ่งมากเกินไป จนทำให้ละเลยสิ่งอื่น ๆ ไปค่ะ

A : งั้นเหรอ มีอะไรที่เคยผิดพลาดไปบ้างครับ

B : ค่ะ ตอนจัดงานแลกเปลี่ยนวัฒนธรรมโดยชมรมแลกเปลี่ยนวัฒนธรรมนานาชาติ ได้รับมอบหมายให้เป็นผู้รับผิดชอบโครงการ เนื่องจากเป็นงานที่อยากทำ จึงใช้เวลาแทบทั้งวันไปกับการเตรียมงาน ผลก็คือละเลยการเรียนจะเกือบจะสอบไม่ผ่าน

A : อ้อ งั้นเหรอ แล้วหลังจากนั้นมีการปรับปรุงหรือเปล่าครับ

B : ค่ะ เพราะรู้แล้วว่าการทำแบบนี้ไม่ดี ตอนนี้เลยจะวางแผนและพิจารณาลำดับความสำคัญก่อนหลังของสิ่งที่จะทำค่ะ

A : Bạn tự tin về điều gì?

B : Vâng. Đó là có thể suy nghĩ mọi việc một cách có hệ thống và hợp lý.

A : Điều đó có nghĩa là gì vậy?

B : Vâng. Nghĩa là, khi quyết định một điều gì đó, tôi không quyết định bằng cảm xúc lúc đó mà có thể dự đoán kết quả và quá trình để đánh giá. Trên thực tế, khi học trung học phổ thông, có một giáo viên mà tôi rất ghét nên tôi không hề học môn đó. Kết quả là tôi phải thi lại, khiến tôi vô cùng hối hận. Kể từ đó, tôi nghĩ mình đã có thể luôn tự hỏi lại mình một lần nữa xem lúc này, điều cần phải làm nhất là gì dù có chuyện gì chăng nữa, và có thể bình tĩnh quyết định mọi việc.

A : Bạn nghĩ điểm yếu của mình là gì?

B : Vâng. Đó là tôi quá tập trung vào một việc mà lơ là những việc khác.

A : Vậy sao? Cụ thể bạn đã có thất bại gì rồi?

B : Vâng. Khi chúng tôi tổ chức sự kiện của câu lạc bộ giao lưu quốc tế, tôi được giao nhiệm vụ lập kế hoạch. Đó là việc mà bản thân tôi cũng muốn làm nên tôi dành hầu hết thời gian trong ngày cho công việc chuẩn bị. Kết quả là tôi bỏ bê việc học, suýt nữa bị trượt tín chỉ.

A : Ồ, vậy à. Sau đó, bạn đã sửa được điểm yếu đó chưa?

B : Vâng. Tôi hiểu rõ không thể làm như thế hiện nay nên tôi đã biết lên kế hoạch cụ thể, sắp xếp thứ tự ưu tiên những việc phải làm.

就職面接‥個人面接 ❶ 自己PR

➡⑤ Utarakan bahwa kita sedang berupaya untuk memperbaikinya. | ควรพูดถึงความพยายามที่จะปรับปรุงข้อเสียด้วย | Hãy trình bày rõ ràng nỗ lực hướng tới việc cải thiện.

105

6 A ： 自分を客観的に見て、ここが悪いということがありますか。
きゃっかんてき

B ： はい。少々人見知りなところがあり、初対面の人には自分から積極的に声を
ひとみし　　　　　　　　　　　　しょたいめん　　　　　　　　　　　　　せっきょくてき
かけることが苦手です。
にがて

A ： そうですか。そのことを直そうと努力はしましたか。
なお　　　　　どりょく

B ： はい。これから社会人として多くの人とつながりを持っていかなければなり
ません。その際にこのような性格はマイナスになると考え、この一年間ほど、
学内やアルバイト先などで、話したことがない人にも自分から話しかけるよ
うに心がけてきました。今では、人と話す楽しさを感じるようになり、この
弱点を克服しつつあると思います。
じゃくてん　こくふく

7 A ： 自分のアピールポイントとウィークポイントはどんな点だと思いますか。

B ： はい。アピールできるのは、物事に取り組む時に、長期的な見通しを持つこ
ものごと　　　　　　　　　　　ちょうきてき　みとお　も
とができることです。途中でうまくいかなくなった時でも、慌てずに仕切り
とちゅう　　　　　　　　　　　　　　　　　あわ　　　　しき
直すことができます。ウィークポイントは、慎重に検討しようと思いすぎて、
しんちょう　けんとう
物事の決定に時間がかかる点です。最近は「ここが決め時」と意識するように
どき　いしき
したことで、改善されてきたと思います。
かいぜん

Wawancara perorangan ❶ : Apresiasi diri
การสัมภาษณ์เดี่ยว ❶ : การนำเสนอตนเอง
Phỏng vấn cá nhân ❶ : PR bản thân

Unit
3-2

6 A : Apakah anda punya kelemahan diri jika dilihat secara objektif?

B : Ya. Sedikit pemalu, dan kurang bagus dalam bergaul dengan orang yang baru ketemu.

A : Begitu ya. Apa ada usaha untuk memperbaikinya?

B : Ya. Mulai sekarang sebagai anggota masyarakat saya akan bergaul dengan banyak orang. Saat itu, saya beranggapan dengan watak seperti ini akan mengurikan, kurang lebih setahun ini, saya mulai aktif menyapa orang yang belum pernah bicara dengan saya, baik di dalam kampus maupun di tempat kerja sambilan, dan yang lainnya. Sekarang saya sudah merasakan nikmatnya berbicara dengan orang lain, sehingga kelemahan saya sudah mulai teratasi.

7 A : Menurut anda poin apa yang menjadi kebanggaan dan kekurangan pada diri anda?

B : Ya. Yang bisa dibanggakan adalah ketika saya berurusan dengan sesuatu hal bisa bertahan cukup lama. Meskipun di tengah-tengah proses mengalami kegagalan, saya bisa mengulanginya tanpa menyerah. Kekurangan diri saya adalah terlalu memikirkannya dengan serius, sehingga untuk memutuskan sesuatu memerlukan waktu. Tetapi, belakangan ini saya selalu menyadari bahwa 'ini harus segera diputuskan' sehingga tidak lambat lagi dan kekurangan saya sudah teratasi.

A : ถ้าพิจารณาตัวเองอย่างเป็นกลาง มีตรงไหนที่คิดว่าไม่ดีไหมครับ

B : ครับ มีบางที่จะเข้ากับคนได้ยาก สำหรับคนที่เพิ่งเจอกันครั้งแรก จะไม่กล้าเป็นฝ่ายทักทายก่อน

A : เหรอครับ แล้วได้พยายามแก้ไขเรื่องนั้น หรือเปล่า

B : ครับ ต่อจากนี้ พอออกไปทำงานก็จะ ต้องเกี่ยวข้องกับคนจำนวนมาก ซึ่งผมคิดว่านิสัยแบบนั้นจะเป็นผลเสีย ช่วง 1 ปีมานี้ผมจึงพยายามเข้าไปทักทาย คนที่ไม่เคยคุยด้วยมาก่อน ตามที่ต่าง ๆ ทั้งในมหาวิทยาลัย และที่ทำงานพิเศษ ตอนนี้ผมรู้สึกว่าการได้คุยกับคนอื่นเป็น เรื่องสนุก และคิดว่ากำลังจะพิชิตจุดอ่อนนี้ได้

A : คุณคิดว่าจุดขาย และจุดอ่อนของคุณคืออะไร

B : ค่ะ จุดขายคือความสามารถในการมอง การณ์ไกลเมื่อต้องจัดการเรื่องราวต่าง ๆ แม้จะเกิดอุปสรรคระหว่างทาง ก็สามารถเริ่มใหม่ได้โดยไม่ลั่นใจ จุดอ่อนคือความตั้งใจที่จะพิจารณา เรื่องราวต่าง ๆ อย่างรอบคอบมากเกินไป ทำให้ต้องใช้เวลาในการตัดสินใจ หลังๆ มานี้ก็พยายามจับจังหวะให้ได้ว่าควร ตัดสินใจเมื่อไหร่ ซึ่งก็ทำให้จุดนี้ได้รับการปรับปรุง

A : Đánh giá bản thân một cách khách quan, bạn có thấy điểm nào của mình chưa tốt không?

B : Vâng. Tôi có hơi nhút nhát, không giỏi chủ động nói chuyện với người mới gặp lần đầu.

A : Vậy sao? Bạn đã nỗ lực để sửa chữa điều đó chưa?

B : Vâng. Từ giờ trở đi, là một người trưởng thành, tôi cần phải kết nối với nhiều người. Tôi cho rằng, khi đó tính cách này sẽ là điểm trừ, nên khoảng một năm trở lại đây, ở trường và nơi làm thêm, tôi đã cố gắng bắt chuyện với cả những người mình chưa từng nói chuyện. Bây giờ, tôi đã cảm nhận được niềm vui khi nói chuyện với mọi người và đang dần khắc phục được điểm yếu này.

A : Bạn nghĩ rằng sở trường và sở đoản của bạn là gì?

B : Vâng. Sở trường của tôi là luôn có tầm nhìn dài hạn khi bắt tay vào một việc gì đó. Dù giữa chừng, mọi việc không diễn ra thuận lợi, tôi cũng có thể bình tĩnh xử lý hết. Sở đoản của tôi là cân nhắc quá thận trọng nên mất nhiều thời gian để quyết định. Gần đây, với việc ý thức được "đây là thời điểm quyết định", tôi đã cải thiện được điều này.

A＝面接官　　B＝応募者
めんせつかん　　おう ぼ しゃ

■ 大学・学業(専門・ゼミ・卒論)に関する質問
せんもん　　　　そつろん

8 A : あなたの専門は何ですか。
せんもん

B : はい。国際貿易です。貿易の具体的な業務や関税について学びました。特に
こくさいぼうえき　　　　　　　　　　　　　　ぎょうむ　かんぜい
関税に関する国際的な動きに強い関心を持っています。
かんぜい

9 A : あなたの卒論のテーマは何ですか。
そつろん

B : はい。都市の緑化プロジェクトの進め方についてです。日本の中規模の都市の
と し　りょっか　　　　　　　　　　　　　　　　　　　　　　ちゅうき ぼ
具体例をいくつか調査し、自分でプロジェクト計画を立てるというものです。
ぐ たいれい　　　　ちょうさ　　　　　　　　　　　　　けいかく
私は高崎市をモデルにして緑化計画を策定しています。
たかさき　　　　　　　　　　　　　さくてい

10 A : ゼミではどんな勉強をしてきたんですか。

B : はい。企業の社会貢献について、母国と日本の具体的な例を材料に研究して
きぎょう　　こうけん　　　ぼこく
きました。母国と日本では貢献の仕方や考え方が異なっていて、得るものが
こうけん　　　　　　　こと　　　　　　え
たいへん多かったです。2つの国を比較するということは様々なことに気付
ひ かく　　　　　　　　さまざま
かせてくれるので、良い勉強方法だと思います。

11 A : あなたは経営学部ですね。
けいえい

B : はい。専攻は貿易ビジネスです。
せんこう　ぼうえき

A : そうですか。なぜそれを選んだんですか。

B : はい。私の国と日本は、年々貿易額が増えてきています。特に私の国には、
ねんねん　がく　ふ
輸出に適していると思われるものがまだまだあります。例えば日本ではまだ
ゆ しゅつ　てき
あまり知られていないフルーツなどです。しかし、それをうまく商品化する
しょうひん か
手だてがあまり普及していません。そういうものに価値を与えて輸出する仕
ふ きゅう　　　　　　　　　　　　　　　かち　あた
事にたずさわりたいと思い、この専攻を選びました。
せんこう

Wawancara perorangan ❶ : Apresiasi diri
การสัมภาษณ์เดี่ยว ❶ : การนำเสนอตนเอง
Phỏng vấn cá nhân ❶ : PR bản thân

Unit 3-2

A=Pewawancara B=Pendaftar	A=ผู้สัมภาษณ์ B=ผู้สมัคร	A=Người phỏng vấn B=Ứng viên

Pertanyaan tentang kuliah dan prestasinya (keahlian, seminar, dan skripsi)

คำถามเกี่ยวกับมหาวิทยาลัย และการเรียน (วิชาเอก วิชาสัมมนา ปริญญานิพนธ์)

Câu hỏi về trường đại học và tình hình học tập (Chuyên môn, nhóm thảo luận (zemi), luận văn tốt nghiệp)

⑧ A : Jurusan anda apa?

B : Ya. Perdagangan internasional. Saya belajar tentang pekerjaan konkret dalam perdagangan, perpajakan, dan yang lainnya. Khususnya saya mempunyai minat yang kuat terhadap kegiatan internasional dalam perpajakan.

A : คุณเรียนวิชาเอกอะไรครับ

B : การค้าระหว่างประเทศครับ ได้เรียนเกี่ยวกับการดำเนินธุรกิจด้านการค้าระหว่างประเทศ ภาษีศุลกากร ฯลฯ โดยผมมีความสนใจเป็นพิเศษเกี่ยวกับกระแสความเปลี่ยนแปลงของโลกด้านภาษีศุลกากร

A : Chuyên môn của bạn là gì?

B : Vâng. Chuyên môn của tôi là thương mại quốc tế. Tôi đã học về những nghiệp vụ thương mại cụ thể và hải quan. Đặt biệt, tôi rất quan tâm tới các xu hướng quốc tế về hải quan.

⑨ A : Tema skripsi anda apa?

B : Ya. Tentang peningkatan proyek penghijauan kota. Saya mengambil sampel kota menengah di Jepang, kemudian membuat rencana projek sendiri. Saya mencoba mengajukan program penghijauan dengan model kota Takasaki.

A : หัวข้อปริญญานิพนธ์ของคุณคืออะไรครับ

B : ค่ะ เป็นเรื่องเกี่ยวกับการดำเนินโครงการเพิ่มพื้นที่สีเขียวในเมืองค่ะ โดยทำการสำรวจเมืองต่าง ๆ ที่มีขนาดกลางของญี่ปุ่น และวางแผนโครงการด้วยตัวเอง ดิฉันใช้เมืองทากาซากิเป็นต้นแบบในการวางโครงการเพิ่มพื้นที่สีเขียว

A : Đề tài luận văn tốt nghiệp của bạn là gì?

B : Vâng. Là về cách thúc đẩy các dự án phủ xanh đô thị. Đó là bài luận văn khảo sát cụ thể một vài thành phố có quy mô vừa của Nhật Bản, tự mình xây dựng kế hoạch dự án. Tôi đã lấy thành phố Takasaki làm mô hình mẫu để lên kế hoạch phủ xanh.

⑩ A : Dalam seminar. anda belajar tentang apa?

B : Ya. Tentang kontribusi masyarakat dalam industri, saya meneliti dengan mengambil data dari negara saya sendiri dan dari Jepang. Antara negara saya dan Jepang, cara berkontribusi dan pola pikirnya ada perbedaan, sehingga yang saya peroleh cukup banyak. Membandingkan dua negara ternyata membuat saya menyadari akan banyak hal, sehingga menjadi cara belajar yang sangat baik menurut saya.

A : ในวิชาสัมมนา ได้เรียนอะไรบ้างครับ

B : ครับ ได้ศึกษาเกี่ยวกับความรับผิดชอบขององค์กรต่อสังคม โดยนำตัวอย่างที่เป็นรูปธรรมในประเทศตัวเอง และประเทศญี่ปุ่นมาศึกษา ทำให้ทราบว่าทั้งสองประเทศมีวิธีการและแนวความคิดเกี่ยวกับความรับผิดชอบต่อสังคมที่แตกต่างกัน ซึ่งได้ประโยชน์เป็นอย่างมาก การเปรียบเทียบ 2 ประเทศ ทำให้ตระหนักถึงเรื่องราวต่าง ๆ ซึ่งผมคิดว่าเป็นวิธีการเรียนที่ดีมาก

A : Bạn đã học những gì ở nhóm thảo luận (zemi)?

B : Vâng. Tôi đã lấy các dẫn chứng cụ thể của nước mình và Nhật Bản về đóng góp cho cộng đồng của các doanh nghiệp làm tài liệu để nghiên cứu. Cách làm và cách nghĩ về đóng góp cho cộng đồng ở nước tôi và Nhật Bản khác nhau và tôi đã học hỏi được rất nhiều. Việc so sánh hai đất nước sẽ giúp ta nhận ra nhiều điều nên tôi cho rằng đây là một cách học hiệu quả.

⑪ A : Anda ini jurusan manajemen ya?

B : Ya, spesialisasinya tentang bisnis dan perdagangan.

A : Begitu ya. Kenapa memilih bidang ini?

B : Ya. Antara negara saya dan Jepang dari tahun ke tahun jumlah perdagangannya semakin meningkat. Khususnya di negara saya banyak yang bisa diekspor. Misalnya, buah-buahan yang di Jepang masih belum banyak diketahui. Tetapi, itu semua upaya untuk mengemasnya masih belum banyak diketahui. Untuk meningkatkan nilai ekspor dari barang seperti itu, saya kira akan membuka lapangan pekerjaan. Itulah alasan saya memilih bidang ini.

A : คุณเรียนคณะบริหารใช่ไหมครับ

B : ค่ะ วิชาเอกคือการจัดการธุรกิจการค้า

A : เหรอครับ ทำไมถึงเลือกเรียนเอกนี้ครับ

B : ค่ะ มูลค่าการค้าระหว่างประเทศดิฉันกับประเทศญี่ปุ่นเพิ่มมากขึ้นทุกปี โดยเฉพาะประเทศของดิฉัน ยังมีของที่น่าส่งออกอีกมากมาย เช่นผลไม้ที่ยังไม่เป็นที่รู้จักในญี่ปุ่น แต่ตอนนี้วิธีปรับปรุงและคอยแต่วิธีการที่จะพัฒนามาเป็นผลิตภัณฑ์ ดิฉันจึงคิดว่าอยากเพิ่มมูลค่าให้กับของเหล่านี้แล้วส่งออก เลยเลือกเรียนเอกนี้

A : Bạn học Khoa Quản trị nhỉ?

B : Vâng. Chuyên ngành của tôi là kinh doanh thương mại.

A : Vậy à? Tại sao bạn là chọn chuyên ngành đó?

B : Vâng. Kim ngạch thương mại của nước tôi và Nhật Bản đang tăng lên hàng năm. Đặc biệt, ở nước tôi vẫn còn nhiều sản phẩm phù hợp để xuất khẩu. Chẳng hạn như những trái cây vẫn chưa được biết đến ở Nhật Bản v.v... Tuy nhiên, phương pháp phù hợp để biến những trái cây đó thành hàng hóa vẫn chưa phổ biến. Tôi mong muốn làm công việc mang lại giá trị cho những thứ như vậy để xuất khẩu nên đã chọn chuyên ngành này.

12　A ： 学生時代、一番力を入れたことは何ですか。

　　B ： はい。経営学の勉強です。大学のゼミだけではなく、様々な国の留学生仲間と
　　　　研究会を作り、実践的な知識を身に付けるよう、努力しました。実際に企業
　　　　をモデルに選び、その経営戦略を研究したり、模擬企業を作って経営方法を
　　　　競争したりしました。

13　A ： 学生時代に一番力を入れたことは何ですか。

　　B ： はい。やはり、専攻の都市計画についてのゼミです。2年間でしたが、得る
　　　　ものは大変大きかったです。

　　A ： それは、具体的にどんなことを学んだんですか。

　　B ： はい。私は都市の公園建設について学びました。課題として、その設計や模
　　　　型作成などを行いました。公園に何を置くのか、人の動線をどう作るのか、
　　　　安らぎだけではなく防災の観点から見ると、どのようなデザインが良いのか
　　　　などを研究してきました。自分でも様々な都市に出かけ、公園にいる人々の
　　　　様子や使われ方などを観察してきました。非常に多くのものを得たと思います。

14　A ： 学生時代に頑張ったことはありますか。

　　B ： はい。日本語の習得です。入学時は話すことに自信がなかったのですが、ゼ
　　　　ミに入るにあたって、これではいけないと思い、専門用語なども使いこなせ
　　　　るように努力しました。

　　A ： なるほど。それはかなり大変でしたか。

　　B ： そうですね。まず専門用語のリストを作っていつも見て覚えるようにしてい
　　　　ました。また、毎日必ず日本語のドラマやニュースを見て、自然な話し方の
　　　　参考にしました。友人には間違いを必ず直してくれるように頼んでいました。

Wawancara perorangan ❶ : Apresiasi diri
การสัมภาษณ์เดี่ยว ❶ : การนำเสนอตนเอง
Phỏng vấn cá nhân ❶ : PR bản thân

Unit
3-2

12 A : Waktu kuliah, yang paling banyak memerlukan energi dalam hal apa?

B : Ya. Belajar ilmu ekonomi. Karena bukan hanya seminar di dalam kampus saja, melain berupaya untuk membentuk suatu asosiasi dengan mahasiswa asing dari berbagai negara, untuk mendapat pengetahuan yang bersifat terapan. Kemudian, menentukan perusahaan sebagai model, lalu meneliti strategi manajemen di perusahaan tersebut, dan bersaing untuk membuat model perusahaan dengan metode manajemennya.

13 A : Waktu kuliah, hal apa yang paling banyak menyerap energi?

B : Ya, tentunya seminar tentang perencanaan kota sebagai keahlian jurusan saya. Itu sampai 2 tahun, tetapi sangat banyak yang saya peroleh.

A : Itu, konkretnya belajar tentang apa?

B : Ya. Saya belajar tentang arsitek taman kota. Temanya membuat model dan fasilitas taman. Di taman apa yang harus ada, bagaimana membuat jalur penjalan kaki, bukan hanya dari segi kemurahannya saja tetapi juga segi keamanan, juga harus meneliti bagaimana desain yang terbaik. Saya sendiri pergi ke beberapa kota lain untuk mengamati bagaimana keadaan orang-orang yang ada di taman, dan bagaimana menggunakannya. banyak sekali yang saya peroleh dari kegiatan ini.

14 A : Waktu kuliah apakah ada sesuatu keberhasilan?

B : Ya. Pemerolehan bahasa Jepang. Waktu masuk universitas saya tidak memiliki keberanian untuk berbicara, tetapi begitu mengikuti seminar, mulai berpikir bahwa ini tidak baik, sehingga akhirnya bisa juga memahami istilah spesialisasi dengan baik.

A : Betul juga. Itu cukup melelahkan?

B : Iya ya. Pertama-tama saya buat daftar kosakata spesialisasi, kemudian dihapalkan. Lalu, setiap hari harus nonton drama Jepang, dan berita, sehingga menjadi acuan dalam berbicara secara alami. Kemudian saya selalu minta pada teman untuk dibetulkan kalau ada kesalahan.

A : ตอนเรียน ให้ความสำคัญกับอะไรมากที่สุดครับ

B : ครับ การเรียนวิชาการบริหารครับ ผมพยายามเพิ่มเติมความรู้ที่สามารถนำไปใช้ได้จริง โดยไม่ใช่แค่เพียงในวิชาสัมมนา แต่จัดตั้งชมรมวิจัยเพื่อเรียนรู้ร่วมกับเพื่อนนักศึกษาชาวต่างชาติซึ่งมีหลายประเทศ พวกเราเลือกบางบริษัทเป็นต้นแบบเพื่อศึกษากลยุทธ์การบริหาร จัดทำบริษัทจำลองและแข่งขันกันด้านการบริหาร

A : ตอนเรียน ให้ความสำคัญกับอะไรมากที่สุดครับ

B : ค่ะ วิชาสัมมนาที่เกี่ยวข้องกับการวางแผนเมืองซึ่งเป็นวิชาเอก เรียน 2 ปี แต่ได้เรียนรู้อะไรมากมายเลยค่ะ

A : แล้วได้เรียนรู้อะไรบ้างครับ ช่วยเล่ารายละเอียดหน่อย

B : ค่ะ ดิฉันได้ศึกษาเกี่ยวกับการสร้างสวนสาธารณะในเมืองใหญ่ สิ่งที่ต้องทำคือการวางแปลน สร้างแบบจำลอง ฯลฯ ดิฉันได้ทำการวิจัยว่าสวนสาธารณะควรมีรูปแบบอย่างไร ควรวางอะไรไว้ในสวนสาธารณะบ้าง จะกำหนดเส้นทางรอบๆ ให้ โดยนอกเหนือจากความสะดวกสบายแล้ว ยังได้พิจารณาด้านความปลอดภัยจากภัยธรรมชาติด้วย ดิฉันมักจะเดินทางไปเมืองใหญ่หลายเมือง เพื่อสำรวจสภาพของผู้คนในสวนสาธารณะ และลักษณะการใช้งาน ซึ่งดิฉันได้เรียนรู้อะไรมากมาย

A : ตอนเรียน ได้มุ่งมั่นพยายามกับอะไรไหมครับ

B : การเรียนภาษาญี่ปุ่นครับ ตอนเข้ามหาวิทยาลัยผมไม่มั่นใจที่จะพูด แต่พอต้องเรียนวิชาสัมมนาก็คิดว่าต้องปรับปรุง จึงพยายามจนสามารถใช้คำศัพท์เฉพาะด้านได้

A : อือ ลำบากมากไหมครับ

B : ครับ ก่อนอื่นเลยผมจึงจัดทำรายการคำศัพท์เฉพาะด้านแล้วก็ดูอยู่บ่อยๆ เพื่อให้จำได้ นอกจากนี้ก็จะต้องดูรายการทีวีเช่นละครข่าวภาษาญี่ปุ่นทุกวัน เพื่อเลียนแบบการพูดที่เป็นธรรมชาติ แล้วก็บอกเพื่อนด้วยว่าให้ช่วยแก้เวลาพูดผิด

A : Thời sinh viên, bạn cố gắng nhiều nhất là việc gì?

B : Vâng. Là học quản trị học ạ. Tôi không chỉ học ở nhóm thảo luận mà còn nỗ lực cùng bạn bè lưu học sinh các nước thành lập hội nghiên cứu để học hỏi những kiến thức thực tiễn. Chúng tôi đã chọn doanh nghiệp thực tế để nghiên cứu thí điểm chiến lược kinh doanh của doanh nghiệp đó, thành lập doanh nghiệp ảo để cạnh tranh phương pháp kinh doanh.

A : Thời sinh viên, bạn cố gắng nhiều nhất là việc gì?

B : Vâng. Tất nhiên là nhóm thảo luận (zemi) về quy hoạch đô thị thuộc chuyên ngành của tôi. Thời gian là hai năm nhưng kết quả thu được rất lớn.

A : Cụ thể bạn đã học những gì?

B : Vâng. Tôi đã học về xây dựng công viên đô thị. Để hoàn thành bài tập, tôi đã tiến hành thiết kế và làm mô hình công viên v.v... Tôi đã nghiên cứu sẽ bài trí thứ gì trong công viên, bố trí lối đi như thế nào, thiết kế như thế nào là phù hợp xét từ quan điểm phòng ngừa thảm họa chứ không chỉ sự tiện dụng. Bản thân tôi cũng đến nhiều thành phố, quan sát tình hình và cách sử dụng công viên của mọi người. Tôi cho rằng mình đã học được rất nhiều điều.

A : Thời sinh viên, bạn có cố gắng làm gì không?

B : Vâng. Tôi đã cố gắng học tiếng Nhật ạ. Lúc mới nhập học, tôi không tự tin ở kỹ năng nói lắm, và khi vào nhóm thảo luận (zemi), tôi nhận ra không thể như thế này được và đã nỗ lực để có thể sử dụng thành thạo cả thuật ngữ chuyên ngành.

A : Tôi hiểu rồi. Việc đó khá vất vả đấy nhỉ?

B : Vâng. Trước tiên, tôi soạn danh sách thuật ngữ chuyên ngành, cố gắng lúc nào cũng xem để nhớ. Ngoài ra, ngày nào tôi cũng xem phim truyền hình và thời sự tiếng Nhật, học cách nói chuyện tự nhiên. Tôi cũng nhờ bạn thân sửa cho mình những lỗi sai.

111

A＝面接官	B＝応募者
めんせつかん	おうぼしゃ

■ 学業以外(サークル・ボランティア・アルバイト)に関する質問
　がくぎょういがい

15 A ： 学業以外で、頑張ってやってきたことはありますか。
　　　がくぎょういがい　がんば

　　 B ： はい。私の国インドのことを日本の皆さんに知ってもらうため、国際交流
　　　　　　　　　　　　　　　　　　　　　　　　　　　　　　　　　　　　こくさいこうりゅう
　　　　 サークルに入って、日本人の方々にインドの文化を紹介してきました。日本
　　　　　　　　　　　　　　　　かたがた　　　　　　　　しょうかい
　　　　 人と一緒に料理を作ったり、踊りを踊ったりして、地域の文化祭でステージ
　　　　　　いっしょ　　　　　　　おど　　おど　　　　　　ちいき
　　　　 に立ちました。

16 A ： 何かサークル活動はやっていましたか。

　　 B ： はい。日本の文化に触れたくて、茶道サークルに入っていました。最初は足
　　　　　　　　　　　　　　　　　　さどう
　　　　 がしびれたりして大変でしたが、今では何とかお点前ができるようになりま
　　　　　　　　　　　　　　　　　　　　　　　てまえ
　　　　 した。一見してすぐ外国人だとわかる私がお茶を立てていると、珍しがられ
　　　　　　いっけん　　　　　　　　　　　　　　　　　　　　　　　めずら
　　　　 て、よく話しかけられるので友人も増えました。
　　　　　　　　　　　　　　　ふ

17 A ： 大学以外でいい経験になったと思うことはありますか。
　　　　　　　　　　けいけん

　　 B ： はい。地域のお年寄りと一緒に、商店街の清掃ボランティアを行ったことで
　　　　　　ちいき　としよ　　　　　しょうてんがい　せいそう　　　　おこな
　　　　 す。暑い中大変でしたが、自分が誰かの役に立つことの素晴らしさを感じま
　　　　　あつ　　　　　　　　　　　　　　　　　　　　　すば
　　　　 した。また、大学外の人と知り合って、世界が広がったと思います➡⑥。お年
　　　　 寄りから昔の話を聞いたり、私のスマートフォンの使い方を教えてあげたり
　　　　 して、同年代の友人とは違う考え方に触れることができました。
　　　　　　　　　　　　　　　ちが　　　　ふ

POINT

➡⑥ 大学外とのつながりは、社会性が身についていることと結びつき、いい印象を与えます。

Wawancara perorangan ❶ ： Apresiasi diri
การสัมภาษณ์เดี่ยว ❶ ： การนำเสนอตนเอง
Phỏng vấn cá nhân ❶ ： PR bản thân

Unit
3-2

A=Pewawancara　B=Pendaftar

A=ผู้สัมภาษณ์　B=ผู้สมัคร

A=Người phỏng vấn　B=Ứng viên

Pertanyaan di luar prestasi (organisasi, volentir, kerja sambilan)

คำถามนอกเหนือจากการเรียน (กิจกรรมชมรม การเป็นอาสาสมัคร การทำงานพิเศษ)

Câu hỏi liên quan đến những vấn đề ngoài học tập (câu lạc bộ, hoạt động tình nguyện, việc làm thêm)

---

15 A : Selain prestasi akademik apa yang berhasil anda lakukan?

B : Ya. Untuk memperkenalkan neraga saya India kepada orang Jepang, saya masuk organisasi hubungan internasional, kemudian memperkenalkan budaya India pada orang Jepang. Saya bersama orang Jepang membuat masakan India, menari bersama, dan membuka stan dalam acara pekan budaya daerah.

A : นอกจากการเรียน ได้พยายามทำอะไรบ้างครับ

B : ค่ะ ดิฉันเข้าร่วมชมรมแลกเปลี่ยน วัฒนธรรมนานาชาติ และพยายามแนะนำวัฒนธรรมอินเดีย เพื่อให้คนญี่ปุ่นรู้จักประเทศอินเดียมากขึ้น โดยทำอาหาร เต้นรำกับคนญี่ปุ่น และขึ้นเวทีงานวัฒนธรรมของพื้นที่

A : Ngoài việc học, bạn có cố gắng việc gì khác nữa không?

B : Vâng. Để người Nhật biết về Ấn Độ, đất nước tôi, tôi đã tham gia câu lạc bộ giao lưu quốc tế, giới thiệu với người Nhật văn hóa Ấn Độ. Tôi đã cùng người Nhật nấu ăn, nhảy múa, biểu diễn trên sân khấu tại lễ hội văn hóa của khu vực.

---

16 A : Apakah anda pernah ikut suatu organisasi?

B : Ya. Saya ingin mengenal budaya Jepang, lalu masuk organisasi Chadou. Awalnya saya repot karena kaki kesemutan, sekarang sudah mulai bisa menyesuaikan. Saya sebagai orang asing yang baru mengenal secara sepintas, begitu membuat teh Jepang dianggap asing, akhirnya banyak disapa, dan teman pun bertambah.

A : เคยทำกิจกรรมชมรมอะไรหรือเปล่าครับ

B : ค่ะ ดิฉันอยากสัมผัสวัฒนธรรมญี่ปุ่น เลยเข้าร่วมชมรมชงชา ช่วงแรกลำบากหน่อยเพราะนั่งขัดสมาธินานๆ แต่ตอนนี้ก็พอที่จะชงชาให้แขกดื่มได้แล้ว พอดิฉันซึ่งมองแวบเดียวก็รู้ว่าเป็นคนต่างชาติชงชา ก็ดูเป็นเรื่องแปลก จึงมักจะมีคนมาพูดคุยด้วย ทำให้มีเพื่อนมากขึ้น

A : Bạn có tham gia câu lạc bộ nào không?

B : Vâng. Vì muốn tiếp xúc với văn hóa Nhật Bản nên tôi đã tham gia câu lạc bộ trà đạo. Ban đầu chân tôi tê mỏi, rất khổ sở nhưng giờ thì tôi đã biết cách pha trà. Mọi người thấy lạ khi một người thoạt nhìn đã biết ngay là người nước ngoài như tôi pha trà nên thường bắt chuyện thành ra tôi cũng nhiều bạn hơn.

---

17 A : Adakah pengalaman baik di luar kampus?

B : Ya. Saya mengikuti kegiatan volentir bersama orang tua dari daerah, untuk membersihkan lingkungan pertokoan. Di hari panas yang terik, merasakan bahwa kegiatan ini sungguh mulia karena mengerjakan sesuatu yang bermanfaat. Kemudian, berkenalan dengan orang di luar kampus, sehingga melapangkan wawasan diri. Dari orang tua tadi saya mendengar berbagai cerita jaman dulu, kemudian saya menjelaskan cara menggunakan HP, sehingga saya merasakan perbedaannya dibanding gaul dengan teman yang sebaya.

A : เคยมีประสบการณ์ดีๆ นอกเหนือจากการเรียนที่มหาวิทยาลัย ไหมครับ

B : ครับ ผมเคยเป็นอาสาสมัครช่วยทำความสะอาดย่านร้านค้าร่วมกับผู้สูงวัยในพื้นที่ เหนื่อยมากเพราะอากาศร้อน แต่ก็รู้สึกดีกับการที่ตัวเองได้ทำประโยชน์ให้กับคนอื่น นอกจากนี้การได้รู้จักกับคนนอกมหาวิทยาลัย ทำให้โลกของผมกว้างขึ้น ได้ฟังเรื่องในสมัยก่อนจากผู้สูงวัย ได้สอนวิธีใช้สมาร์ทโฟนของผม ส่วนเพื่อนรุ่นเดียวกันก็ได้สัมผัสกับความคิดที่แตกต่าง

A : Bạn có trải nghiệm nào ở ngoài trường học mà bạn cho là thú vị không?

B : Vâng. Là trải nghiệm tôi cùng những người lớn tuổi ở khu phố tình nguyện dọn vệ sinh nơi mua sắm. Tuy làm việc trong cái nóng thật vất vả nhưng tôi đã cảm nhận được sự tuyệt vời khi giúp ích cho ai đó. Ngoài ra, tôi nghĩ rằng làm quen với những người ở ngoài trường học giúp thế giới của tôi rộng mở hơn. Tôi nghe những người lớn tuổi kể chuyện ngày xưa, hướng dẫn họ cách sử dụng smart phone của tôi, tiếp xúc được với những suy nghĩ khác với bạn bè cùng lứa tuổi.

➡⑥ Keterkaitan dengan pihak luar kampus artinya berkaitan dengan masyarakat, sehingga hal ini akan memberikan kesan baik.

ความเกี่ยวข้องกับคนอื่นๆ นอกมหาวิทยาลัย บ่งบอกถึงการมีทักษะทางสังคม ซึ่งจะทำให้ผู้สัมภาษณ์ประทับใจ

Sự kết nối với bên ngoài trường đại học, gắn liền với việc học được tính xã hội và sẽ tạo ấn tượng tốt.

18　A ： 学業以外で力を入れたことは何ですか。
　　　　がくぎょう いがい

　　B ： はい。ダンスの練習です。友人たちとダンスチームを作って、学園祭や地域
　　　　　　　　　　れんしゅう　　　　　　　　　　　　　　　　　　　　　　　がくえんさい　ちいき
　　　　 の祭りなどで披露しました。また、中学生のチームのコーチをボランティア
　　　　　　　　　ひろう
　　　　 でやっていました。

　　A ： そうですか。そこで得たことがあれば教えてください。
　　　　　　　　　　　　　え

　　B ： チームワークの大切さです。私は振り付けの覚えが悪くて、自分が足を引っ
　　　　　　　　　　　　　　　　　　ふ　つ　　おぼ　　　　　　　　　　　　　ひ
　　　　 張っているのではないかと悩んだ時もありました。しかし、メンバーに励ま
　　　　 ば　　　　　　　　　　　　　なや　　　　　　　　　　　　　　　　　　　　　　　　　はげ
　　　　 されて前向きな気持ちで乗り切ることができました。また、他の人と一緒に
　　　　 やるからこそ感じられる達成感があることを知りました。
　　　　　　　　　　　　　　たっせいかん

19　A ： 何かサークル活動をしていますか。

　　B ： はい。チアリーディングのサークルに入っていました。全国大会にも出場し
　　　　　　　　　　　　　　　　　　　　　　　　　　　　　　　　　　　　しゅつじょう
　　　　 ました。

　　A ： へえ。どんな活動をするんですか。

　　B ： はい。普段は大会出場のために体力作りや技の練習をしています。
　　　　　　　ふだん　　　　　　　　　　　　　　　　　　わざ

　　A ： チアをやってきて、何か得たものはありますか。
　　　　　　　　　　　　　　　え

　　B ： はい。人を応援し、支える喜びを感じることができました。選手たちからも
　　　　　　　　　おうえん　ささ　　よろこ　　　　　　　　　　　　　　　せんしゅ
　　　　 「元気をもらえたよ」と言ってもらえて、自分にも人の役に立つことができる
　　　　 という自信を持つことができました。
　　　　　　　　　　　　　　　　　　　　　　　　　　　やく

Wawancara perorangan ❶ : Apresiasi diri
การสัมภาษณ์เดี่ยว ❶ : การนำเสนอตนเอง
Phỏng vấn cá nhân ❶ : PR bản thân

Unit
3-2

18 A : Selain prestasi akademik, adakah yang menjadi kekuatan bagi anda?

B : Ya. Latihan menari. Saya membuat tim menari dengan teman-teman, kemudian dipentaskan ketika ada festival kampus atau festival daerah. Kemudian saya juga melakukan volentir dengan menjadi wasit untuk tim SMP.

A : Begitu ya? Apa yang bisa anda peroleh dari situ, beritahu saya!

B : Keutaman dari kerja tim. Saya ini kurang baik dalam mengingat khoreografi, terkadang bingung sehingga pernah berpikir apakah saya harus berhenti. Tetapi anggota kelompok memberi dorongan pada saya sehingga saya bisa mengikuti dengan perasaan lurus ke depan. Kemudian, dari kegiatan bersama orang lain ini saya merasakan suatu kepuasan.

19 A : Apakah Anda ikut kegiatan suatu organisasi?

B : Ya. Saya masuk organisasi pemandu sorak. Pernah ikut lomba di seluruh negeri.

A : Oh… melakukan kegiatan apa?

B : Ya. Dulu untuk ikut turnamen nasional perlu latihan untuk membentuk stamina dan teknik. Lalu, menyuporteri turnamen di dalam kampus pun merupakan bagian dari kegiatannya.

A : Apa yang anda peroleh dari kegiatan itu?

B : Ya. Memberi dorongan pada orang lain, sehingga merasakan kegembiraan. Para pemain pun mengatakan 'Saya jadi kuat lho!' shingga memunculkan kepercayaan bahwa diri sendiri ini bisa bermanfaat untuk orang lain.

A : นอกจากการเรียน ได้พยายามทำอะไรบ้างครับ

B : การซ้อมเต้นครับ ผมจัดตั้งทีมเต้นกับเพื่อนๆ และได้เต้นแสดงบางในงานประจำปีโรงเรียน งานเทศกาลของเขต และยังเป็นอาสาสมัครสอนเต้นทีม นักเรียนมัธยมต้นด้วยครับ

A : เหรอครับ แล้วได้เรียนรู้อะไรบ้างครับ

B : ความสำคัญของการทำงานเป็นทีมครับ ผมจำท่าเต้นไม่ค่อยได้ บางครั้งก็กังวลว่าจะเป็นตัวถ่วงคนอื่น แต่สมาชิกในทีมให้กำลังใจผมผมรู้สึก กลับที่จะเดินต่อและผ่านพ้นอุปสรรคมาได้ และยังได้รู้ด้วยว่าความสำเร็จ บางครั้งเกิดจากการได้ทำงานรวมกับคนอื่น

A : ได้ทำกิจกรรมชมรมอะไรบ้างไหมครับ

B : ค่ะ ได้เข้าร่วมชมรมเชียร์ลีดเดอร์ เคยลงแข่งในการแข่งขันระดับประเทศ ด้วยค่ะ

A : เหรอครับ มีกิจกรรมแบบไหนบ้างครับ

B : ค่ะ ปกติเราจะฝึกซ้อมท่าต่าง ๆ และเตรียมความพร้อมของร่างกายเพื่อ ลงแข่งขัน นอกจากนี้การเต้นเชียร์นการแข่งกีฬาของ มหาวิทยาลัยก็ถือเป็นส่วนหนึ่งของกิจกรรมค่ะ

A : ได้เรียนรู้อะไรผ่านการเป็นเชียร์ลีดเดอร์ บางไหมครับ

B : ค่ะ ได้สัมผัสความรู้สึกยินดีที่ได้ร่วม เชียร์ และสนับสนุนคนอื่น พวกนักกีฬาจะบอกว่า "ขอบคุณสำหรับกำลังใจ" ทำให้รู้สึกเชื่อมั่นในตัวเองว่าสามารถทำ ประโยชน์ให้กับคนอื่นได้

A : Ngoài việc học, bạn còn cố gắng việc gì nữa?

B : Vâng. Là việc tập nháy ạ. Tôi cùng bạn lập một nhóm nháy, biểu diễn tại lễ hội của trường và khu vực. Ngoài ra, tôi cũng làm huấn luyện viên tình nguyện cho nhóm của các em học sinh trung học cơ sở.

A : Thế à? Hãy cho tôi biết bạn đã học được gì qua điều đó.

B : Là tầm quan trọng của làm việc nhóm. Tôi nhảy choreography kém nên cũng có lúc buồn phiền sợ rằng mình cản trở mọi người. Nhưng, được các thành viên trong nhóm động viên cùng với tinh thần lạc quan, tôi đã vượt qua được. Ngoài ra, tôi cũng khám phá được cảm giác thành công khi làm ai đó cùng những người khác.

A : Bạn có tham gia hoạt động câu lạc bộ nào không?

B : Vâng. Tôi tham gia câu lạc bộ cổ vũ. Tôi cũng đã tham gia cả cuộc thi toàn quốc.

A : Ồ. Bạn làm những gì?

B : Vâng. Bình thường chúng tôi luyện tập thể lực và kỹ thuật để tham gia cuộc thi. Ngoài ra, cổ vũ cho đại hội thể thao của trường cũng là một phần hoạt động của câu lạc bộ.

A : Đi cổ vũ, bạn có học hỏi được gì không?

B : Vâng. Tôi đã cảm nhận được niềm vui khi cổ vũ, hỗ trợ người khác. Được các vận động viên khen "Các bạn đã tiếp thêm sức mạnh cho chúng tôi" khiến tôi tự tin rằng mình cũng có thể giúp ích được cho người khác.

Unit
3-2
就職面接‥個人面接❶ 自己ＰＲ

115

Unit 3-2 《就職》個人面接❶：自己PR

 36

A ＝面接官　B ＝応募者

■ 将来に関する質問

20 A ： 5年後、10年後に、どうなっていたいですか➡⑦。

B ： はい。おそらく新入社員は企業の様々な部署や仕事に触れ、目の前の仕事を必死で覚えながら、仕事の仕方や流れをつかむ時期だと思っています。そして5年後は、仕事における目標を明確に持ち、その目標に向かい学び続けていたいと思います。10年後は自分の仕事における目標をさらに歩み、何かしらの専門性を持ち、自分にしかできない仕事を持つ、そんな存在になりたいと思います。

21 A ： 5年後に、人間としてどのように成長していたいですか。

B ： はい。今の私は好奇心が旺盛で何にでもチャレンジしていくことが長所です。しかし、それは一方で、一つのことをやり続けるよりも新しいことに飛びついてしまう、という短所でもあります。5年後には、一つの事にじっくりと丁寧に取り組む態度を身に付け、成功に導けるような人間になっていたいと思います。

A ： そうですか。しかし、それは簡単なことではないですね。

B ： はい。そう思います。しかし、卒論に1年半かけて取り組み、こつこつやることの大切さを学びました。よく考えることで内容が少しずつ良くなっていく喜びを感じることができました。

☞POINT

➡⑦ 将来の展望を問われた時は、具体的な姿をイメージできるようなことを述べましょう。また、そうなりたい根拠もしっかり伝えましょう。

116

Wawancara perorangan ❶ ： Apresiasi diri
การสัมภาษณ์เดี่ยว ❶ ： การนำเสนอตนเอง
Phỏng vấn cá nhân ❶ ： PR bản thân

Unit
3-2

A=Pewawancara B=Pendaftar	A=ผู้สัมภาษณ์ B=ผู้สมัคร	A=Người phỏng vấn B=Ứng viên

Pertanyaan tentang masa depan | คำถามเกี่ยวกับอนาคต | Câu hỏi về tương lai

20 A : Anda ingin menjadi seperti apa setelah 5 atau 10 tahun nanti?

A : 5 ปี หรือ 10 ปีหลังจากนี้ คิดว่าอยากจะทำอะไร

A : 5 năm sau, 10 năm sau, bạn muốn trở thành người như thế nào?

B : Ya. Sebagai karyawan baru akan bekerja pada berbagai departemen di perusahaan ini, dengan giat mengerjakan dan mengingat setiap pekerjaan yang ada di depan mata, suatu saat akan menguasai cara kerja dan alurnya dengan baik. Kemudian setelah 5 tahun, akan mulai memiliki tujuan tertenntu dalam pekerjaannya, untuk tujuan tersebut akan terus belajar. Setelah 10 tahun, akan mulai mendekati tujuannya, sehingga mulai memiliki keahlian khusus, dan punya pekerjaan yang hanya bisa dilakukan oleh diri sendiri, itulah sosok yang saya inginkan.

B : ครับ คิดว่าตอนนั้นในฐานะพนักงานใหม่คงจะไปประจำแผนกต่าง ๆ ได้สัมผัสงานหลากหลาย และคงกำลังพยายามจดจำงานที่ทำ พร้อมทั้งเรียนรู้วิธีการ ขั้นตอนการทำงาน 5 ปีหลังจากนี้ อยากจะมีเป้าหมายการทำงานที่แน่ชัด และศึกษาเรียนรู้มุ่งสู่เป้าหมายนั้นต่อไป 10 ปีหลังจากนี้ อยากเดินหน้าสู่เป้าหมายการทำงานของตัวเองต่อไปอีก จนเชี่ยวชาญอะไรบางอย่าง ที่ไม่มีใครนอกจากตัวเองทำได้ ผมคิดว่าอยากเป็นแบบนั้นให้ได้ครับ

B : Vâng. Tôi cho rằng, làm nhân viên mới là thời kỳ tiếp xúc với các công việc và bộ phận của doanh nghiệp, cố gắng tiếp thu công việc trước mắt, nắm được cách thức và quy trình làm việc. Và 5 năm sau, tôi muốn có được mục tiêu rõ ràng trong công việc mà tiếp tục học tập để đạt được mục tiêu đó. 10 năm sau, tôi muốn trở thành người tiếp tục hướng tới mục tiêu công việc của mình, có chuyên môn gì đó, có một công việc chỉ mình mình làm được.

21 A : Setelah 5 tahun, sebagai seorang manusia ingin tumbuh seperti apa?

A : 5 ปีหลังจากนี้ คิดว่าตัวเองจะพัฒนาไปอย่างไร

A : 5 năm sau, bạn muốn làm một người với sự trưởng thành như thế nào?

B : Ya. Rasa keingintahuan saya sekarang ini digunakan dalam segala hal, ini merupakan kelebihan saya. Tetapi, di satu pihak, daripada melakukan sesuatu hal secara terus-menerus, terkadang beralih ke hal baru lainnya, dan itu merupakan kelemahan saya. Setelah 5 tahun nanit, saya akan memiliki karakter untuk bisa mengerjakan sesuatu hal sampai tuntas dengan rinci, sehingga bisa mengarah pada sosok yang sukses nantinya.

B : ค่ะ ข้อดีของดิฉันในตอนนี้คือมีความอยากรู้อยากเห็น อยากลองค้นทำอะไรที่ท้าทาย แต่อีกด้านคือชอบงที่จะกระโดดเข้าหาสิ่งใหม่ ๆ มากกว่าที่จะมุ่งมั่นกับสิ่งใดสิ่งหนึ่ง 5 ปีหลังจากนี้ อยากกลายเป็นคนที่มุ่งทำสิ่งใดสิ่งหนึ่งอย่างตั้งใจ และนำไปสู่ความสำเร็จในที่สุด

B : Vâng. Tôi bây giờ có ưu điểm là rất tò mò, sẵn sàng thử sức ở bất cứ điều gì. Nhưng, ngược lại, tôi cũng có nhược điểm là không kiên trì làm một việc mà chuyển sang làm việc khác ngay. 5 năm sau, tôi muốn trở thành người có thái độ chuyên tâm vào một việc, để có thể hướng tới thành công.

A : Begitu? Tetapi itu kan bukan hal yang mudah?

A : เหรอครับ แต่นั่นไม่ใช่เรื่องง่ายเลยนะ

A : Tôi hiểu rồi. Nhưng, điều đó không hề đơn giản nhỉ?

B : Ya. Memang begitu. Tetapi, dengan menulis skripsi sampai 1,5 tahun, saya belajar beberapa hal penting dari setiap yang saya lakukan. Jika dipikir matang-matang akan merasakan kegembiraan bahwa isinya semakin membaik.

B : ใช่ค่ะ แต่ดิฉันได้เรียนรู้ความสำคัญของการเพียรพยายาม ผ่านการมุ่งเขียนปริญญานิพนธ์ เป็นเวลา 1 ปีครึ่ง ได้เติมเต็มกับการที่เนื้อหาค่อย ๆ ดีขึ้นทีละนิดจากการคิดทบทวนอย่างลึกซึ้ง

B : Vâng. Tôi nghĩ vậy. Nhưng, nỗ lực suốt 1 năm rưỡi cho bài luận văn tốt nghiệp, tôi đã học được tầm quan trọng của sự kiên trì. Tôi đã cảm thấy được niềm vui khi nhận thấy nếu mình suy nghĩ thật kỹ thì nội dung của bài luận văn sẽ dần tốt hơn.

➡️ ⑦ Jika ditanya tentang harapan (visi) ke depan, jawablah dengan sesuatu yang konkret yang bisa dibayangkan oleh pendengar. Kemudian tambahkan pula bahwa ada dasarnya yang mengarah ke sana.

เมื่อถูกถามเกี่ยวกับเป้าหมายในอนาคต ควรอธิบายอย่างละเอียดเพื่อให้สามารถเห็นภาพที่ชัดเจน นอกจากนี้ควรกล่าวถึงเหตุผลที่ต้องการเป็นเช่นนั้นด้วย

Khi được hỏi về triển vọng của tương lai, hãy trình bày những điều giúp mọi người có thể hình dung về một hình ảnh cụ thể. Ngoài ra, hãy nêu rõ cả lý do bạn muốn trở nên như thế.

A＝面接官　　　B＝応募者
めんせつかん　　　　　おうぼしゃ

■ 技術・能力（日本語能力・PC技術・簿記・TOEICなど）に関する質問
　ぎじゅつ　のうりょく　　　　　　　　　　ぎじゅつ　ぼき

22　A ： あなたの日本語力で、仕事に対応できると思いますか。
　　　　　　　　　　　　　　　　　たいおう

　　B ： はい。1年前に日本語能力試験N1に合格しました。新聞を読んだり、レポー
　　　　　　　　　　　のうりょくしけん
　　　　トを書いたりすることにも、不自由は感じていません。話したり聞いたりす
　　　　るのも、大学の授業や日常生活では問題ありませんでした。専門用語は最初
　　　　　　　　　　　　　　　　　　　　　　　　　　　　　　　　せんもんようご
　　　　苦労するかもしれませんが、勉強して短期間で身に付けたいと思っています。
　　　　くろう　　　　　　　　　　　　　　　　たんきかん

23　A ： パソコンの技能はどうですか。何か資格を持っていますか。
　　　　　　　　　　ぎのう　　　　　　　　　　しかく

　　B ： はい。Microsoft Office Specialist の Word 2013 と Excel 2013の、スペシャ
　　　　リストレベルを持っています。この資格を生かして現在アルバイトをしてい
　　　　　　　　　　　　　　　　　　　しかく
　　　　ますが、評価をしてもらっています。
　　　　　　　ひょうか

24　A ： 英語力には自信がありますか。

　　B ： はい。今年、TOEIC で730点を取りました。まだまだ十分ではないと思いま
　　　　すので、これから1年のうちに800点を目指したいと思っています。
　　　　　　　　　　　　　　　　　　　　　　めざ

25　A ： 日商簿記の2級を持っているんですね。
　　　　にっしょうぼき

　　B ： はい。学校に講座があったので参加し、2級を取りました。勉強しているう
　　　　　　　　こうざ
　　　　ちに、自分に合っている勉強だと感じてきましたので、将来は1級にも挑戦
　　　　　　　　　　　　　　　　　　　　　　　　　　　　しょうらい　　　　　　ちょうせん
　　　　したいと思っています。

Wawancara perorangan ❶ : Apresiasi diri
การสัมภาษณ์เดี่ยว ❶ : การนำเสนอตนเอง
Phỏng vấn cá nhân ❶ : PR bản thân

A=Pewawancara B=Pendaftar

Pertanyaan tentang teknik dan kemampuan (kemampuan berbahasa Jepang, teknologi komputer, menulis, TOEIC, dll.)

22 A : Apakah dengan kemampuan berbahasa Jepang anda, bisa menuntaskan pekerjaan anda?

B : Ya. Tahun lalu saya lulus N1 dalam Tes Kemampuan Berbahasa Jepang. Dalam membaca koran atau menulis laporan pun sama sekali tidak merasa adanya kekurangan. Untuk bicara dan mendengar pun sama, mengikuti kuliah atau dalam kehidupan sehari-hari pun sama sekali tidak ada masalah. Untuk instilah kepakaran pada awalnya mungkin sulit, tetapi karena terus belajar sehingga dalam tempo yang singkat bisa diperolehnya.

23 A : Bagaimana dengan teknologi komputer? Apakah punya sesuatu keahlian?

B : Ya. Saya punya sertifikat tentang spesialisasi dalam MS Office Word dan Excel 2013. Keahlian ini yang selalu saya gunakan di tempat kerja sambilan sekarang ini, dan mendapat apresiasi yang baik sekali.

24 A : Apakah anda punya nyali dalam berbahasa Inggris?

B : Ya. Tahun ini saya mendapat skor 730 dalam TOEIC. Memang belum cukup sepenuhnya, tetapi setahun ke depan saya akan berusaha untuk mencapai skor 800.

25 A : Anda punya sertifikat level 2 dalam Busenww Skill test, ya?

B : Ya. Karena di kampus saya ikut kuliah, akhirnya lulus level 2. Selama belajar saya merasa bahwa ini sesuai dengan bidang saya, sehingga tahun depan saya akan mencoba lagi agar lulus level1.

A=ผู้สัมภาษณ์ B=ผู้สมัคร

คำถามเกี่ยวกับทักษะและความสามารถ ต่าง ๆ (ความสามารถทางภาษาญี่ปุ่น ทักษะคอมพิวเตอร์ การทำบัญชี การสอบTOEIC เป็นต้น)

22 A : คิดว่าด้วยความสามารถทางภาษาญี่ปุ่นที่มีอยู่ ตัวเองจะสามารถจัดการเรื่องงานได้ไหมครับ

B : ครับ
ผมผ่านการสอบวัดระดับภาษาญี่ปุ่นระดับ N1 เมื่อปีที่แล้ว ไม่ลำบากกับการอ่านหนังสือพิมพ์หรือ เขียนรายงาน การฟังพูดก็ไม่มีปัญหา สำหรับการเรียนที่มหาวิทยาลัย และการดำเนินชีวิตประจำวัน ส่วนคำศัพท์เฉพาะด้าน อาจจะลำบากบ้างในช่วงแรก ๆ แต่คิดว่าจะเรียนรู้ได้ในเวลาอันสั้น

23 A : ทักษะคอมพิวเตอร์เป็นอย่างไรบ้าง ได้ประกาศนียบัตรอะไรบ้างหรือเปล่าครับ

B : ค่ะ มีประกาศนียบัตรผู้ใช้ Microsoft Office Specialist ในส่วนของ Word 2013 และ Excel 2013 ระดับผู้เชี่ยวชาญค่ะ โดยได้นำไปใช้ประโยชน์กับการทำงาน พิเศษในปัจจุบันนี้ ซึ่งได้รับการยอมรับเป็นอย่างดี

24 A : มั่นใจในการใช้ภาษาอังกฤษของตัวเอง ไหมครับ

B : ครับ ปีนี้สอบ TOEIC ได้ 730 คะแนน ซึ่งคิดว่ายังไม่เพียงพอ เลยตั้งใจว่าจะสอบให้ได้ 800 คะแนน ภายในปีนี้ครับ

25 A : คุณผ่านการสอบวัดระดับความรู้ทางบัญชี ระดับ 2 หรือครับ

B : ค่ะ ที่โรงเรียนมีเปิดคอร์สอบรม จึงเข้าร่วม และสอบผ่านระดับ 2 ค่ะ พอเรียน ๆ ไปรู้สึกว่าเหมาะกับตัวเอง ในอนาคตจึงคิดว่าอยากจะลองสอบระดับ 1 ค่ะ

A=Người phỏng vấn B=Ứng viên

Câu hỏi về kỹ năng, năng lực (năng lực tiếng Nhật, kỹ năng máy tính, lập sổ sách quản trị, TOEIC v.v..)

22 A : Bạn có nghĩ rằng năng lực tiếng Nhật của bạn có thể đáp ứng được công việc không?

B : Vâng. 1 năm trước, tôi đã đỗ N1 kỳ thi năng lực tiếng Nhật. Tôi không gặp khó khăn gì trong cả việc đọc báo lẫn viết báo cáo. Cả nghe nói trong các giờ học ở trường đại học và cuộc sống hàng ngày cũng không có vấn đề gì. Có thể ban đầu tôi sẽ vất vả với thuật ngữ chuyên ngành nhưng tôi muốn học để nắm vững được trong thời gian ngắn.

23 A : Kỹ năng máy tính của bạn thế nào? Bạn có chứng chỉ gì không?

B : Vâng. Tôi có chứng chỉ Microsoft Office Specialist chương trình Word 2013 và Exel 2013. Tôi đang sử dụng chứng chỉ này làm công việc bán thời gian hiện nay và được đánh giá tốt ạ.

24 A : Bạn có tự tin vào năng lực tiếng Anh không?

B : Vâng. Năm nay tôi đã được 730 điểm TOEIC. Tôi thấy vẫn chưa đủ nên từ giờ trở đi trong vòng 1 năm tôi muốn phấn đấu được 800 điểm.

25 A : Bạn có chứng chỉ cấp độ 2 về kỹ năng lập sổ sách quản trị của phòng thương mại và công nghiệp Nhật Bản nhỉ?

B : Vâng. Ở trường có khóa học nên tôi tham gia và đã đỗ cấp độ 2. Trong khi học tôi cảm thấy đây là môn học phù hợp với mình nên trong tương lai muốn thử sức với cấp độ 1 nữa.

A ＝面接官　　B ＝応募者

■ 外国人に向けての質問

26　A ： どうして日本で就職したいのですか。

　　B ： はい。私は将来、母国が安全で効率的な工場を運営できるようになってほし
　　　　いと思っています。現在私の国の機械部品などの製作工場は、日本に比べる
　　　　とまだまだ非効率的なところが多いと感じます。御社で日本の技術移転に関
　　　　する仕事に携わり、最終的には御社にも母国にも貢献できるようになりたい
　　　　と思い、日本の御社での就職を希望いたしました➡⑧。

27　A ： 日本に来たきっかけは何ですか。

　　B ： はい。最初のきっかけは日本のアニメへの興味でした。その後、高校生の時、
　　　　夏休みを利用して東京と京都に旅行したのですが、その時に日本社会のおも
　　　　しろさに気づきました。例えば、高層ビルの真下で伝統的な祭りをしていた
　　　　り、浴衣を着て花火にいく一方で、個性的でユニークな服装で町を歩いてい
　　　　たりする若い人の姿に驚きました。このように様々なものが共存する日本に
　　　　是非住んでみたいと思って来日しました。

28　A ： 留学生ということで、苦労したことはありますか。

　　B ： はい。最初は友人の言っていることが分からなかったり、考え方の違いに戸
　　　　惑ったりして、殻にこもりがちでした。でも、勇気を出して自分から周りに
　　　　飛び込んでいくようにしたら、いつの間にかそういう悩みはなくなっていま
　　　　した。今では苦労よりも楽しいことのほうが多いです➡⑨。

✍POINT

➡⑧ 具体的な展望を述べ、日本で仕事をすることに対する意欲を表しましょう。

➡⑨ 苦労したことを克服した体験談を話し、自分の前向きな気持ちを表現しましょう。

A=Pewawancara B=Pendaftar | A=ผู้สัมภาษณ์ B=ผู้สมัคร | A=Người phỏng vấn B=Ứng viên

Pertanyaan untuk orang asing | คำถามสำหรับชาวต่างชาติ | **Câu hỏi dành cho người nước ngoài**

26 A : Mengapa anda ingin bekerja di Jepang?

B : Ya. Saya ingin nantinya di negara saya juga bisa mengelola pabrik dengan aman dan efesien. Sekarang ini pabrik pembuat onderdil mesin di negara saya jika dibanding dengan Jepang masih banyak yang tidak efesiennya. Jika saya bekerja pada bidang tranfer teknologi di perusahaan anda, nantinya bisa berkontribusi baik pada perusahaan anda maupun di negeri saya sendiri, sehingga saya berminat bekerja di perusahaan Jepang anda ini.

A : ทำไมอยากทำงานที่ญี่ปุ่นครับ

B : ครับ ผมคิดว่าในอนาคตอยากให้ประเทศของตัวเองสามารถบริหารโรงงานได้อย่างปลอดภัยและมีประสิทธิภาพ ผมรู้สึกว่าปัจจุบันโรงงานผลิตชิ้นส่วนเครื่องจักรที่ประเทศตัวเองยังมีส่วนที่ขาดประสิทธิภาพอยู่เมื่อเปรียบเทียบกับประเทศญี่ปุ่น ผมจึงอยากทำงานเกี่ยวกับการถ่ายทอดเทคโนโลยีที่บริษัทนี้ และสุดท้ายสามารถนำความรู้ไปใช้ให้เกิดประโยชน์ต่อทั้งบริษัท และประเทศตัวเอง ซึ่งเป็นเหตุผลที่ผมอยากเข้าทำงานที่บริษัทนี้

A : Tại sao bạn lại muốn làm việc tại Nhật Bản?

B : Vâng. Tôi muốn, trong tương lai, đất nước mình có thể vận hành những nhà máy an toàn và hiệu suất cao. Tôi cảm thấy, hiện nay những nhà máy sản xuất như nhà máy phụ tùng cơ khí của nước tôi, so với Nhật Bản vẫn còn nhiều điểm chưa hiệu quả. Tôi mong muốn tham gia vào công việc có liên quan đến chuyển giao kỹ thuật Nhật Bản của quý công ty để sau cùng có thể cống hiến cho cả quý công ty và cả tổ quốc, nên đã có nguyện vọng làm việc tại quý công ty ở Nhật Bản.

27 A : Apa yang membuat anda datang ke Jepang?

B : Ya. Mulanya saya suka animasi Jepang. Kemudian, waktu di SMA saya berlibur ke Tokyo dan Kyoto waktu liburan musim panas, saat itu saya teringat atas menariknya masyarakat Jepang. Misalnya, Di bawah bangunan bertingkat tinggi ada festival tradisional, dengan memakai yukata pergi melihat kembang api, kemudian saya melihat sosok anak muda berjalan di kota dengan pakai unit. Dengan melihat berbagai keunikan ini saya berpikir ingin tinggal di Jepang.

A : อะไรเป็นเหตุจูงใจที่ทำให้คุณมาญี่ปุ่นครับ

B : ค่ะ อย่างแรกคือความสนใจในแอนิเมชั่นญี่ปุ่นค่ะ หลังจากนั้น ตอนเรียนมัธยมปลายก็ได้มีโอกาสมาท่องเที่ยวที่โตเกียวและเกียวโตช่วงปิดเทอมฤดูร้อน ซึ่งทำให้เห็นความน่าสนใจของสังคมญี่ปุ่น ตัวอย่างเช่น ด้านล่างของตึกสูงระฟ้ามีการจัดงานเทศกาลพื้นเมือง บางคนสวมชุดยูกะตะเพื่อไปชมงานดอกไม้ไฟ แต่อีกด้านหนึ่งก็มีวัยรุ่นสวมใส่เสื้อผ้าที่มีเอกลักษณ์เดินอยู่ตามท้องถนน ซึ่งเป็นภาพที่ทำให้รู้สึกแปลกใจ ดิฉันจึงคิดอยากลองมาอาศัยอยู่ที่ประเทศญี่ปุ่นซึ่งมีความแตกต่างหลากหลายอยู่ในที่เดียวกัน

A : Điều gì khiến bạn tới Nhật Bản?

B : Vâng. Lý do đầu tiên là sở thích đối với phim hoạt hình. Tiếp đó là, thời học trung học phổ thông, tôi đã dùng kỳ nghỉ hè để du lịch Tokyo và Kyoto, lúc đó tôi đã nhận ra sự thú vị của xã hội Nhật Bản. Chẳng hạn, tôi ngạc nhiên khi mọi người tổ chức lễ hội truyền thống ngay dưới chân những tòa nhà cao tầng và hình ảnh những thanh niên mặc Yukata đi ngắm pháo hoa nhưng lại đi trên phố trong những bộ trang phục độc đáo cá tính. Tôi muốn được sống ở Nhật Bản, nơi nhiều thứ cùng tồn tại như vậy nên đã tới Nhật.

28 A : Sebagai mahasiswa adakah yang merepotkan anda?

B : Ya. Pada awalnya saya dibuat repot karena tidak memahami apa yang diucapkan oleh teman-teman, bahkan terhambat dengan perbedaan pola pikir. Tetapi, saya keluarkan rasa percaya diri dari dalam diri ke orang-orang sekitarnya bagaikan meloncat, entah sejak kapan penderitaan saya jadi hilang. Sekarang ini, daripada penderitaan lebih banyak kesenangannya.

A : ในฐานะนักศึกษาต่างชาติ ต้องพบกับความยากลำบากอะไรหรือเปล่าครับ

B : ค่ะ ตอนแรก ๆ บางทีก็ฟังเพื่อนพูดไม่เข้าใจ บางทีก็สับสนกับความคิดที่แตกต่างจนกลายเป็นคนเก็บเนื้อเก็บตัว แต่เมื่อพยายามรวบรวมความกล้าที่จะเป็นฝ่ายเข้าหาคนรอบข้าง ปัญหาเหล่านั้นก็ค่อย ๆ หายไปโดยไม่รู้ตัว ตอนนี้ส่วนใหญ่จะมีแต่ความสนุกสนานมากกว่าความยากลำบากค่ะ

B : Vâng. Ban đầu, tôi không hiểu những điều bạn bè nói, lúng túng về sự khác nhau trong cách nghĩ nên thường thu mình lại. Nhưng, khi dũng cảm để chủ động hòa mình với xung quanh thì nỗi lo lắng đó đã biến mất từ lúc nào. Bây giờ thì tôi có nhiều niềm vui hơn là những khó khăn.

A : Là lưu học sinh, bạn có từng gặp khó khăn không?

➡⑧ Utarakan harapan secara konkret, sehingga menunjukkan semangat untuk bekerja di Jepang. | ควรพูดถึงเป้าหมายโดยละเอียด และแสดงให้เห็นถึงความต้องการที่อยากทำงานในประเทศญี่ปุ่น | Hãy trình bày triển vọng cụ thể, thể hiện mong muốn đối với việc làm việc tại Nhật Bản.

➡⑨ Ungkapkan apa yang telah diupayakan dan dialami, dengan ekspresi diri yang menunjukkan semangat ke depan. | ควรเล่าประสบการณ์การเอาชนะความยากลำบาก เพื่อแสดงให้เห็นถึงความคิดเชิงบวกของตัวเอง | Hãy kể câu chuyện trải nghiệm bạn đã khắc phục khó khăn, thể hiện tinh thần lạc quan của mình.

就職面接：個人面接❶ 自己PR

121

29 A ： 日本のどんなところが好きですか。

B ： はい。人々が落ち着いていて、人と人との適度な距離感があるところが好き
です➡⑩。

A ： 適度な距離感というと？

B ： はい。外国人の中には、日本人は冷たいという人もいますが、私は押し付け
がましくない、人と人との距離感が好きです。普段はあまり濃厚な付き合い
をしないかもしれませんが、困っている時などは自然にさりげなく助けてく
れます。私も通学途中の駅で腹痛を起こし、動けなかった時に、何人もの人
が声をかけてくれ、駅の事務所に連絡してくれたり、体を支えてくれたりし
ました。本当にありがたかったです。

30 A ： 日本とあなたの国とのコミュニケーションの取り方は違いがありますか。

B ： はい。違いは結構あると思います。例えば私の国では上司でもファースト
ネームで呼びますが、日本ではもちろん違います。また、何か頼まれた時の
断り方も違います。私の国でははっきり「ノー」ということが大切だとされて
います。

A ： なるほど。それで、日本でうまくやっていくことはできますか。

B ： はい。こういうことは相対的なものですから、良い・悪いがあるわけではな
いと思います。学生時代から日本的な表現をよく使っていましたし、日本で
仕事をするのですから、日本でのやり方に慣れて周囲といい関係を作ってい
きたいと思います。

POINT

➡⑩ 通り一遍のことではなく、本当に感じたこと、観察力が感じられることを述べましょう。

Wawancara perorangan ❶ : Apresiasi diri
การสัมภาษณ์เดี่ยว ❶ : การนำเสนอตนเอง
Phỏng vấn cá nhân ❶ : PR bản thân

Unit
3-2

29 A : Anda suka Jepang dalam hal apanya?

B : Ya. Orang-orangnya tampak tenang, tampak ada jarak antar seseorang dengan orang lain, inilah yang membuat saya suka.

A : Maksud ada jarak?

B : Ya. Bagi orang asing ada juga yang mengatakan orang Jepang itu dingin, saya sendiri tidak suka terlalu dekat, tetapi suka ada jarak antara yang satu dengan yang lainnya. Umumnya mungkin tidak akan bisa bergaul secara akrab atau renggang, tetapi ketika ada kesulitan secara otomatis akan saling menolong. Saya juga pernah ketika berangkat ke kampus di statsion tiba-tiba sakit perut, saat saya tidak bisa bergerak, beberapa orang bertanya dan melaporkannya ke petugas statsion, dan memapahnya ke sana. Benar-benar mengagumkan.

30 A : Apakah ada perbedaan cara berkomunikasi di Jepang dengan negara anda?

B : Ya, banyak sekali perbedaannya. Misalnya, di negeri saya pada atasan pun kita memanggil nama depannya, tetapi di Jepang tentunya berbeda. Kemudian, cara menolak permohonan pun berbeda. Di negeri saya perlu mengucapkan 'tidak' secara jelas.

A : Iya juga ya. Lalu, apa anda bisa mengikuti cara Jepang?

B : Ya. Karena hal ini merupakan sesuatu yang mutlak, bukan karena baik atau buruk. Sejak jadi mahasiswa juga selalu menggunakan ungkapan yang bernuansa kejepangan, karena saya akan bekerja di Jepang, saya harus terbiasa dengan cara Jepang karena harus membuat hubungan baik dengan orang sekitarnya.

A : ชอบญี่ปุ่นตรงไหนครับ

B : ครับ ชอบที่ผู้คนดูสงบ และมีระยะห่างระหว่างบุคคลที่ เหมาะสมครับ

A : ระยะห่างระหว่างบุคคลที่เหมาะสม คืออะไรครับ

B : ครับ ชาวต่างชาติบางคนคิดว่าคนญี่ปุ่นเย็นชา แต่ผมกลับรู้สึกชอบระยะห่างระหว่าง บุคคลที่ไม่เป็นการล่วงล้ำผู้อื่น โดยปกติคิมอาจจะไม่เคยคบกับใคร อย่างลึกซึ้ง แต่เมื่อเกิดปัญหาอะไร ทุกคนก็จะยื่นมือช่วยเหลือตามธรรมชาติ ผมเคยรู้สึกปวดท้องขึ้นลุกไม่ขึ้น ที่สถานีรถไฟ ระหว่างเดินทางไปมหาวิทยาลัย หลายคนที่อยู่ตรงนั้นเข้ามาถามไถ่ บางคนช่วยไปแจ้งนายสถานี บางคนช่วยพยุงผม ซึ่งเป็นเรื่องที่น่าขอบคุณจริง ๆ

A : ที่ญี่ปุ่นและประเทศของคุณ มีความแตกต่างด้านวิธีการสื่อสารไหมครับ

B : ค่ะ คิดว่ามีเยอะทีเดียว ตัวอย่างเช่น ที่ประเทศดิฉันจะเรียกชื่อกันแม้จะเป็น เจ้านาย แต่ที่ญี่ปุ่นแน่นอนว่าไม่ใช่ นอกจากนี้เวลามีใครขอร้องให้ทำอะไร วิธีปฏิเสธก็แตกต่างกัน ที่ประเทศดิฉัน การปฏิเสธชัดเจนว่า "ไม่" เป็นเรื่องสำคัญ

A : เหรอครับ แล้วจะสามารถอยู่ในญี่ปุ่นได้อย่างราบ รื่นไหมครับ

B : ค่ะ สิ่งต่าง ๆ เหล่านี้ ไม่ใช่สิ่งตายตัว ไม่มีอะไรที่จะกล่าวได้ว่าดีหรือเลว ดิฉันเคยฝึกใช้ สำนวนแบบญี่ปุ่นมาตั้งแต่ตอนเรียน เมื่อจะทำงานในประเทศญี่ปุ่น ก็อยากจะคุ้นเคยกับวิธีปฏิบัติแบบญี่ปุ่น และสร้างความสัมพันธ์ที่ดีกับคนรอบข้าง ต่อไปค่ะ

A : Bạn thích điểm gì ở Nhật?

B : Vâng. Tôi thích việc mọi người điềm tĩnh, có khoảng cách thích hợp giữa con người với con người.

A : Bạn nói khoảng cách thích hợp nghĩa là gì?

B : Vâng. Trong số những người nước ngoài, cũng có người cho rằng người Nhật lạnh lùng, nhưng tôi lại thích sự giữ khoảng cách giữa người này với người khác, không làm phiền lẫn nhau. Bình thường có thể mọi người không đối xử nồng nhiệt nhưng khi gặp khó khăn lại giúp đỡ một cách tự nhiên. Khi tôi đau bụng đến mức không đi nổi ở ga tàu trên đường đi học, có vài người đã hỏi thăm, báo cho văn phòng nhà ga, đỡ tôi đi. Tôi thật sự biết ơn về điều đó.

A : Cách giao tiếp của Nhật Bản và nước bạn có khác nhau không?

B : Vâng. Tôi nghĩ là khá khác nhau. Chẳng hạn, ở nước tôi, kể cả cấp trên chúng tôi cũng gọi bằng tên, ở Nhật tất nhiên là khác rồi. Ngoài ra, cách từ chối khi được yêu cầu làm việc gì đó cũng khác. Ở nước tôi, cần phải trả lời rõ là "Không".

A : Tôi hiểu rồi. Thế ở Nhật Bản, bạn có gặp thuận lợi trong mọi chuyện không?

B : Vâng. Tôi cho rằng những chuyện như thế mang tính tương đối nên không hẳn là tốt hay xấu. Từ thời sinh viên tôi đã thường sử dụng các cách diễn đạt mang tính Nhật Bản và vì sẽ làm việc ở Nhật nên tôi muốn quen với cách làm của Nhật, tạo dựng quan hệ tốt với mọi người xung quanh.

➡ ⑩ Utarakan bukan sekedar sesuatu yang istimewa saja, tetapi apa yang dirasakan, apa yang diamati sendiri.

ควรพูดถึงเรื่องที่ทำให้รู้สึกว่าเกิดจากการสังเกตเรียนรู้ หรือรู้สึกเช่นนั้นจริง ๆ ไม่ใช่เรื่องทั่ว ๆ ไป

Không chỉ trình bày sơ lược mà hãy nêu những điều mình thực sự cảm nhận, những điều năng lực quan sát của mình nhận thấy.

A＝面接官　　B＝応募者

■ 個人の資質に関する質問

31 A ： 今、あなたが関心を持っているニュース➡⑪は何ですか。

B ： はい。介護ロボットが開発されたというニュースです。力が必要な介護を補助してくれるロボットが開発されたのは新鮮な驚きでした。

A ： そうですか。どうしてそれが気になっているんですか。

B ： はい。人間とロボットが理想的な関係になってきていると感じました。ロボットの最大の長所は、人間の行動の延長のようなことができることだと思っています。自分も将来、このような機械を作りたいと思いました。

32 A ： 今まで読んだ本の中で、印象に残っている本を一つ挙げてください。

B ： はい。鈴木健太の『夏の夕焼け』です。

A ： そうですか。その本の魅力はどんなところにあるんですか。

B ： はい。この小説は、自分に自信がない平凡な学生が、様々な人たちとの出会いを通じて、自分の強さに気づいていくというストーリーです。私も非常に自信がない人間でしたので、主人公の苦しさが本当によく分かりました。人ごとではない感じがして引き込まれて読んでいくうちに、私も自分の可能性を信じようという気持ちになりました。

✍POINT

➡⑪ これからの仕事に関連があるニュース、また自分の興味に結びつくニュースを選びましょう。
政治的なものはやめたほうが無難です。

Unit 3-2

Wawancara perorangan ❶ : Apresiasi diri
การสัมภาษณ์เดี่ยว ❶ : การนำเสนอตนเอง
Phỏng vấn cá nhân ❶ : PR bản thân

A=Pewawancara B=Pendaftar | A=ผู้สัมภาษณ์ B=ผู้สมัคร | A=Người phỏng vấn B=Ứng viên

Pertanyaan tentang kualitas individu | คำถามเกี่ยวกับลักษณะนิสัยส่วนตัว | **Câu hỏi về tư chất của cá nhân**

31 A : Berita apa yang menjadi perhatian anda sekarang ini?

A : ข่าวที่คุณสนใจอยู่ตอนนี้ คือข่าวอะไรครับ

A : Tin tức hiện nay bạn quan tâm là gì?

B : Ya. Berita tentang penemuan robot perawat. Dengan ditemukannya robot yang dapat membantu tenaga perawat merupakan kejutan baru.

B : ครับ ข่าวที่ว่ามีการพัฒนาหุ่นยนต์ที่ทำหน้าที่ดูแลคนครับ การพัฒนาหุ่นยนต์ให้สามารถช่วยปรนนิบัติดูแลคนซึ่งเป็นงานหนัก เป็นเรื่องใหม่ที่น่าตื่นเต้นครับ

B : Vâng. Là tin robot chăm sóc đã được phát triển. Việc robot hỗ trợ những công việc chăm sóc cần đến sức lực được phát triển là một sự ngạc nhiên đáng kể.

A : Begitu ya. Kenapa anda tertarik dengan hal ini?

A : เหรอครับ ทำไมถึงสนใจเรื่องนี้ละครับ

A : Vậy sao? Tại sao bạn lại quan tâm đến điều đó?

B : Ya. Saya rasa hubungan antara manusia dan robot menjadi semakin ideal. Kelebihan utama dari robot adalah bisa memperpanjang kegiatan manusia. Saya sendiri ke depan ingin membuat mesin seperti ini.

B : ครับ ผมรู้สึกว่าคนกับหุ่นยนต์กำลังเริ่มความสัมพันธ์ที่เป็นอุดมคติ ผมคิดว่าจุดเด่นที่สุดของหุ่นยนต์คือความสามารถที่จะช่วยเสริมการทำงานของมนุษย์ ตัวผมเองก็คิดว่าในอนาคตอยากสร้างเครื่องจักรแบบนี้บ้าง

B : Vâng. Tôi cảm thấy con người và robot đang trở thành một mối quan hệ lý tưởng. Ưu điểm lớn nhất của robot là có thể làm được việc như là kéo dài hành động của con người. Bản thân tôi cũng mong muốn sau này làm được cỗ máy giống như vậy.

32 A : Dari buku-buku yang anda baca belakang ini yang paling berkesan buku apa?

A : ช่วยบอกชื่อหนังสือ 1 เล่ม ที่ประทับใจมากที่สุด จากที่เคยอ่านมาทั้งหมดได้ไหมครับ

A : Hãy kể về một cuốn sách bạn thấy ấn tượng trong số những sách bạn đã đọc từ trước đến nay.

B : Ya. Buku 'Natsu no Yuuyake' karangan Suzuki Kenta.

B : ค่ะ หนังสือนวนิยายชื่อ "อาทิตย์อัสดงในคิมหันตฤดู" ของซูซูกิ ทะโร ค่ะ

B : Vâng. Đó là cuốn "Hoàng hôn mùa hè" của Kenta Suzuki.

A : Begitu ya. Apa daya tarik dari buku tersebut?

A : หนังสือเล่มนั้น น่าสนใจตรงไหนครับ

A : Vậy à. Sức hấp dẫn của cuốn sách nằm ở điểm nào?

B : Ya. Novel ini menceritakan tentang mahasiswa biasa yang merasa tidak punya keberanian apa-apa, kemudian bergaul dengan bermacam-macam orang, akhirnya menyadari akan kekuatan dirinya sendiri. Saya juga sebelumnya termasuk orang yang tak punya keberanian, mengerti betul tentang kesulitan yang dialami oleh pemeran utamanya. Saya merasa bahwa setiap orang yang tidak memiliki keberanian selama membacanya akan merasakan keberaniannya ditarik keluar, sehingga menjadi percaya bahwa saya sendiri juga ada peluang untuk bisa.

B : ค่ะ นวนิยายเล่มนี้เขียนเกี่ยวกับนักศึกษาธรรมดาคนหนึ่งที่ไม่มีความมั่นใจในตัวเองแตกออย ๆ ตระหนักถึงความเข้มแข็งของตัวเอง ผ่านการพบปะกับผู้คนหลากหลาย ดิฉันเองก็เป็นคนที่ไม่มั่นใจในตัวเองเป็นอย่างมาก จึงเข้าใจดีถึงความทุกข์ของตัวละครเอก เนื้อเรื่องดึงดูดให้อยากติดตามอ่านเสมือนเป็นเรื่องของตัวเอง จนในที่สุดก็ทำให้ดิฉันรู้สึกเชื่อในความสามารถของตัวเอง

B : Vâng. Tiểu thuyết này là câu chuyện về một sinh viên bình thường thiếu tự tin vào bản thân đã nhận ra điểm mạnh của mình thông qua các cuộc gặp gỡ với những người khác nhau. Tôi cũng là một người rất thiếu tự tin nên thực sự hiểu được nỗi khổ của nhân vật chính. Trong lúc đọc như bị cuốn vào tiểu thuyết do cảm thấy đó không phải là chuyện của người khác, tôi cũng muốn tin vào khả năng của mình.

---

⑪ Pilihlah berita yang ada kaitannya dengan pekerjaan ke depan, atau berita yang ada kaitannya dengan minat sendiri. Masalah politik sebaiknya diurungkan saja.

ควรเลือกข่าวที่เกี่ยวข้องกับการทำงานหลังจากนี้ หรือข่าวที่เกี่ยวข้องกับความสนใจของตัวเอง ไม่ควรพูดถึงเนื้อหาเชิงการเมือง

Hãy lựa chọn những tin tức có liên quan đến công việc trong thời gian tới hoặc những tin tức có liên quan tới sự hứng thú của bản thân. Tránh những tin tức mang tính chính trị sẽ an toàn hơn.

就職面接 .. 個人面接 ❶ 自己PR

125

《就職》個人面接❶：自己PR 41

A＝面接官　　B＝応募者
めんせつかん　　おうぼしゃ

■ 1分間自己PR

33　A ： 1分くらいで自己PRをしてもらえますか➡⑫。

　　B ： はい。私の強みは、打たれ強さだと思います。これまでアルバイトで先輩に
　　　　叱られたり、ゼミの発表内容を教授に批判されたりしたこともありました。
　　　　その時は本当に落ち込みました。しかしその後、うまくいかない原因を分析し、
　　　　客観的に自分を見るように心がけました。その結果、自分を必要以上に否定
　　　　することなく、物事を冷静に考えられるようになりました。そして、アルバ
　　　　イトでもゼミでも思った以上の成果をあげることができました。この経験が
　　　　お叱りや批判は自分を成長させるチャンスだと感じるようになり、今の打た
　　　　れ強さにつながったと思います。社会人としてもこの強みは重要です。どん
　　　　なに困難な場面でもくじけずに成長していく自信があります。どうぞよろし
　　　　くお願いします。

POINT

➡⑫ 1分間で話せる量は、300字程度です。あらかじめ自分で書いてみましょう。

Wawancara perorangan ❶ : Apresiasi diri
การสัมภาษณ์เดี่ยว ❶ : การนำเสนอตนเอง
Phỏng vấn cá nhân ❶ : PR bản thân

Unit
3-2

A=Pewawancara　B=Pendaftar

A=ผู้สัมภาษณ์　B=ผู้สมัคร

A=Người phỏng vấn　B=Ứng viên

apresiasi diri dalam satu menit

การนำเสนอตัวเองเป็นเวลา 1 นาที

PR bản thân trong 1 phút

33 A : Silahkan kemukakan apresiasi diri dalam satu menit!

B : Ya. Kekuatan saya adalah tahan terhadap terpaan. Selama ini di tempat kerja sambilan saya sering dimahari oleh senior, dan sering mendapat kritik dari profesor akan isi materi presentasi saya. Waktu itu memang frustasi. Tetapi, setelahnya saya selalu mengalisis apa penyebab kegagalannya, saya memandang diri sendiri secara objektif. Hasilnya, bukan menyangkali diri sendiri secara berlebihan, tetapi bisa memikirkan sesuatu hal dengan kepala dingin. Kemudian, baik di tempat kerja sambilan maupun waktu seminar menghasilkan sesuatu lebih dari yang diduga. Dari pengalaman ini saya merasa bahwa berkat dimarahi dan dikeritik, menjadi suatu kesempatan untuk mengembangkan diri sendiri, sehingga dengan kekuatan terhadap terpaan ini menjadikan saya lebih matang. Untuk bekal menjadi masyarakat pun kekuatan seperti ini diperlukan. Saya yakin bahwa dalam keadaan sesulit apapun juga jangan menyerah, justru akan membuat kita tumbuh. terima kasih.

A : กรุณานำเสนอตัวเองเป็นเวลาประมาณ 1 นาที

B : ครับ จุดแข็งของผมคือเป็นคนอึดครับ ที่ผ่านมาผมเคยโดนรุ่นพี่ดุคาตอนทำงานพิเศษ เคยโดนอาจารย์วิพากษ์วิจารณ์เนื้อหาในวิชาสัมมนา ซึ่งแต่ละครั้งก็ทำให้รู้สึกท้อแท้หมดหวัง แต่หลังจากนั้นก็จะวิเคราะห์สาเหตุที่ทำให้พลาด พยายามมองตัวเองอย่างเป็นกลาง ผลก็คือกลายเป็นคนไม่ปฏิเสธตัวเองเกินความจำเป็น และพิจารณาเรื่องราวต่างๆ อย่างใจเย็น ซึ่งทำให้การทำงานพิเศษและการเรียนวิชาสัมมนาหลังจากนั้นประสบผลสำเร็จมากกว่าที่คิดไว้ ประสบการณ์นี้ทำให้คิดได้ว่า การถูกดุหรือการวิพากษ์วิจารณ์จากคนอื่นเป็นโอกาสที่จะทำให้ตัวเองพัฒนาขึ้น ซึ่งทำให้ผมกลายเป็นคนอึดในเวลานี้ และผมคิดว่าจุดแข็งนี้สำคัญเช่นกันสำหรับคนทำงาน ผมมั่นใจว่าจะไม่ยอมท้อไม่ว่าจะในสถานการณ์ที่ยากลำบากแค่ไหน และพัฒนาตัวเองต่อไป ขอบคุณครับ

A : Bạn hãy PR về bản thân trong khoảng 1 phút.

B : Vâng. Điểm mạnh của tôi là giỏi chịu đựng. Cho đến nay tôi cũng từng bị các anh, chị ở chỗ làm thêm khiển trách, bị giáo sư chỉ trích nội dung báo cáo trong các buổi thảo luận nhóm (zemi). Những lúc như thế tôi thật sự chán nản. Nhưng sau đó, tôi đã phân tích nguyên nhân thất bại, cố gắng đánh giá mình một cách khách quan. Kết quả là, tôi có thể suy nghĩ mọi chuyện một cách bình tĩnh mà không cần phủ nhận mình một cách quá mức cần thiết. Kinh nghiệm này đã làm tôi cảm thấy rằng khiển trách và chỉ trích là cơ hội giúp bản thân trưởng thành và gắn liền với khả năng giỏi chịu đựng ngày nay. Ngay cả là một người trưởng thành, điểm mạnh này cũng rất quan trọng. Tôi tự tin mình sẽ trưởng thành vững chắc trong bất kỳ hoàn cảnh khó khăn nào. Tôi rất mong được ông giúp đỡ.

⑫ Berbicara selama 1 menit sama dengan karangan 3 0 0 huruf. Sebaiknya siapkan saja secara tertulis.

ปริมาณสำหรับการพูด 1 นาที คือ 300 ตัวอักษร ควรลองเขียนเนื้อหาด้วยตัวเองก่อน

Lượng phát ngôn có thể nói ra trong một phút là khoảng 300 ký tự. Hãy tự mình viết thử trước.

127

《就職》個人面接❶：自己PR

34 A ： では、最後に1分間くらいであなたの自己PRをしてください。

B ： 私は交渉することが得意です。私の国では買い物をする際、よく値段を交渉します。この時に、私も店員も双方が納得のいく価格で売買をするよう交渉していました。来日後は、大学で英会話サークルのネゴシエーターとして、他の大学との合同活動や大学スピーチコンテスト及びディスカッション大会などを運営してきました。各大学の利害関係を考えながら、自分たちにも最大のメリットが得られるように物事を進めるのはとても新鮮でわくわくする経験でした。この交渉力を活かして、営業でビジネスパートナーとの交渉を双方の利益になるよう進められるようになりたいと思います。そして、次もあなたと仕事がしたいと思われるような交渉力を私のビジネスの武器にできるよう、頑張ります。

Wawancara perorangan ❶ : Apresiasi diri
การสัมภาษณ์เดี่ยว ❶ : การนำเสนอตนเอง
Phỏng vấn cá nhân ❶ : PR bản thân

Unit
3-2

34 A : Terakhir, kemukakan ekspresi diri anda selama satu menit!

B : Saya ini mahir dalam bernegosiasi. Di negeri saya waktu kita berjualan selalu ada tawar-menawar masalah harga. Dalam kondisi begitu, baik saya maupun staf toko, kedua-duanya bernegosiasi dalam jual beli dengan harga yang bisa memuaskan keduanya. Setelah datang di Jepang, sebagai negosiator dalam grup percakapan bahasa Inggris di kampus, menyelenggarakna berbagain kegiatan dengan universitas lain dalam kegiatan bersama, seperti lomba pidato, atau diskusi. Dengan mempertimbangkan untung rugi bagi setiap universitas, serta memikirkan cara memperoleh keuntungan bagi pihak sendiri, pada setiap perkara merupakan pengalaman yang baru bagi saya. Dengan menggunakan kemampuan bernegosiasi seperti ini, saya bisa memberikan keuntungan bagi kedua belah pihak yang menjadi patner bisnis kita. Kemudian, dengan kemampuan negosiasi saya untuk bekerja dengan anda, akan menjadi senjata bisnis bagi saya.

A : เอาล่ะ สุดท้ายนี้ กรุณานำเสนอตัวเองเป็นเวลาประมาณ 1 นาที

B : ดิฉันถนัดการเจรจา ที่ประเทศของดิฉันตอนซื้อของ จะต่อรองราคาเสมอ ซึ่งในเวลานั้น ทั้งตัวดิฉัน และคนขายจะต่อรองกันเพื่อซื้อขายในราคา ที่ยอมรับได้ทั้งคู่ หลังจากมาญี่ปุ่น ก็ได้มีโอกาสทำกิจกรรมร่วมกับมหาวิทยาลัย อื่นในฐานะผู้เจรจาของชมรมภาษา อังกฤษที่มหาวิทยาลัย และดำเนินการจัดการประกวดสุนทรพจน์ ของมหาวิทยาลัย และการแข่งขันการอภิปรายเป็นต้น การดำเนินงานโดยพิจารณาการมีส่วนได้ ส่วนเสียของแต่ละมหาวิทยาลัย พร้อมกับทำให้ฝ่ายตัวเองได้รับประโยชน์สูง สุด เป็นประสบการณ์ใหม่ที่น่าตื่นเต้น ดิฉันคิดว่าอยากใช้ทักษะการต่อรองนี้ให้ เป็นประโยชน์ เพื่อที่จะสามารถเจรจาต่อรอง กับหุ้นส่วนธุรกิจโดยให้ได้ประโยชน์ทั้งสองฝ่า ย และจะพยายามฝึกฝนให้ทักษะการต่อ รองนี้กลายเป็นกลยุทธ์การเจรจาทางธุรกิจ ของตัวเอง เพื่อทำให้คู่ค้าคิดอยากร่วมงานด้วยอีก

A : Cuối cùng, hãy PR bản thân trong vòng 1 phút.

B : Tôi giỏi thương lượng. Ở nước tôi, khi đi mua hàng, tôi thường hay thương lượng về giá cả. Lúc đó, tôi đã thương lượng mua bán với một mức giá mà cả tôi và nhân viên bán hàng đều chấp nhận được. Sau khi sang Nhật, với tư cách là người điều hành của câu lạc bộ đàm thoại tiếng Anh của trường đại học, tôi đã tổ chức các hoạt động chung với các trường đại học khác cũng như cuộc thi hùng biện, cuộc thi tranh luận của trường đại học. Nghĩ tới những cái được, cái mất của các trường đại học, tiến hành mọi việc sao cho mình có được ưu thế lớn nhất là một trải nghiệm rất háo hức và đáng nhớ. Tôi muốn vận dụng khả năng thương lượng này để thực hiện giao dịch trong kinh doanh với các đối tác sao cho đôi bên cùng có lợi. Và tôi sẽ cố gắng để khả năng thương lượng được các đối tác muốn tiếp tục giao dịch trong lần tới, sẽ trở thành vũ khí kinh doanh của tôi.

129

個人面接❷：志望動機
しぼうどうき

　志望動機は面接の最も重要なポイントです。まずは、志望する企業や業界をしっかり調査して面接
しぼうどうき
にのぞむことが大切です。インターネットの情報だけでは不十分です。会社訪問やＯＢ・ＯＧ訪問で
きぎょう
企業を自分と関連づけて考え、志望の熱意を伝える必要があります。志望理由は、できるだけ自分の強
み（専門性・経験など）と関連づけ、どのように貢献できると思うのかを具体的に答えましょう。以下
こうけん
の５つがポイントです。

❶業界と企業について、十分に調査しましょう。

❷志望理由は企業をただほめるのではなく、その企業に感銘を受けた点や自分がどのように貢献できるか、
かんめい
　自分と関連づけて具体的に答えましょう。

❸志望企業への関心を伝える時は、自分が得ている知識や情報を明確に伝え、曖昧な表現は使わないよう
あいまい
　にしましょう。

❹自分がどのように企業に貢献できるか、自分の「強み」をエピソードと共に具体的に伝えましょう。

❺聞いてもらえるのは１分程度です（300字程度）。一気に長く話さず、ポイントを簡潔に話しましょう。
かんけつ
　「結論→理由／根拠」の構成が基本です。
こんきょ　　　　きほん

Alasan mendafta merupakan poin penting dalam suatu wawancara. Pertama-tama perlu untuk mengamati baik-baik tentang perusahaan atau industri yang kita minati, untuk menerka isi dari wawancara nanti. Kalau hanya dengan informasi dari internet saja tidak cukup. Dengan mengunjungi perusahaan atau melalui alumninya untuk memikirkan bagaimana keterkaitan kita dengan perusahaan tersebut. Hal ini perlu disampaikan dengan semangat. Alasan kenapa mendaftar sedapat mungkin dikaitkan dengan kelebihan diri sendiri (keahlian, pengalaman, dll.), kemudian sampaikan pula bagaimana kita akan berkontribusi pada perusahaan secara konkret. Berikut adalah 5 poin penting.

❶ Amati baik-baik tentang industri dan perusahaannya.

❷ Ketika menyampaikan alasan mendaftar bukan hanya memuji perusahaan saja, tapi kemukakan pula secara berkaitan antara kesan terhadap perusahaan dengan yang bisa dikontribusikan dari diri anda.

❸ Pada saat menyampaikan perhatian pada perusahaan yang diminati sampaikan dengan jelas dari mana memperoleh pengetahuan dan informasi tersebut tanpa menggunakan ungkapan yang bermakna ganda.

❹ Sampaikan bagaimana kita bisa memberikan kontribusi pada perusahaan dengan mengangkat kelebihan diri sendri disertai dengan anekdot secara konkret.

❺ Yang ditanyakan harus disampaikan dalam 1 menit (tulisan 300 huruf). Jangan bicara panjang dalam satu napas (satu kalimat), jelaskan perpoin penting. Konstruksinya 'simpulan → alasan/dasar'.terjadi kontradiksi dengan apa yang disampaikan dalam wawancara nanti. Jika anda menulis daftar riwayat hidup dengan bahasa lisan akan membantu dengan efektif.

เหตุผลการสมัครเข้าทำงาน เป็นหัวข้อสำคัญที่สุดในการสัมภาษณ์งาน สิ่งแรกคือ ผู้เข้าสัมภาษณ์ต้องศึกษาเกี่ยวกับบริษัท
ที่ต้องการเข้าทำงาน และแวดวงธุรกิจนั้นๆ ก่อนที่จะเข้ารับการสัมภาษณ์ ข้อมูลจากอินเทอร์เน็ตอย่างเดียวไม่เพียงพอ
ควรลองไปเยี่ยมชมบริษัท ขอพบรุ่นพี่ที่ทำงานอยู่ เพื่อให้ได้ข้อมูลที่จะพิจารณาว่าตัวเองเชื่อมโยงกับบริษัทอย่างไร
และแสดงให้เห็นความกระตือรือล้นที่ต้องการเข้าทำงาน เหตุผลในการสมัครงาน ควรคิดเชื่อมโยงกับจุดแข็งของตัวเอง
(ความเชี่ยวชาญ ประสบการณ์ ฯลฯ) และตอบคำถามอย่างเป็นรูปธรรมว่าจะอุทิศตนให้กับบริษัทอย่างไรได้บ้าง
ซึ่งสรุปประเด็นหลัก ๆ 5 หัวข้อดังนี้

❶ ศึกษาเกี่ยวกับบริษัทที่ต้องการเข้าทำงาน และแวดวงธุรกิจนั้นๆ

❷ เหตุผลในการสมัครงาน ไม่ใช่เพียงแค่กล่าวชื่นชมบริษัท ควรระบุความประทับใจต่อบริษัท
บอกได้ว่าจะอุทิศตนให้กับบริษัทอย่างไร โดยคิดเชื่อมโยงกับตัวเอง และตอบคำถามอย่างเป็นรูปธรรม

❸ การพูดแสดงความสนใจต่อบริษัท ควรกล่าวถึงข้อมูล ความรู้ที่ตัวเองมีอย่างอย่างชัดเจน ไม่ควรใช้สำนวนที่กำกวม

❹ การแสดงให้เห็นว่าจะอุทิศตนให้กับบริษัทอย่างไร ควรนำเสนอจุดแข็งของตัวเองอย่างเป็นรูปธรรมไปพร้อม ๆ
กับการเล่าเรื่อง

❺ ผู้ฟังสามารถฟังเรื่องราวได้ประมาณ 1 นาที (ราว ๆ 300 ตัวอักษร) ไม่ควรพูดยาว รวดเดียว
แต่ควรกล่าวถึงประเด็นสำคัญอย่างย่อ ๆ ลำดับการพูดที่เป็นพื้นฐานคือ "ข้อสรุป → เหตุผล/หลักฐานอ้างอิง"

Động cơ ứng tuyển là điểm quan trọng nhất. Điều quan trọng là cần tìm hiểu rõ về doanh nghiệp, ngành
mình ứng tuyển để sẵn sàng cho buổi phỏng vấn. Nếu bạn chỉ tìm hiểu thông tin trên mạng thôi vẫn chưa
đủ. Bạn cần liên hệ doanh nghiệp với bản thân, truyền tải mong muốn ứng tuyển bằng các buổi tham quan
công ty, buổi tham quan OB・OG, . Về lý do ứng tuyển, hãy cố gắng liên hệ với thế mạnh của bản thân
(chuyên môn, kinh nghiệm v.v..) và trả lời một cách cụ thể bạn cho rằng mình có thể đóng góp như thế nào.
5 điều dưới đây là những điểm mấu chốt.

❶ Hãy tìm hiểu đầy đủ về ngành và doanh nghiệp

❷ Lý do ứng tuyển không nên chỉ khen doanh nghiệp đó mà hãy trả lời một cách cụ thể về những điều
có liên quan đến mình, như doanh nghiệp đó tác động sâu sắc đến bạn thế nào, hay bạn có thể cống
hiến ra làm sao.

❸ Khi truyền tải sự quan tâm đối với doanh nghiệp mình ứng tuyển, hãy truyền đạt rõ ràng những kiến
thức và thông tin bạn có, không dùng cách nói mơ hồ.

❹ Hãy truyền đạt một cách cụ thể, gắn với những câu chuyện, việc mình có thể đóng góp với doanh
nghiệp như thế nào, "thế mạnh" của mình là gì.

❺ Bạn sẽ được nghe khoảng 1 phút (Khoảng 300 chữ). Đừng nói dài liền một mạch mà hãy nói ngắn gọn
những trọng điểm. Cấu trúc "Kết luận → Lý do/ Dẫn chứng" là cấu trúc cơ bản.

| A＝面接官 | B＝応募者 |
| めんせつかん | おうぼしゃ |

■ 志望動機に関する質問
しぼうどうき

メーカー：自動車

1　A ： 自動車メーカーを希望される理由を教えてください。

　　　B ： はい。日本の自動車技術の開発に自分も関わりたいと思ったからです。大学
　　　　　　　　　　　　　ぎじゅつ　　　　　　　　　　　　　　　　　かか
で流体力学を専攻したのも、その目的の実現のためです。現在ここまで開発
　りゅうたいりきがく　せんこう
されてきたハイブリッド車の燃費機能をさらに高める➡① ことが私の自己実現
　　　　　　　　　　　　　　ねんぴ きのう
であると同時に、御社への貢献の第一目標です。
　　　　　　　　おんしゃ　こうけん　　だいいちもくひょう

メーカー：部品

2　A ： 中小企業であるウチ➡② を希望する理由を教えてください。
　　　　　ちゅうしょうきぎょう

　　　B ： はい。お客様のニーズ探索から製品開発や営業まで、より広く業務に関われ
　　　　　　　　　　　　　　たんさく　　せいひんかいはつ　　　　　　　　　　ぎょうむ
ると思ったからです➡③。会社のシステムの全体を見ながら働けることは大き
な魅力です。それに、御社の自動車部品は世界でも評価が高いので、社員と
　　みりょく　　　　　　　　　　　　　　　　　　　ひょうか
して誇りを持って働けると思いました。お客様の製品に組み込まれる一つの
　　ほこ
部品でも、それがなければ完成させることはできません。私自身もそういっ
た縁の下の力持ち的なところで力が発揮できるタイプだと思います。
　えん　した　　　　　　　　　　　　　　　はっき

🖉POINT

➡① 自分の専門分野に関することは具体的に説明します。ここでは、「ハイブリッド車」「燃費機能」
　　という言葉で自分が関わりたい業務を明確にしています。

➡② 自分の会社のことを「ウチ」と呼ぶことがあります。同様に、「弊社」「当社」「我が社」など
　　の呼び方もあります。

➡③ 中小企業の特徴は従業員が広く業務へ関わることです。こうした業務内容が理解できていれ
　　ば、志望理由にも具体性が出ます。

Wawancara perorangan ❷ : alasan mendaftar
การสัมภาษณ์เดี่ยว ❷ : เหตุผลในการสมัครงาน
Phỏng vấn cá nhân ❷ : Động cơ ứng tuyển

A=Pewawancara B=Pendaftar

A=ผู้สัมภาษณ์ B=ผู้สมัคร

A=Người phỏng vấn B=Ứng viên

Pertanyaan tentang alasan mendaftar

Perusahaan: Otomotif

1 A : Jelaskan alasan anda berminat pada perusahaan otomotif!

B : Ya. Karena saya ingin andil dalam pengembangan teknologi mobil Jepang. Di universitas saya mengambil spesialis bidang hidromekanik pun untuk merealisasikan keinginan tadi. Dengan meningkatkan fungsi pembakaran mobil hibrid yang dikembangkan sampai saat ini merupakan realisasi diri sendiri, serta merupakan tujuan utama untuk berkontribusi pada perusahaan anda.

Perusahaan: suku cadang

2 A : Tolong jelaskan alasan anda berminat pada perusahan menengah kami ini!

B : Ya. Dari hasil pengamatan tentang kebutuhan konsumen sampai pada pengembangan produk dan pengelolaannya merupakan tugas yang lebih luas lagi. Dengan melihat sistem kesuluruhan dari perusahaan ini merupakan daya tarik yang cukup besar. Lagi pula, suku cadang mobil dari perusahaan anda mendapat penilaian tinggi di seluruh dunia, bagi karwayannya merupakan suatu kebanggaan dalam bekerja. Meskipun hanya satu suku cadang yang dirakit dalam produk yang ada di para konsumen, tanpa itu tidak akan bisa diselesaikan. Saya sendiri pun merupakan tipe yang bisa mengerahkan segenap kekuatan di bawah garis kerja.

คำถามเกี่ยวกับเหตุผลการสมัครเข้าทำงาน

บริษัทผู้ผลิต : รถยนต์

A : กรุณาบอกเหตุผลที่คุณต้องการทำงานในบริษัทผลิตรถยนต์หน่อยครับ

B : ครับ เพราะผมขออยากทำงานเกี่ยวกับการพัฒนาเทคโนโลยียานยนต์ของญี่ปุ่น การเลือกเรียนกลศาสตร์ของไหลเป็นวิชาเอกก็เพื่อทำให้เป้าหมายที่วางไว้เป็นจริง เป้าหมายแรกสำหรับการทำประโยชน์เพื่อบริษัท คือการเพิ่มประสิทธิภาพระบบการเผาผลาญรถยนต์ไฮบริดที่ได้รับการพัฒนามาจนถึงปัจจุบัน ซึ่งเป็นการพัฒนาศักยภาพของตัวเองในเวลาเดียวกันด้วย

บริษัทผู้ผลิต : ชิ้นส่วน

A : กรุณาบอกเหตุผลที่คุณต้องการเข้าทำงานในบริษัทขนาดกลางอย่างบริษัทเรานี้ให้ฟังหน่อยครับ

B : ค่ะ เพราะดิฉันคิดว่าที่บริษัทนี้จะได้ทำงานหลากหลาย ตั้งแต่การสำรวจความต้องการของลูกค้า พัฒนาผลิตภัณฑ์ ไปจนถึงการขาย การได้เรียนรู้ระบบการทำงานของบริษัทโดยรวมไปพร้อม ๆ กับการปฏิบัติงานเป็นสิ่งที่น่าสนใจยิ่งไปกว่านั้น ชิ้นส่วนรถยนต์ของบริษัทได้รับการยอมรับเป็นอย่างมากในระดับโลก จึงคิดว่าจะได้ทำงานอย่างภาคภูมิใจในฐานะพนักงานของบริษัท ชิ้นส่วนที่จะถูกประกอบเข้าไปในผลิตภัณฑ์เพื่อลูกค้า ขาดเพียงชิ้นเดียวก็ไม่อาจจะเป็นรูปร่างได้ ดิฉันเองก็เช่นกัน เมื่ออยู่ในฐานะผู้สนับสนุนคิดว่าตัวเองเป็นคนที่ใช้ความสามารถเต็มที่ เพื่อให้งานสำเร็จ

Câu hỏi về động cơ ứng tuyển

Nhà sản xuất : Ô tô

A : Hãy cho tôi biết lý do bạn có nguyện vọng xin vào làm ở doanh nghiệp sản xuất ô tô.

B : Dạ. Đó là vì tôi muốn tham gia vào việc phát triển công nghệ sản xuất ô tô của Nhật Bản. Tôi học chuyên ngành thủy khí động học tại trường đại học cũng là để thực hiện mục đích đó. Hiện tại, việc nâng cao hơn nữa tính năng tiết kiệm nhiên liệu của xe Hyblid đã được phát triển cho đến nay vừa là thực hiện mục đích của bản thân tôi, đồng thời cũng là mục tiêu đóng góp số một của tôi cho quý công ty.

Nhà sản xuất: Linh kiện

A : Hãy cho tôi biết lý do bạn có nguyện vọng làm việc ở một doanh nghiệp vừa và nhỏ như doanh nghiệp chúng tôi.

B : Vâng. Vì tôi cho rằng mình có thể tham gia vào nhiều nghiệp vụ từ khảo sát nhu cầu của khách hàng đến phát triển sản phẩm và bán hàng. Có thể vừa làm việc vừa nắm bắt được toàn bộ hệ thống hoạt động của công ty là một điều rất hấp dẫn. Hơn nữa, linh kiện ô tô của quý công ty được đánh giá cao cả ở trên thế giới, nên tôi nghĩ mình có thể tự hào khi được làm nhân viên của quý công ty. Dù chỉ là một linh kiện được lắp đặt vào sản phẩm của khách hàng, nhưng nếu không có nó sẽ không hoàn thiện được sản phẩm. Tôi nghĩ mình cũng là kiểu người có thể phát huy năng lực ở những vị trí đóng góp thầm lặng như vậy.

➡① Untuk keahlian sendiri perlu dijelaskan secara konkret. Di sini istilah 'mobil hibrid' dan 'fungsi ekonomis' menujukkan bidang tugas pekerjaan yang diinginkan.

ควรอธิบายอย่างละเอียดเกี่ยวกับความเชี่ยวชาญเฉพาะด้านของตัวเอง ในที่นี้มีการใช้คำศัพท์เฉพาะด้านเช่น "รถไฮบริด" "ระบบการเผาผลาญ" เพื่อแสดงให้เห็นว่าตัวเองต้องการมีส่วนร่วมกับงานเหล่านี้

Giải thích cụ thể những điều liên quan đến lĩnh vực chuyên môn của mình. Ở đây ứng viên đang làm rõ nghiệp vụ mình muốn tham gia bằng các từ ngữ "Xe Hyblid" "Tính năng tiết kiệm nhiên liệu"

➡② Untuk direktur sendiri ada kalanya diucapkan ' ウチ'. Atau istilah lain seperti ' 弊社(へいしゃ)', 当社(とうしゃ)' dan ' 我が社(わがしゃ)'.

บางครั้งมีการใช้คำว่า「ウチ」เพื่อกล่าวถึงบริษัทของตนเอง นอกจากนั้น ยังมีคำว่า「弊社(へいしゃ)」「当社(とうしゃ)」「我が社(わがしゃ)」ซึ่งใช้ในความหมายเดียวกัน

Cũng có trường hợp mọi người gọi công ty của mình là「ウチ」. Tương tự như vậy cũng có cách gọi là「弊社(へいしゃ)」, "当社(とうしゃ)", "我が社(わがしゃ)".

➡③ Ciri khas perusahaan kecil dan menengah adalah karyawannya berhubungan dengan tugas secara luas. Jika mereka memahami isi kewajiban tadi, akan memunculkan alasan mendaftar secara konkret.

ลักษณะเฉพาะอย่างหนึ่งของบริษัทขนาดกลางและขนาดย่อมคือพนักงานจะมีส่วนเกี่ยวข้องกับงานหลายส่วน หากเขาเข้าใจลักษณะดังกล่าว เหตุผลการสมัครงานก็จะมีความละเอียดชัดเจนขึ้น

Đặc trưng của các doanh nghiệp vừa và nhỏ là nhân viên tham gia vào nhiều nghiệp vụ. Nếu hiểu được những nội dung nghiệp vụ như thế, bạn sẽ đưa ra được lý do ứng tuyển cụ thể.

メーカー：ゲーム

3 A ： 当社を志望した理由を教えてください。
とうしゃ

B ： はい。私は子供の頃から御社のゲームを楽しんできました。御社のゲームに
　　　　　　　　　　　　　　　　　おんしゃ
は人をひきつけて離さない魅力があります。それは、ストーリーに隠された
　　　　　　　　　　　　みりょく　　　　　　　　　　　　　　　　　　　　　　　　かく
何かがあるからだと思います。私は➡④大学入学後、ゲームを作る側の視点
　　　　　　　　　　　　　　　　　　　　　　　　　　　　　　　　　　　　　してん
で観察や分析をするようになりましたが、そこで見えてきたことがあります。
　　かんさつ　ぶんせき
私のゲームへの探究心を最大限に活かして御社に貢献したいと考え、応募し
　　　　　　　たんきゅうしん　　　　　　　　　　　　　こうけん　　　　　　　おうぼ
ました。

メーカー：アパレル

4 A ： ファストファッション企業の中で弊社を希望されるのはなぜですか？
　　　　　　　　　　　　　　　　　へいしゃ

B ： はい。御社の製品がデザイン性に優れていて、独自のスタイルを打ち出して
　　　　おんしゃ せいひん　　　　　　　　すぐ　　　　　　どくじ
いることに魅力を感じたからです。そのような企業でなら社員は誇りを持っ
　　　　みりょく　　　　　　　　　　　　　　　　　きぎょう　　　　　　　　ほこ
て働けると思いました。

A ： あなたが考える弊社独自のスタイルとはどのへんのことですか。
　　　　　　　　　　いろづか

B ： はい。私が考えるのは色使いです。他社製品にはないような微妙な色合いの
　　　　　　　　　　　　いろづか　　　　たしゃ　　　　　　　　　　びみょう
製品が次から次へと開発されていることに驚きを感じます。
　　　　　　　　　　　　　　　　　　　おどろ

メーカー：食品

5 A ： 志望動機を教えていただけますか？
しぼうどうき

B ： はい。勉強した食品化学の知識を仕事に活かし、御社に貢献ができるのでは
　　　　　　　　しょくひんかがく　　　　　　い　　おんしゃ　こうけん
ないかと思ったことです。

A ： 大学ではカップ麺の研究などはされたのですか？
　　　　　　　　めん

B ： はい。授業でも扱いましたが、私は学内のカップ麺研究サークルに所属して
　　　　　　　あつか　　　　　　　　　　　　　　　　めん　　　　　　　　しょぞく
おり、その中でいろいろ研究してきました。カップ麺は塩分や容器の点で問
　　　　　　　　　　　　　　　　　　　　　めん　えんぶん　ようき
題視されることが多いですが、企業は手軽に摂取できる栄養源として上手に
だいし　　　　　　　　　　　　　きぎょう　てがる　せっしゅ　　　えいようげん
利用できるシーンを消費者にもっとアピールすべきだと思います。
　　　　　　　　　　しょうひしゃ

☞POINT

➡④「わたし」と言ってしまった場合は、無理に言い直さずにそのまま話し続けましょう。

Wawancara perorangan ❷ ：alasan mendaftar
การสัมภาษณ์เดี่ยว ❷ ：เหตุผลในการสมัครงาน
Phỏng vấn cá nhân ❷ ：Động cơ ứng tuyển

Unit
3-3

Perusahaan: game

❸ A：Jelaskan alasan anda berminat ke perusahaan ini!

B：Ya. Saya sejak kecil sudah menikmati game dari perusahaan anda. Dalam game dari perusahaan anda memiliki daya tarik yang tak bisa lepas lagi. Hal itu saya rasa disebabkan karena ada sesuatu yang disembunyikan dalam ceritanya. Setelah saya masuk universitas, saya menganalisis dan mengkaji dari sudut pembuat game tersebut, sehingga ada sesuatu yang terlihat. Oleh karena itu saya ingin berkontribusi ke perusahaan anda dengan mengembangkan dan memperluas hasil temuan saya. Itulah alasan saya mendaftar.

Perusahaan: Pakaian

❹ A：Di antara perusahaan pakaian, mengapa anda berminat ke perusahaan kami ini?

B：Ya. Produk perusahaan anda desainnya sangat luar biasa, sehingga memiliki daya tarik karena memiliki stil tersendiri. Dengan perusahaan seperti ini saya rasa para karyawan bisa bekerja dengan penuh kebanggaan.

A：Yang dimaksud dengan stil tersendiri dari perusahaan kami itu dalam hal apanya?

B：Ya. Saya melihat dari segi penggunaan warna. Produk dengan perpaduan warna yang sangat lembut yang tidak ditemukan dalam produk perusahaan yang lain, terus dikembangkan dengan mengejutkan.

Perusahaan: Makanan

❺ A：Tolong jelaskan alasan berminat ke sini!

B：Ya. Saya ingin mengaplikasikan pengetahuan tentang ilmu makanan yang dipelajari ke dalam pekerjaan, sehingga saya bisa berkontribusi untuk perusahaan anda.

A：Apakah di universitas anda pernah meneliti mie cup dan yang lainnya?

B：Ya. Ada juga dalam perkuliahan, saya masuk klub peneliti mie cup di dalam kampus yang di dalamnya meneliti berbagai macam hal. Untuk mie cup banyak dipermasalahkan segi kadar garam dan tempatnya sendiri, pihak perusahaan seharusnya bisa meyakinkan pada para konsumen bahwa mereka dapat menggunakannya dengan mudah dan memperoleh gizi dengan baik.

บริษัทผู้ผลิต : เกม

A：กรุณาบอกเหตุผลที่คุณต้องการเข้าทำงานในบริษัทเราหน่อยครับ

B：ครับ ผมเคยเล่นเกมของบริษัทมาตั้งแต่เด็ก คนที่เล่นเกมของบริษัทจะถูกดึงดูดความสนใจจนไม่อยากปล่อย ซึ่งผมคิดว่าเป็นเพราะว่ามีอะไรบางอย่างซ่อนอยู่ในเนื้อเรื่อง หลังจากเข้าศึกษาในมหาวิทยาลัย ผมกลายเป็นคนสังคม และวิเคราะห์เกมจากมุมมองของผู้ผลิต ทำให้ผมเริ่มเห็นบางสิ่งบางอย่าง ผมคิดว่าอยากใช้ความรู้ความสงสัยใคร่รู้เกี่ยวกับเกมของตัวเอง ทำประโยชน์ให้กับบริษัท จึงสมัครเข้าทำงานครับ

บริษัทผู้ผลิต : เครื่องนุ่งห่ม

A：บริษัทผลิตเสื้อผาแฟชั่นสมัยใหม่มีมากมาย ทำไมคุณถึงเลือกสมัครบริษัทเราครับ

B：ค่ะ เพราะดิฉันรู้สึกว่าผลิตภัณฑ์ของบริษัทน่าสนใจ เนื่องจากดีไซน์ที่สวยงาม และรูปแบบที่เป็นเอกลักษณ์ ดิฉันคิดว่าพนักงานในบริษัทจะทำงานด้วยความภาคภูมิใจ

A：รูปแบบที่เป็นเอกลักษณ์ของผลิตภัณฑ์ที่คุณคิด หมายถึงอะไรครับ

B：ค่ะ ที่รู้สึกคือการใช้สีค่ะ ดิฉันรู้สึกประหลาดใจทุกครั้งที่เห็นผลิตภัณฑ์ใหม่ ๆ ซึ่งใช้สีที่แปลกไปจากบริษัทอื่น ถูกพัฒนาออกมาเรื่อย ๆ

บริษัทผู้ผลิต : ผลิตภัณฑ์อาหาร

A：ช่วยบอกเหตุผลที่คุณต้องการเข้าทำงานในบริษัทให้ฟังหน่อยได้ไหมครับ

B：ครับ ผมคิดว่าจะได้ใช้ความรู้ด้านวิทยาศาสตร์การอาหารที่ได้เรียนเป็นประโยชน์ต่อบริษัทครับ

A：ที่มหาวิทยาลัยได้วิจัยเกี่ยวกับบะหมี่กึ่งสำเร็จรูปหรือครับ

B：ครับ ได้เรียนในห้อง แต่ผมยังได้เข้าร่วมเป็นสมาชิกชมรมวิจัยบะหมี่กึ่งสำเร็จรูปในมหาวิทยาลัยด้วยครับ ซึ่งทำให้ได้ศึกษาวิจัยอะไรหลาย ๆ อย่าง บะหมี่กึ่งสำเร็จรูปมักถูกมองว่าเป็นปัญหาในด้านปริมาณเกลือ และบรรจุภัณฑ์ที่ใช้ แต่ผมคิดว่าบริษัทควรนำเสนอจุดเด่นที่ใช้ในการประชาสัมพันธ์จากบะหมี่กึ่งสำเร็จรูปซึ่งเป็นแหล่งโภชนาการหนึ่งที่สามารถรับเข้าสู่ร่างกายอย่างง่ายดาย ๆ

Nhà sản xuất: Trò chơi

A：Hãy cho chúng tôi biết lý do bạn ứng tuyển vào công ty chúng tôi.

B：Vâng. Từ nhỏ tôi đã chơi những trò chơi của quý công ty. Những trò chơi của quý công ty có sức hấp dẫn khiến mọi người bị cuốn hút không thể rời ra được. Tôi nghĩ là do có điều gì đó ẩn sau mỗi câu chuyện. Sau khi vào đại học, tôi được quan sát, phân tích trên quan điểm của người tạo ra trò chơi nên qua đó đã nhận ra được một vài điều. Tôi muốn phát huy tối đa sự tìm tòi của mình đối với các trò chơi để đóng góp cho quý công ty nên đã ứng tuyển.

Nhà sản xuất: Thời trang

A：Trong số các doanh nghiệp thời trang "ăn liền" tại sao bạn lại có nguyện vọng vào làm ở doanh nghiệp chúng tôi?

B：Vâng. Vì tôi cảm thấy rất hấp dẫn khi sản phẩm của quý công ty luôn ưu việt về thiết kế và luôn tạo ra phong cách riêng độc đáo. Tôi nghĩ nhân viên có thể tự hào nếu được làm việc ở một doanh nghiệp như vậy.

A：Bạn cho rằng đâu là phong cách độc đáo của doanh nghiệp chúng tôi?

B：Vâng. Tôi cho rằng đó là cách sử dụng màu sắc. Tôi ngạc nhiên khi các sản phẩm được phối màu tinh tế không có ở các sản phẩm của công ty khác liên tục được phát triển.

Nhà sản xuất: Thực phẩm

A：Bạn hãy cho tôi biết động cơ ứng tuyển.

B：Vâng. Vì tôi nghĩ có thể vận dụng những kiến thức đã học về hóa thực phẩm để đóng góp cho quý công ty.

A：Ở trường đại học bạn đã nghiên cứu về mỳ cốc nhỉ?

B：Vâng. Trong các giờ học cũng có bài giảng về điều này nhưng tôi còn tham gia câu lạc bộ nghiên cứu mỳ cốc của trường và đã nghiên cứu rất nhiều về nó. Mỳ cốc thường bị lo ngại về lượng muối và cốc đựng nhưng tôi cho rằng doanh nghiệp cũng cần khéo léo quảng bá hơn nữa tới người tiêu dùng những tình huống có thể sử dụng nó như một nguồn dinh dưỡng dễ cung cấp.

➡④ Jika terlanjur mengucapkan ' わたし' tidak perlu diralat lagi, teruskan saja berbicaranya. ｜ กรณีที่พูดผิดเป็น「わたし」ก็ไม่จำเป็นต้องแก้ ควรปล่อยเลยตามเลย และพูดเรื่องอื่นต่อไป ｜ Trường hợp lỡ nói là " わたし" cũng đừng cố sửa lại mà cứ tiếp tục nói tiếp.

就職面接 ‥ 個人面接 ❷ 志望動機

Unit 3-3 《就職》個人面接❷：志望動機 ◀)) 44

しゅうしょく　　　　　　　　　　　　　　　　しぼうどうき

メーカー：スポーツ用品

6　A ： 弊社を希望される理由を教えてください。
　　　　へいしゃ

　　B ： はい。私もぜひ御社でシューズの企画開発に関わり、世界中のサッカー少年
　　　　　　　　　　おんしゃ　　　　　　　きかく　　　　かか
　　　　の夢を後押ししたいと思い、応募しました。私は5歳でサッカーを始め、現
　　　　　　あとお　　　　　　　　　おうぼ
　　　　在も大学のサッカーチームに所属していますが、御社のシューズをずっと履
　　　　　　　　　　　　　　　しょぞく　　　　　　　　　　　　　　　　　は
　　　　いてきました。成長期に一度他社のものを試しましたが、履き心地の違いは
　　　　　　　　　　　　　　　たしゃ　　　ため　　　　　　ごこち
　　　　明らかでした。成長に合わせた御社の製品展開がとてもありがたかったです。
　　　　あき

　　A ： それは、どうも。ところで、入社されても必ずしも希望の職種をお願いでき
　　　　るわけではありませんが、そのへんはどう理解されていますか？

　　B ： はい。どのような部署でも精一杯努力して、御社の発展に貢献したいと思い
　　　　　　　　　　　ぶしょ　　せいいっぱい　　　　　　　　　はってん　こうけん
　　　　ます。しかし、企画開発に関わることも諦めず、希望が叶うよう最大限努力
　　　　　　　　　　　　　　　　　　　あきら　　　　かな　　　　さいだいげん
　　　　していきたいと思っています。

サービス：旅行
　　　　　　りょこう

7　A ： どうして我が社を受けようと思ったのですか？
　　　　　　わ　しゃ

　　B ： はい。実は、私はこれまで旅行はほとんど自分で計画してきました。そのほ
　　　　うが同じ予算で何倍も楽しめると思いましたし、一緒に行った家族や友人か
　　　　らも喜んでもらったので、自分の旅行企画に自信を持っていました。そんな
　　　　　　　　　　　　　　　　　　　　きかく
　　　　時、御社の中南米や北アフリカの旅行商品を拝見し、そのユニークさとバリ
　　　　　おんしゃ　ちゅうなんべい
　　　　エーションの多さに自分の自信が吹き飛んでしまいました➡⑤。と同時に、私
　　　　の旅への探究心に火がつきました。自己計画型の旅行者もひきつけてしまう
　　　　　　　　たんきゅうしん
　　　　御社の旅行商品に、私自身の旅のワクワク体験を加え、カスタマイズ旅行の
　　　　ファンを拡大するのが目標です。
　　　　　　　　かくだい　　　もくひょう

POINT

➡⑤ 「御社の商品」だけでは説明不足です。どの商品についてどのように感じたのかを具体的に説
　　明すると説得力が出ます。

Wawancara perorangan ❷ : alasan mendaftar
การสัมภาษณ์เดี่ยว ❷ : เหตุผลในการสมัครงาน
Phỏng vấn cá nhân ❷ : Động cơ ứng tuyển

Unit
3-3

Unit 3-3

就職面接 ∵ 個人面接 ❷ 志望動機

Perusahaan: alat olah raga

6 A : Jelaskan kenapa anda berminat ke perusahaan ini!

B : Ya. Saya mendaftar karena ingin andil dalam pengembangan industri sepatu perusahaan anda, dan ingin mendorong impian sepak bola remaja di dunia. Saya sejak umur 5 tahun sudah mulai bermain bola, sekarang pun menjadi bagian dari tim sepak bola universitas, selama ini selalu menggunakan sepatu buatan perusahaan anda. Setelah sekian lama saya pernah mencoba menggunakan produk lain, tetapi rasanya berbeda. Saya terus menggunakannya dan saya merasa inovasi produk perusahaan anda ini sangat bagus sekali.

A : Baik, terima kasih. Tetapi kalau pun anda diterima, belum tentu anda ditempatkan pada bidang kerja yang diharapkan, begaimana apakah bisa menerima?

B : Ya. Di bagian apapun juga saya akan berusaha sekuat tenaga agar bisa berkontribusi pada perusahaan anda. Tetapi, hasrat untuk memasuki devisi pengembangan tidak akan hilang, sehingga untuk mewujudkannya saya tetap akan berusaha keras.

Jasa: wisata

7 A : Mengapa anda ingin masuk perusahaan ini?

B : Ya. Sebenarnya selama ini saya selalu berwisata dengan membuat rencana sendiri. Dengan cara ini ternyata dengan anggaran yang sama, saya bisa menikmati berbagai hal beberapa kali lipat, keluarga dan teman yang ikut pergi bersama pun semuanya merasa puas, sehingga saya memiliki keyakinan bahwa program yang saya buat jauh lebih bagus. Kemudian saya melihat produk perusahaan anda tentang wisata ke Amerika Latin dan Afrika Utara, dengan program yang unik dan bervariasi inilah membuat saya berminat. Bersaaan dengan itu, semangat saya untuk mengali objek wisata menyala lagi. Saya bertujuan memperluas produk wisata perusahaan anda dengan menambahkan pengalaman saya dan menambah pelanggan kita.

➡ ⑤ Penjelasannya tidak jelas jika hanya dengan 'produk perusahaan anda'. Tetapi perlu penjelasan secara konkret tentang produk yang bagaimana dan bagaimana dirasakannya, sehingga bisa meyakinkan orang lain.

บริษัทผู้ผลิต : ผลิตภัณฑ์กีฬา

A : กรุณาบอกเหตุผลที่คุณต้องการเข้าทำงานใน บริษัทเราหน่อยครับ

B : ครับ เพราะผมคิดว่าอยากทำงานที่เกี่ยวข้อง กับการวางแผนและพัฒนารองเท้าที่บริษัทนี้ และอยากมีส่วนช่วยผลักดันความฝันของเหล่า เยาวชนทั่วโลกที่เล่นฟุตบอลให้เป็นจริง ผมเริ่มเล่นฟุตบอลตอนอายุ 5 ขวบ ปัจจุบันก็ยังเป็นสมาชิกชมรมฟุตบอลของ มหาวิทยาลัย และใส่รองเท้าฟุตบอลของบริษัทมาตลอด ช่วงที่เริ่มโต เคยลองเปลี่ยนไปใช้รองเท้าของ บริษัทอื่นครั้งหนึ่ง แต่ตอนนี้รู้สึกสบายในการสวมใส่แตกต่างกันมาก การที่บริษัทพัฒนาผลิตภัณฑ์ให้เข้ากับการเจริญ เติบโตทางสรีระ เป็นเรื่องน่าชื่นชมมาก

A : ขอบคุณครับ อย่างไรก็ตาม ถึงแม้จะได้เข้าทำงานในบริษัทนี้ได้ หมายความว่าจะได้ทำงานประเภทที่ต้องการ คุณคิดอย่างไรครับ

B : ครับ ไม่ว่าจะอยู่แผนกไหน ก็จะพยายามสุดความสามารถ เพื่อประโยชน์ต่อการพัฒนาบริษัทครับ แต่ก็จะไม่เลิกล้มความหวังที่จะทำงานด้าน วางแผนและพัฒนา จึงจะพยายามถึงที่สุดเพื่อจะสักวันความปรารถนา จะเป็นจริงครับ

ธุรกิจการบริการ : การท่องเที่ยว

A : ทำไมคุณถึงคิดจะสมัครงานกับบริษัทเราครับ

B : ค่ะ จริง ๆ แล้ว ดิฉันเป็นคนวางแผนท่องเที่ยว เองมาตลอด ซึ่งคิดวางแผนงบประมาณเท่ากันแต่ได้เที่ยวมากกว่า ครอบครัวหรือเพื่อน ๆ ที่ไปด้วยก็ชื่นชมยินดี จึงมั่นใจในการวางแผนการท่องเที่ยวของตัวเอง แต่อยู่มาวันหนึ่งก็ได้เห็นสินค้าท่องเที่ยวของบริษัท ทั้งอเมริกากลาง อเมริกาใต้ อาฟริกาเหนือ ฯลฯ ซึ่งมีความพิเศษเฉพาะตัว และเต็มไปด้วยความหลากหลาย ทำให้ความมั่นใจที่เคยมีหายไปหมด พร้อม ๆ กับเกิดความรู้สึกอยากศึกษาเรียนรู้ การท่องเที่ยวให้ลึกแต่หลากหลายของดิฉันคือ ขยายตลาดกว้างที่ชอบการท่องเที่ยวแบบตาม ใจฉัน โดยเพิ่มประสบการณ์อันน่าตื่นเต้นในการ ท่องเที่ยวของตัวดิฉันเองเข้าไปในสินค้า ท่องเที่ยวของบริษัทซึ่งดึงดูดแม้กระทั่งคนที่ชอบ วางแผนการท่องเที่ยวด้วยตัวเอง

⑤ ถ้าพูดแค่ "สินค้าของบริษัท" ยังไม่เพียงพอ ควรอธิบายให้ละเอียดว่ารู้สึกอย่างไรกับสินค้าตัวไหน ซึ่งจะทำให้ฟังดูน่าเชื่อถือ

Nhà sản xuất: Thiết bị thể thao

A : Hãy cho tôi biết lý do bạn có nguyện vọng vào làm ở công ty chúng tôi.

B : Vâng. Tôi mong muốn tham gia vào việc lên kế hoạch và phát triển sản phẩm giày thể thao của quý công ty, nâng đỡ ước mơ của những thiếu niên yêu bóng đá trên khắp thế giới nên đã ứng tuyển. Tôi bắt đầu chơi bóng đá lúc 5 tuổi, hiện nay tôi cũng tham gia đội bóng đá của trường đại học và từ đã luôn đi giày của quý công ty. Ở tuổi đấy thì tôi đã một lần thử giày của công ty khác nhưng cảm nhận khi đi giày khác nhau rất rõ rệt. Tôi rất biết ơn việc phát triển sản phẩm cho phù hợp với từng độ tuổi phát triển của quý công ty.

A : Rất cám ơn bạn về điều đó. Nhưng dù bạn vào làm ở công ty chúng tôi thì cũng không hẳn là chúng tôi có thể yêu cầu bạn làm đúng công việc bạn muốn, bạn nghĩ sao về điều đó?

B : Vâng. Dù làm ở bộ phận nào tôi cũng muốn cố gắng hết sức, đóng góp cho sự phát triển của quý công ty. Nhưng, tôi cũng sẽ không từ bỏ mong muốn được tham gia vào công việc lên kế hoạch và phát triển mà sẽ nỗ lực hết sức để mong muốn đó trở thành hiện thực.

Dịch vụ: Du lịch

A : Tại sao bạn lại thi tuyển vào công ty chúng tôi?

B : Vâng. Thật ra, từ trước đến nay, tôi hầu như toàn tự lên kế hoạch đi du lịch. Tôi đã nghĩ như thế với cùng một số tiền, mình có thể tận hưởng gấp nhiều lần, người nhà và bạn bè đi cùng cũng thích nên tôi luôn tự tin vào khả năng lên kế hoạch du lịch của mình. Đúng lúc đó, tôi được xem sản phẩm du lịch các nước Trung Nam Mỹ và Bắc Phi của quý công ty, sự độc đáo và tính đa dạng của các sản phẩm này đã thổi bay sự tự tin của tôi. Đồng thời, điều đó cũng đã thắp lửa cho ham muốn khám phá du lịch của tôi. Mục tiêu của tôi là bổ sung thêm những trải nghiệm đầy hứng khởi từ những chuyến du lịch cá nhân của tôi vào sản phẩm du lịch của quý công ty, vốn có khả năng hấp dẫn cả những du khách kiểu tự lên kế hoạch để tăng thêm lượng khách ưa thích hình thức du lịch theo yêu cầu.

Chỉ đề cập đến "sản phẩm của quý công ty" không thôi vẫn chưa đủ để giải thích. Nếu giải thích cụ thể cảm nhận như thế nào về sản phẩm nào sẽ có sức thuyết phục hơn.

サービス：不動産
ふどうさん

8 A ： 当社のような新しい会社を希望するのはどうしてですか？

B ： はい。これから業績が伸ばせるという希望や期待が持てると思うからです。
ぎょうせき
日本の土地を利殖目的で求める外国人は増え続けています。このチャンスに
りしょく
積極的に対応していくことが将来のカギになると思いますし、その現場に自
せっきょくてき　　　　　　　　　　　　　　　　　　　　　　　　　　　　　　げんば
分もいたいと思います。

A ： 当社は社員一人一人にマンパワーの質の良さを求めていますが、あなたは社
員として力を発揮する自信がありますか？
はっき

B ： はい。自信があります。宅地建物取引主任者の資格と通訳経験を活かして御
たくちたてものとりひきしゅにんしゃ　　しかく　　つうやく　　い　　　　　おん
社に貢献したいと思います。
しゃ　こうけん

商社：総合商社
しょうしゃ　そうごう

9 A ： では、志望動機を教えてください。
しぼうどうき

B ： はい。志望の動機は御社の募集にあった海外事業に関わりたいと思ったこと
おんしゃ　ぼしゅう　　　　　　　　　かか
です。私の強みは一つの考え方に固まらない柔軟性を持っていることですが、
じゅうなんせい
このような私の強みをきっと御社の業務で役立てていただけると思い、応募
ぎょうむ　　　　　　　　　　　　　　　おうぼ
しました。

A ： もう少し具体的に説明していただけますか➡⑥？
ぐたいてき

B ： はい。例えば、私には親しくしている留学生が三人いますが、それぞれに国
した
の習慣や視点のクセがあることがわかりました。彼らとランチをする時など
しゅうかん　してん
は、常にみんなのバランスを考えて行動するようにしています。そして、そ
つね
れがプラスに働いたと思える経験も多いです。柔軟性は、海外事業という
じゅうなんせい
様々なバックグラウンドを持つ人たちと仕事をする上で必要不可欠だと思い
さまざま　　　　　　　　　　　　　　　　　　　　　　　　　　ふかけつ
ます。

POINT

➡⑥ 個人面接では、一つの質問内容に関して、志願者の発言を掘り下げるような質問が繰り返さ
れることがよくあります。そのため動機や自分の経験を具体的に語れるように準備しておく
必要があります。

Wawancara perorangan ❷ : alasan mendaftar
การสัมภาษณ์เดี่ยว ❷ : เหตุผลในการสมัครงาน
Phỏng vấn cá nhân ❷ : Động cơ ứng tuyển

**Unit
3-3**

<table>
<tr><td valign="top">

Jasa: perumahan

8 A : Kenapa anda berminat pada perusahaan kami yang masih baru?

B : Ya. Karena saya yakin bahwa untuk ke depan kinerja perusahaan akan meningkat dan bisa diandalkan. Orang asing yang mencari pekerjaan dan membuat uang dari lahan di Jepang akan terus bertambah. Dengan menanggapi kesempatan ini secara aktif merupakan kunci untuk masa depan, dan saya ingin berada di sana.

A : Perusahaan ini menuntut keterampilan setiap karyawannya, apakah anda sebagai seorang karyawan punya keberanian untuk mengerahkan segala kekuatan?

B : Ya. Saya yakin itu. Saya ingin berkontribusi dengan cara menggunakan kemahiran sebagai penanggung jawab dalam pembangunan perumahan dan pengalaman saya sebagai interpreter.

Perusahaan perdagangan: Perusahaan perdagangan umum

9 A : Baik, katakan apa yang menjadi motif anda untuk mendaftar ke sini?

B : Ya. Motivasi saya adalah ingin andil dalam usaha di luar negeri. Kekuatan saya adalah cara berpikir saya tidak kaku pada suatu hal, tetapi bersifat fleksibel, sehingga dengan kekuatan saya ini bisa bermanfaat untuk perusahaan anda. Itulah alasan saya mendaftar ke sini.

A : Tolong jelaskan lebih konkret lagi!

B : Ya. Misalnya, saya punya teman dekat sebanyak 3 orang, mereka masing-masing memiliki perbedaan kebiasaan dan cara pandang. Misalnya ketika saya makan siang dengan mereka, selalu memikirkan keseimbangan (keadilan) dalam berbuat sesuatu. Dari situ saya banyak mempunyai pengalaman bahwa sangat positif terhadap suasana kerja. Kefleksibelan merupakan hal penting yang mau tidak mau harus ada untuk bekerja dengan orang-orang yang memiliki latar belakang yang berbeda-beda untuk usaha di luar negeri.

</td><td valign="top">

ธุรกิจการบริการ : อสังหาริมทรัพย์

A : ทำไมคุณถึงอยากเข้าทำงานในบริษัทใหม่ อย่างบริษัทเรา

B : ครับ เพราะผมคิดว่าสามารถคาดหวังกับ ผลการดำเนินงานของบริษัทที่น่าจะเติบโต ไปได้อีก ปัจจุบันชาวต่างชาติที่ต้องการทำกำไรจากที่ดิน ในประเทศญี่ปุ่น เพิ่มจำนวนขึ้นอย่างต่อเนื่อง การคว้าโอกาสนี้ไว้เป็นกุญแจสู่ความสำเร็จใน อนาคต และผมเองก็อยากทำงานด้านนี้ด้วยครับ

A : บริษัทเราต้องการบุคลากรคุณภาพดี เมื่อเข้ามาเป็นพนักงาน คุณมั่นใจไหมว่าจะปฏิบัติงานได้อย่างมี ประสิทธิภาพ

B : มั่นใจครับ ผมได้รับประกาศนียบัตรผู้เชี่ยวชาญการทำ ธุรกรรมอสังหาริมทรัพย์ และมีประสบการณ์การเป็นล่าม ซึ่งจะใช้ให้เป็นประโยชน์ต่อการทำงานที่บริษัท ครับ

บริษัทการค้า : บริษัทการค้าทั่วไป

A : กรุณาบอกเหตุผลที่คุณสมัครทำงานที่นี่ หน่อยครับ

B : ค่ะ เหตุผลที่สมัครคือคิดว่าอยากมีส่วนเกี่ยวข้อง กับงานด้านธุรกิจในต่างประเทศที่ระบุไว้ ในเอกสารการสมัครของบริษัท จุดแข็งอย่างหนึ่งของดิฉันคือการมีความ ยืดหยุ่นทางความคิด ไม่ยึดติดกับความคิดใด ความคิดหนึ่ง ซึ่งดิฉันคิดว่าจะสามารถใช้จุดแข็งนี้เป็น ประโยชน์ต่อการทำงานที่บริษัทนี้ค่ะ

A : ช่วยอธิบายให้ละเอียดอีกนิดได้ไหมครับ

B : ค่ะ ตัวอย่างเช่น ดิฉันมีเพื่อนนักศึกษาชาวต่างชาติที่สนิทด้วย อยู่ 3 คน ซึ่งทำให้รู้ว่าแต่ละประเทศมีขนบ ธรรมเนียม และมุมมองที่ลักษณะเฉพาะตัว ตอนไปกินข้าวกลางวันด้วยกันจะต้องทำอะไร โดยคิดถึงความสมดุลภาพของทุกคนมาก ซึ่งดิฉันคิดว่ามีหลายประสบการณ์ที่เป็นผลดี กับตัวเอง ดิฉันคิดว่าความยืดหยุ่นเป็นสิ่งจำเป็นที่ขาด ไม่ได้ในการทำธุรกิจในต่างประเทศซึ่งต้อง ทำงานร่วมกับผู้คนที่มีภูมิหลังแตกต่างกัน

</td><td valign="top">

Dịch vụ: Bất động sản

A : Tại sao bạn lại có nguyện vọng làm việc tại một công ty mới như công ty chúng tôi?

B : Vâng. Bởi vì tôi cho rằng có thể hy vọng và mong đợi kết quả kinh doanh sẽ tăng trong tương lai. Số lượng người nước ngoài muốn mua bất động sản của Nhật vì mục đích lợi nhuận đang tiếp tục tăng. Tôi cho rằng việc đáp ứng một cách tích cực cơ hội này sẽ là chìa khóa của tương lai và tôi muốn mình cũng sẽ hoạt động trực tiếp tại thực địa.

A : Công ty chúng tôi đòi hỏi chất lượng tốt trong năng lực hành động của từng nhân viên, vậy bạn có tự tin sẽ phát huy được năng lực trong vai trò là nhân viên công ty chúng tôi không?

B : Vâng. Tôi tự tin. Tôi muốn phát huy chứng chỉ chuyên viên chính về giao dịch nhà ở và kinh nghiệm phiên dịch để đóng góp cho quý công ty.

Công ty thương mại: Công ty thương mại tổng hợp

A : Hãy cho tôi biết động cơ ứng tuyển của bạn.

B : Vâng. Động cơ ứng tuyển của tôi là muốn tham gia vào các dự án nước ngoài như trong thông báo tuyển dụng của quý công ty. Thế mạnh của tôi là sự linh hoạt không bị gò bó vào một lối tư duy và tôi cho rằng thế mạnh này của mình sẽ được phát huy trong những nghiệp vụ của quý công ty nên đã ứng tuyển.

A : Bạn có thể giải thích cụ thể hơn một chút không?

B : Vâng. Chẳng hạn, tôi có 3 người bạn thân là lưu học sinh và tôi đã hiểu rằng mỗi người đều có những thói quen do tập quán và quan điểm của mỗi nước. Những khi ăn trưa cùng họ, tôi luôn hành động hài hòa với mọi người. Và tôi có nhiều trải nghiệm mà có thể cho rằng điều này đã có tác dụng tốt. Tôi cho rằng tính linh hoạt là một yếu tố không thể thiếu khi làm việc trong dự án ở nước ngoài, với những con người vốn có hoàn cảnh khác nhau.

</td></tr>
</table>

➡️⑥ Dalam wawancara perorangan, terkadang isi suatu pertanyaan diulang-ulang bergantung pada jawaban yang diberikan oleh peserta. Untuk itu, perlu dipersiapkan agar anda bisa menceritakan secara konkret tentang motivasi dan pengalaman sendiri.

การสัมภาษณ์เดี่ยว มักมีการตั้งคำถามซ้ำเพื่อเจาะลึกในรายละเอียดของเรื่อง ที่ผู้สมัครพูดถึง ดังนั้นจำเป็นต้องเตรียมตัวที่จะอธิบายเกี่ยวกับ เหตุผลการสมัคร ประสบการณ์ ฯลฯ อย่างละเอียด

Trong phỏng vấn cá nhân, một nội dung câu hỏi thường được hỏi đi hỏi lại để làm rõ phát ngôn của ứng viên. Vì vậy, cần thiết phải chuẩn bị sẵn sàng để có thể trình bày một cách cụ thể động cơ và kinh nghiệm của bản thân.

A＝面接官	B＝応募者
めんせつかん	おうぼしゃ

■ 業界・企業（製品や商品など）に関する質問
　ぎょうかい　きぎょう　せいひん　しょうひん

メーカー：食品
しょくひん

10　A ： 当社の製品の中で一番興味のあるものを挙げてください。
　　　　せいひん　　　　　　　　　　　　　　　　　あ

　　B ： はい。何と言っても「シベリア」です。実は実家が寒天製造業でして、父か
　　　　　　　　　　　　　　　　　　　　　じっか　　かんてんせいぞうぎょう
　　　　ら御社の「シベリア」のアンコの口当たりの良さについてよく聞いていまし
　　　　　おんしゃ　　　　　　　　　　くちあ
　　　　た。来日して自分で実際に食べてみて、父の言うことが本当だとわかりました。
　　　　面白いのは、先に日本に留学していた兄も御社の「シベリア」のファンだった
　　　　ことです。最近は「シベリア」自体があまり店頭で見られないのは残念です。
　　　　　　　　　　　　　　　　　　　　　てんとう

メーカー：自動車

11　A ： 当社のホームページはご覧になりましたか？
　　　　　　　　　　　　　らん

　　B ： はい。よく拝見しています➡⑦。ニュースリリースも毎回楽しみにしています。
　　　　　　　はいけん
　　　　先日の最新ニュースでは、ワンウェイ型カーシェアリング社会実験開始の記
　　　　　　　　　　　　　　　　　　　がた　　　　　　　　　　じっけん
　　　　事が特に興味深かったです。御社の取り組みは次世代のモビリティの可能性
　　　　　　　　きょうみぶか　　　　　　　　　　じせだい
　　　　に大きく貢献するものだと思います。
　　　　　　　こうけん

メーカー：アパレル

12　A ： アパレル業界は競争が激しいですが、あなたには競争に打ち勝つパワーがあ
　　　　　　　ぎょうかい　きょうそう　はげ　　　　　　　　　　きょうそう
　　　　りますか？

　　B ： はい、あると思います。私は子供の頃から負けず嫌いで、中学高校時代はス
　　　　　　　　　　　　　　　　　　　　　まけ　ぎら
　　　　ポーツ大会でチームを勝利に導くために、戦略を考えたり士気を高めること
　　　　　　　　　　　　　　　みちび　　　せんりゃく　　　　しき
　　　　にパワーを注ぎ、良い結果につなげることができました。
　　　　　　　　そそ

　　A ： そうですか。勝ったと思える経験は多い方ですか？

　　B ： はい。その時は負けたと思うことでも、結果的には勝ったと思える経験が多
　　　　いです。実は在学する大学も第一志望校ではなかったのですが、特待生とし
　　　　　　　　　　　　　　　　　　　　　　　　　　　　　とくたいせい
　　　　て入学できました。

👉POINT

➡⑦ 面接の時は「読んでいます」ではなく「拝見しています」と謙譲語で言います。ただし、謙
　　譲語は距離感を感じさせることもあるので、使い過ぎないようにしましょう。

Wawancara perorangan ❷ : alasan mendaftar
การสัมภาษณ์เดี่ยว ❷ : เหตุผลในการสมัครงาน
Phỏng vấn cá nhân ❷ : Động cơ ứng tuyển

Unit 3-3

Unit 3-3 就職面接 ∴ 個人面接 ❷ 志望動機

| A=Pewawancara B=Pendaftar | A=ผู้สัมภาษณ์ B=ผู้สมัคร | A=Người phỏng vấn B=Ứng viên |

Pertanyaan tentang industri dan perusahaan (produk dan barang dagangan)

คำถามเกี่ยวกับวงการธุรกิจ บริษัทนั้นๆ (ผลิตภัณฑ์ สินค้า ฯลฯ)

Câu hỏi về ngành, doanh nghiệp (sản phẩm v.v..)

Perusahaan: makanan

บริษัทผู้ผลิต : ผลิตภัณฑ์อาหาร

Nhà sản xuất: Thực phẩm

10 A : Angkat salah satu produk perusahaan kami yang paling anda minati!

A : ในบรรดาผลิตภัณฑ์ของบริษัท ช่วยบอกหน่อยว่าคุณสนใจอะไรมากที่สุด

A : Hãy nêu ra sản phẩm bạn có hứng thú nhất trong số các sản phẩm của công ty chúng tôi.

B : Ya. Bagaimanapun juga 'shiberia'. Sebenarnya, orang tua saya membuat agar-agar, dan saya menyukai 'Shiberia' dan selalu mengatakan tentang lezatnya rasa 'Shiberia'. Setelah datang di Jepang saya mencoba memakannya sendiri, baru paham bahwa apa yang dikatakan ayah saya benar. Yang menarik adalah kaka saya yang duluan belajar di Jepang pun menjadi penggemar 'shiberia' perusahaan anda. Belakangan ini memang disayangkan kalau 'shiberia' jarang terlihat dijual di toko-toko.

B : ต้องยกให้ "ไซบีเรีย" ค่ะ จริง ๆ แล้วบ้านดิฉันทำธุรกิจผลิตวุ้นเยลลี่กินเล่น พอเอ่ยพูดให้ฟังบ่อย ๆ ว่า ถั่วแดงบดเนยห่อ "ไซบีเรีย" อร่อยมากจริง ๆ พอมาญี่ปุ่น ดิฉันเลยลองกินดูบ้าง ซึ่งก็อร่อยจริงๆ อย่างที่พ่อบอก ที่น่าทึ่งก็คือ พี่ชายที่มาเรียนต่อที่ญี่ปุ่นก่อนดิฉันก็เป็นแฟน "ไซบีเรีย" เหมือนกัน แต่หลัง ๆ มานี้ น่าเสียดายที่ไม่ค่อยได้เห็น "ไซบีเรีย" วางขายตามร้านแล้ว

B : Vâng. Đó chính là "Shiberia". Thật ra, gia đình tôi làm trong ngành sản xuất thạch, và tôi thường nghe bố tôi khen cảm nhận tuyệt vời khi vừa cho miếng nhân bột đậu của "Shiberia" vào miệng. Khi đến Nhật, tự mình ăn thử, tôi đã hiểu rằng những điều bố nói là thật. Điều thú vị là anh trai đã lưu học ở Nhật trước tôi cũng là người hâm mộ của "Shiberia". Thật tiếc là gần đây không được thấy "Shiberia" ở cửa hàng nữa.

Perusahaan: otomotif

บริษัทผู้ผลิต : รถยนต์

Nhà sản xuất: Ô tô

11 A : Apakah anda melihat homepage perusaan kami?

A : ได้ดูเว็บไซต์ของบริษัทหรือยังครับ

A : Bạn đã xem trang web của công ty chúng tôi chưa?

B : Ya. Saya sering melihatnya. Saya selalu menikmati sajian beritanya. Berita terbaru minggu lalu, artikel tentang pembukaan masyarakat one way caring, sangat menarik sekali. Perusahaan anda ini memberikan andil besar terhadap peluang mobilitas generasi mendatang,

B : ดูบ่อยครับ ชอบเข้าไปดูข่าวประชาสัมพันธ์ทุกครั้งครับ ข่าวที่น่าสนใจล่าสุดถึงก่อนเก็บบทความ เกี่ยวกับการเริ่มทดลองระบบการแชริงแบบ วันเวย์ ซึ่งผมคิดว่าเป็นประโยชน์อย่างมากต่อ การพิจารณาความเป็นไปได้ของการเคลื่อนที่ ของคนรุ่นถัดไป

B : Vâng. Tôi thường hay xem ạ. Lần nào tôi cũng mong chờ các tin tức. Ở mục tin tức mới nhất hôm trước, tôi đặc biệt hứng thú với bài viết về việc bắt đầu thử nghiệm thực tế mô hình dùng chung ô tô kiểu một chiều. Tôi nghĩ nỗ lực của quý công ty sẽ đóng góp lớn vào việc mở rộng khả năng đi lại cho các thế hệ sau.

Perusahaan: Pakaian

บริษัทผู้ผลิต : เครื่องนุ่งห่ม

Nhà sản xuất: Thời trang

12 A : Dalam industri pakaian persaingannya sangat ketat, apakah anda punya potensi untuk memenangkan persaingan?

A : ธุรกิจเครื่องนุ่งห่มมีการแข่งขันรุนแรง คุณคิดว่าตัวเองมีกำลังความสามารถพอที่จะ เอาชนะการแข่งขันไหมครับ

A : Ngành thời trang cạnh tranh khốc liệt lắm, liệu bạn có sức mạnh chiến thắng cạnh tranh không?

B : Ya, punya. Saya sejak kecil tidak suka denga kekalahan, kemudian untuk memenangkan pertandingan tim saya pada turnamen olahraga waktu SMP dan SMA, saya mengerahkan segenap kekuatan untuk menyusun strategi dan meningkatkan spirit. dan hasilnya cukup sukses.

B : คิดว่ามีค่ะ ดิฉันมีนิสัยไม่ชอบยอมแพ้มาตั้งแต่เด็ก สมัยเรียนมัธยมต้น และมัธยมปลาย ได้ทุ่มเทกำลังใจในการคิดกลยุทธการต่อสู้ สร้างขวัญและกำลังใจให้กับนักกีฬาเพื่อให้ทีม ชนะการแข่งขัน ซึ่งก็ทำให้ประสบผลสำเร็จด้วยดี

B : Vâng, tôi nghĩ là mình có. Từ nhỏ tôi đã hiểu thắng, hồi học trung học, để dẫn dắt cả đội đi đến thắng lợi tại giải thể thao, tôi đã lập chiến thuật, tập trung sức mạnh vào việc nâng cao tinh thần và đã có thể đạt được kết quả tốt.

A : Begitukah? Merasa lebih banyak menangnya?

A : เหรอครับ ส่วนใหญ่คุณมีประสบการณ์ที่คิดว่า ตัวเองชนะใช่ไหมครับ

A : Vậy sao. Bạn có nhiều trải nghiệm có thể coi là chiến thắng hơn à?

B : Ya. Saat itu meskipun saya berpikir kalah, hasil akhirnya tetap menang, jadi lebih banyak pengalam menangnya. Sebenarnya di kampus tempat saya kuliah sekarang pun bukan pilihan pertama, tetapi saya masuk sebagai mahasiswa istimewa.

B : ใช่ค่ะ มีหลายประสบการณ์ที่ถึงแม้ตอนนั้นจะแพ้ แต่ผลกลับกลายเป็นชนะ จริง ๆ แล้วมหาวิทยาลัยที่เรียนอยู่ตอนนี้ ไม่ใช่มหาวิทยาลัยที่อยากเข้าเป็นอันดับแรก แต่ก็ได้เข้าเรียนในฐานะนักเรียนทุน

B : Vâng. Tôi có nhiều trải nghiệm mà thậm chí lúc đó có nghĩ là mình đã thua nhưng về mặt kết quả có thể cho rằng mình đã thắng. Thực ra, trường đại học tôi đang học vốn không phải là trường nguyện vọng một nhưng tôi đã được vào học với tư cách là sinh viên được đãi ngộ đặc biệt.

➡⑦ Saat wawancara gunakan bahasa sopan, jangan mengucapakan '読んでいます' tetapi gunakan '拝見しています'. Hanya terkadang pengucapan bahasa hormat ini ada kesan menjaga jarak, sehingga jangan terlalu banyak menggunakannya.

ตอนสัมภาษณ์ต้องใช้คำถ่อมตนโดยพูดว่า「拝見しています」 ไม่ใช่「読んでいます」 อย่างไรก็ตามการใช้รูปถ่อมตนจะทำให้เกิดความรู้สึกห่างเหิน ดังนั้นไม่ควรใช้มากเกินไป

Khi phỏng vấn, thường không nói là "読んでいます" mà dùng cách nói khiêm nhường "拝見しています". Tuy nhiên, cách nói khiêm nhường cũng tạo khoảng cách nên hãy lưu ý đừng sử dụng quá mức.

141

サービス：飲食店

13　A： 飲食業界は勤務時間が不規則で、残業も多い傾向がありますが、そのような
業界を志望する理由は何ですか？

　　B： はい。私は現在も居酒屋でアルバイトをしていますが、飲食業界を徹底的に
調べましたし、OGOB訪問も行いました。その結果、御社は正社員配置数
が他社より多く、一日の労働時間を平均8時間にするためのシフトが工夫さ
れているなど、コンプライアンス遵守に力を入れていることがわかりました。
飲食業に興味がありますし、御社なら安心して働くことができると思いました。

サービス：人材派遣

14　A： あなたは、人材派遣業界に向いていると思いますか？

　　B： はい。大学一年の時に人材派遣会社に登録し、アルバイトを紹介してもらい
ました。その際、この業界に興味を持ち、自分に向いていると感じました。
大学二年の時に文化祭委員を務めましたが、学生一人一人の能力や個性を考
慮し、人員配置を考えました。プロジェクトが成功した時は内心「やった」と
思いました。

サービス：不動産

15　A： 弊社の業務内容を知っていますか？

　　B： はい。外国人を対象とした不動産の賃貸および売買が主業務だと認識して
います。私が大学に入学した時も御社にお世話になりました。その時、実際
の部屋の様子が見られるシステムを利用し、その便利さに感銘を受けました。
また、社員の方の親切な対応が今回の応募につながりました。

　　A： そうですか。どちらの営業所を利用しましたか？

　　B： 渋谷営業所でした。店舗で物件を四件に絞り込んだ後で現地に案内していた
だき、上北沢のワンルームに決めました。担当の方には周辺の住環境につい
てもいろいろ教えていただき、大変助かりました。

Wawancara perorangan ❷ : alasan mendaftar
การสัมภาษณ์เดี่ยว ❷ : เหตุผลในการสมัครงาน
Phỏng vấn cá nhân ❷ : Động cơ ứng tuyển

Unit
3-3

Jasa: Restaurant

13 A : Dalam industri makanan dan minuman jumlah jam kerjanya tidak beraturan, cenderung lebih banyak lemburnya, apa alasan anda berminat pada industri ini?

B : Ya. Saat ini saya juga kerja sambilan di tempat sake, saya juga telah mengamati industri makanan dan minuman, bahkan berkunjung ke OGOB. Hasilnya, perusahaan anda lebih banyak menempatkan karyawan secara full-time dibanding perusahaan lainnya, perusahaan anda juga telah membuat shift untuk menjaga jumlah jam kerja rata-rata 8 jam dalam sehari, anda selalu berupaya untuk menjaga hal ini. Saya tertarik dengan industri makanan dan minuman, dan berpikir kalau bekerja di sini sangat aman.

Jasa: pengiriman tenaga

14 A : Apakah anda merasa bahwa diri anda cocok untuk dunia kerja pengiriman tenaga?

B : Ya. Waktu kuliah tingkat 1 saya mendaftar pada perusahaan pengiriman orang pada perusahaan ini, kemudian kerja sambilan. Waktu itu, saya punya minat pada industri ini, sehingga saya merasa cocok. Waktu tingkat 2 saya menjadi panitia pekan kebudayaan, kemudian saya mengkaji kemampuan dan karakter setiap individu mahasiswa, menempatkannya pada bidang yang cocok. Projek ini cukup sukses sehingga dalam hati ini berpikir 'berhasil'.

Jasa: perumahaan

15 A : Apakah anda tahu isi pekerjaan di perusahaan ini?

B : Ya. Saya mengetahui bahwa perusahaan ini bergerak pada sewa kontrakan dan penjualan yang objeknya orang asing. Ketika saya masuk universitas pun telah banyak dibantu oleh perusahaan anda. Saat itu, menggunakan sistem yang bisa melihat kondisi kamarnya secara nyata, saya terkesan dengan kepraktisannya. Kemudian, perlakuan ramah dari para karyawan pun membuat saya mendaftar ke sini.

A : Begitukah. Anda menggunakan kantor yang mana?

B : Kantor yang di Shibuya. Setelah menentukan dari empat pilihan, saya diantar ke lokasi, dan memutuskan satu kamar di Kamikitazawa. Petugasnya pun menjelaskan tentang lingkungan di sekitarnya, sehingga saya benar-benar terbantu.

ธุรกิจการบริการ : ร้านอาหารและเครื่องดื่ม

A : ธุรกิจร้านอาหารและเครื่องดื่ม เวลาทำงานไม่เป็นระบบ มีแนวโน้มต้องทำงานล่วงเวลาเป็นส่วนใหญ่ แล้วทำไมคุณถึงอยากทำงานด้านนี้ล่ะครับ

B : ค่ะ ปัจจุบันดิฉันทำงานพิเศษอยู่ที่ร้านเหล้า แต่ก็ได้ศึกษาเกี่ยวกับธุรกิจร้านอาหารและ เครื่องดื่ม อย่างจริงจัง และยังได้ขอข้อมูลจากรุ่นพี่ด้วย ผลคือทำให้ทราบว่าที่บริษัทนี้มีจำนวนพนักงาน ประจำมากกว่าบริษัทอื่น มีการปรับปรุงการทำงานเป็นกะเพื่อให้ พนักงานทำงานเฉลี่ยวันละ 8 ชั่วโมง โดยให้ความสำคัญกับการปฏิบัติตามข้อกำหนด ดิฉันมีความสนใจในธุรกิจร้านอาหารและ เครื่องดื่ม และคิดว่าถ้าเป็นที่นี่คงจะได้ทำงานอย่างอุ่นใจ

ธุรกิจการบริการ : การจัดหาแรงงาน

A : คุณคิดว่าตัวเองเหมาะกับธุรกิจจัดหางานไหม ครับ

B : ครับ ตอนอยู่มหาวิทยาลัยปี 1 ผมสมทะเบียนกับบริษัทจัดหางานเพื่อให้ ช่วยแนะนำงานพิเศษ ซึ่งทำให้ผมมีความสนใจ ในธุรกิจนี้ และคิดว่าเป็นงานที่เหมาะกับตัวเอง ตอนอยู่ปี 2 ผมได้เป็นคณะกรรมการงาน วัฒนธรรม ซึ่งต้องพิจารณาความสามารถและ เอกลักษณ์ของนักศึกษาแต่ละคน ในการกำหนดคนมาที่ความรับผิดชอบ ผมบอกกับตัวเองว่า "สำเร็จแล้ว !" เมื่อโครงการประสบผลสำเร็จ

ธุรกิจการบริการ : อสังหาริมทรัพย์

A : คุณทราบรายละเอียดของธุรกิจเราไหมครับ

B : ครับ ผมเข้าใจว่าธุรกิจหลักของบริษัทคือการ ให้เช่าและซื้อขายอสังหาริมทรัพย์สำหรับ ชาวต่างชาติ ตอนผมเข้าเรียนมหาวิทยาลัยได้ที่นี่ช่วย หาห้องให้ ตอนนั้นผมประทับใจการใช้ระบบที่ทำให้เห็น สภาพห้องจริงๆ สะดวกมาก นอกจากนี้การบริการของพนักงานก็ดีมาก ทำให้ผมอยากสมัครเข้าทำงานที่นี่

A : เหรอครับ คุณได้ใช้บริการสาขาไหนครับ

B : สาขาชิบุยะครับ ที่สำนักงานหลังจากผมเลือกห้อง 4 ห้อง พนักงานก็พาไปดูห้องจริง จนได้แบบ 1 ห้องนอนที่คะมิคิตะซะวะ พนักงานที่พาไปตอนนั้นให้ข้อมูลเกี่ยวกับ สภาพแวดล้อมการอยู่อาศัยโดยรอบ ซึ่งมีประโยชน์มาก

Dịch vụ: Cửa hàng ẩm thực

A : Ngành ẩm thực thời gian làm việc bất quy tắc, có khuynh hướng phải làm thêm nhiều, lý do bạn có nguyện vọng làm việc ở một ngành như thế là gì vậy?

B : Vâng. Hiện nay, tôi cũng đang làm thêm tại quán rượu và tôi đã tìm hiểu một cách triệt để về ngành ẩm thực, cũng như thực hiện tham quan OGOB. Kết quả là tôi biết được rằng, quý công ty đang nỗ lực trong việc tuân thủ các quy định như bố trí số lượng nhân viên chính thức nhiều hơn các công ty khác, các ca làm việc được sắp xếp khéo léo để thời gian làm việc một ngày trung bình là 8 tiếng. Tôi có hứng thú với ngành ẩm thực và cho rằng nếu là quý công ty thì tôi có thể yên tâm làm việc.

Dịch vụ: Phái cử nhân lực

A : Bạn có nghĩ rằng mình phù hợp với ngành phái cử nhân lực không?

B : Vâng. Khi còn là sinh viên năm thứ nhất, tôi đã đăng ký với công ty phái cử nhân lực và được giới thiệu công việc làm thêm. Từ lúc đó, tôi bắt đầu quan tâm tới ngành này và cảm thấy mình phù hợp. Vào năm thứ hai đại học, tôi là thành viên của ban tổ chức lễ hội văn hóa và tôi đã xem xét năng lực và cá tính của từng sinh viên để bố trí nhân sự. Khi dự án thành công, trong lòng tôi đã thầm nghĩ "Mình làm được rồi!".

Dịch vụ: Bất động sản

A : Bạn có biết nội dung nghiệp vụ của công ty chúng tôi không?

B : Vâng. Tôi hiểu rằng cho thuê và mua bán bất động sản cho người nước ngoài là nghiệp vụ chính. Khi mới vào đại học, tôi cũng được quý công ty giúp đỡ. Lúc đó, tôi đã sử dụng hệ thống có thể xem tình trạng thực tế của căn hộ và có ấn tượng sâu sắc trước sự tiện lợi đó. Ngoài ra, thái độ thân tình của nhân viên cũng là lý do tôi ứng tuyển lần này.

A : Vậy sao? Bạn đã sử dụng văn phòng giao dịch nào vậy?

B : Văn phòng giao dịch Shibuya. Sau khi thu hẹp phạm vi lựa chọn xuống còn bốn căn, tôi được dẫn đến tận nơi và đã chọn căn hộ một phòng ở Kamikitazawa. Người phụ trách cũng giải thích chi tiết về môi trường sống xung quanh nên đã giúp cho tôi rất nhiều.

143

《就職》個人面接❷：志望動機

48

サービス：ホテル

16　A　：　ホテル業界は勤務時間や休日が一般企業とは違いますが、そういった点は納得していますか？

　　B　：　はい。私は御社のホテルのレストランでアルバイトをしていますので、社員の方たちの勤務形態は身近に見て知っています。不規則な勤務シフトですが、ホテルマンとしてお客様にサービスを提供し満足していただくことが私の目的ですから、全く気になりません。

　　A　：　そうですか。ところで、当社では入社後5年は現場勤務をしてもらいますが、その後は社員の希望も聞きながら所属部署を決めていきます。あなたは、希望する部署がありますか？

　　B　：　はい。商品企画部希望です。特に、ウェディングパッケージプランの企画に関わるのが希望です。昨年ブライダルコーディネーター検定2級の資格を取得しました。

情報・通信：情報処理

17　A　：　IT業界の風土はいわゆる日本の伝統的な業界とは違いますが、そのことをどう思いますか？

　　B　：　はい。日本の伝統的な風土についてよく知っているわけではありませんが、ITは新しい業界ですから、違うのは当然だと思います。

　　A　：　IT業界の風土の特徴はどのようなものだと思いますか？

　　B　：　はい。個人の能力がより強く求められているのではないかと思います。一般的に日本の企業は集団主義だと言われていますが、IT業界はその前にまず一人一人が高い能力を発揮しないとやっていけないのではないかと思います。私自身はそういった働き方に強い魅力を感じます。

Wawancara perorangan ❷ : alasan mendaftar
การสัมภาษณ์เดี่ยว ❷ : เหตุผลในการสมัครงาน
Phỏng vấn cá nhân ❷ : Động cơ ứng tuyển

Unit 3-3

Jasa: hotel

16 A : Dalam industri perhotelan jumlah jam kerja dan waktu liburnya berbeda dengan perusahaan pada umumnya, apakah anda bisa menerima?

B : Ya. Karena saya juga bekerja sambilan di restoran hotel perusahaan anda, sistem kerja para karyawannya sudah tahu persis. Memang ada shift yang tidak beraturan, tetapi sebagai orang hotel harus memberikan layanan pada tamunya dengan memuaskan. Itulah tujuan saya, sehingga sama sekali tidak masalah.

A : Begitu? Ngomong-ngomong, Di perusahaan ini jika anda diterima harus bekerja di lapangan minimal 5 tahun, setelah itu dengan melihat keinginan karyawan mau ditetapkan pada devisi mana anda ditempatkan. Apakah anda punya keinginan pada devisi mana?

B : Ya. Minat saya pada bagian perencanaan produk. Khususnya, berminat pada hal yang berkaitan dengan perencanaan paket resepsi pernikahan. Tahun lalu saya sudah lulus level 2 dalam ujian Bridal Coordinator.

Informasi dan komunikasi: proses informasi

17 A : Iklim industri IT berbeda dengan iklim industri tradisional Jepang, bagaimana menurut anda?

B : Ya. Iklim industri tradisional Jepang tidak sepenuhnya banyak diketahui, tetapi kalau IT merupakan industri yang baru sehingga wajar saja kalau berbeda.

A : Menurut anda apa kekhasan dari iklim industri IT?

B : Ya. Menurut saya memerlukan kemampuan individu yang lebih kuat lagi. Umumnya perusahaan Jepang bersifat kolektif, tetapi untuk industri IT setiap individu harus bisa mengerahkan segenap kemampuan yang tinggi, saya sendiri memiliki minat yang kuat untuk cara kerja seperti itu.

ธุรกิจการบริการ : โรงแรม

A : ธุรกิจโรงแรมแตกต่างจากธุรกิจทั่วไปทั้งเรื่อง เวลาทำงาน และวันหยุด คุณเข้าใจจุดนี้ใช่ไหมครับ

B : ค่ะ ดิฉันทำงานพิเศษที่ร้านอาหารในโรงแรม ของบริษัท จึงได้เห็นรูปแบบการทำงานของ พนักงานอย่างใกล้ชิด การทำงานเป็นกะซึ่ง ไม่แน่นอนก็ไม่เป็นปัญหาสำหรับดิฉัน เนื่องจากเป้าหมายของดิฉันในฐานะพนักงาน โรงแรม คือการทำให้ลูกค้าพึงพอใจในการให้บริการ

A : เหรอครับ เออ...บริษัทเราจะส่งพนักงานไปประจำใน พื้นที่หลังจากทำงานได้ 5 ปี และหลังจากนั้นจะ กำหนดว่าให้สังกัดแผนกไหน โดยสอบถามความประสงค์ของผู้นั้นด้วย คุณอยากประจำแผนกไหนไหมครับ

B : ค่ะ ดิฉันอยากประจำแผนกวางแผนผลิตภัณฑ์ โดยเฉพาะงานเกี่ยวกับการวางแผนแพกเกจ แต่งงาน ปีที่แล้วดิฉันสอบผ่านประกาศนียบัตร นักวางแผนงานแต่งงานระดับ 2 ค่ะ

ธุรกิจสารสนเทศและการสื่อสาร : การจัดการสารสนเทศ

A : รูปแบบธุรกิจIT แตกต่างจากธุรกิจแบบดั้งเดิมของญี่ปุ่น คุณมีความคิดเห็นอย่างไรครับ

B : ครับ ผมก็ไม่ได้รู้เกี่ยวกับรูปแบบธุรกิจ แบบดั้งเดิมของญี่ปุ่นเท่าไหร่ ธุรกิจIT เป็นธุรกิจใหม่ ดังนั้นแน่นอนว่าจะ ต้องแตกต่างจากธุรกิจเดิม

A : คุณคิดว่าอะไรเป็นลักษณะเฉพาะ ของธุรกิจIT ครับ

B : ครับ ผมคิดว่าน่าจะเป็นที่ความสามารถ เฉพาะบุคคลเป็นสิ่งที่จำเป็นอย่างมาก บริษัทญี่ปุ่นโดยทั่วไปจะให้ความสำคัญกับ การทำงานเป็นทีม แต่สำหรับธุรกิจIT ก่อนอื่นแต่ละคนต้องมี ความสามารถสูงในการปฏิบัติงาน ตัวผมเองก็รู้สึกสนใจลักษณะการทำงานแบบ นี้เป็นอย่างมาก

Dịch vụ: Khách sạn

A : Ngành khách sạn thời gian làm việc và ngày nghỉ khác với các doanh nghiệp nói chung, bạn có chấp nhận điều đó không?

B : Vâng. Tôi hiện đang làm thêm tại nhà hàng trong khách sạn của quý công ty nên tận mắt chứng kiến và biết được hình thái làm việc của các nhân viên. Tuy các ca làm việc bất quy tắc nhưng mục đích của tôi trong vai trò là một nhân viên khách sạn là cung cấp dịch vụ để khách hàng hài lòng nên tôi hoàn toàn không bận tâm đến chuyện đó.

A : Tôi hiểu rồi. Còn điều này nữa, ở công ty chúng tôi, trong vòng 5 năm kể từ lúc vào công ty, nhân viên sẽ làm công việc tại thực địa, sau đó chúng tôi cũng sẽ lắng nghe nguyện vọng của nhân viên để quyết định bộ phận công tác. Bạn có nguyện vọng làm ở bộ phận nào không?

B : Vâng. Tôi có nguyện vọng làm ở phòng kế hoạch sản phẩm. Đặc biệt, tôi có nguyện vọng tham gia lên kế hoạch cho chương trình đám cưới trọn gói. Năm ngoái tôi đã lấy được chứng chỉ cấp độ hai kỳ thi điều phối viên đám cưới.

Công nghệ thông tin: Xử lý thông tin

A : Xu thế chung của ngành IT khác với các ngành được gọi là truyền thống của Nhật Bản, bạn nghĩ thế nào về điều này?

B : Vâng. Tôi không hẳn là biết rõ về xu thế chung của các ngành truyền thống của Nhật Bản, nhưng IT là một ngành mới nên tôi nghĩ khác là điều tất yếu.

A : Bạn cho rằng đặc trưng của xu thế chung của ngành IT là gì?

B : Vâng. Tôi cho rằng đó là ngành đòi hỏi cao hơn về năng lực của cá nhân. Doanh nghiệp Nhật Bản thường được cho là chủ nghĩa tập thể nhưng tôi nghĩ rằng ngành IT, trước tiên nếu từng người từng người mà không phát huy được năng lực của mình sẽ không thể làm được việc. Bản thân tôi lại cảm thấy sức hấp dẫn lớn đối với cách làm việc như vậy.

流通・小売り：コンビニ
りゅうつう　こう

18 A ： コンビニ業界で業績を上げるには、何が一番大切だと思いますか？
ぎょうかい　ぎょうせき

B ： はい。やはり、他店との差別化をはっきりさせることだと思います。
たてん　　さべつか

A ： 例えば、弊社で言えば何ですか。具体的に説明してもらえますか？
へいしゃ

B ： はい。最近で言えば、ネットや書店で注文した雑誌や書籍が24時間御社のお
しょせき　　　　　　　　　おんしゃ
店で受け取れるサービスです。しかも、送料も手数料も無料でというのは御
社だけですし、顧客満足度は大変高いと思います。
こきゃくまんぞくど

運輸：航空
うんゆ　こうくう

19 A ： 航空業界で発揮できるあなたの能力は何だと思いますか？
こうくうぎょうかい　はっき

B ： はい。冷静な判断力と臨機応変な行動力だと思います。トラブルが生じた際
れいせい　はんだんりょく　りんきおうへん　こうどうりょく　　　　　　　　　　しょう
に状況を的確に判断し、マニュアルに即した適切な対応が取れる自信があり
じょうきょう　てきかく　はんだん　　　　　　　　　　そく　てきせつ
ます。

A ： 第三者からそのような評価を受けたことがありますか？
ひょうか

B ： はい。自動車免許を取得するために教習所に通っていた時に、運転中の判断
めんきょ　しゅとく　　　　きょうしゅうじょ　　　　　　　　　　　　　　　はんだん
が適切だと指導教官からほめてもらったことがあります。実は卒業実技試験
てきせつ　しどうきょうかん　　　　　　　　　　　　　　　　　　じつぎしけん
の際に、対向車が信号を無視して突っ込んでくるという状況に見舞われたの
たいこうしゃ　　むし　　つっこ　　　　　　じょうきょう　みま
ですが、私は急遽車を路肩によせ、難を逃れました。初心者ながら冷静に良
きゅうきょ　ろかた　　なん　のが　　しょしんしゃ　れいせい
い対応ができたと評価をしてもらい、無事に合格することができました。

Wawancara perorangan ❷ : alasan mendaftar
การสัมภาษณ์เดี่ยว ❷ : เหตุผลในการสมัครงาน
Phỏng vấn cá nhân ❷ : Động cơ ứng tuyển

Unit
3-3

Distributor eceran: mini market

18 A : Menurut anda untuk meningkatkan kinerja bisnis mini market apa yang paling penting?

B : Ya. Tentunya memperjelas perbedaan dengan toko lainnya.

A : Misalnya untuk perusahaan ini apa? Maukan menjelaskannya secara konkret?

B : Ya. Belakangan ini, membuka layanan di toko anda selama 2 4 jam untuk pesanan majalah atau buku di toko atau melalui internet. Kemudian, biaya pengiriman dan biaya administrasinya ditiadakan, tentunya hanya ada di perusahaan anda ditambah tingkat kepuasan pelanggan pun akan meningkat.

Transfortasi: penerbangan

19 A : Menurut anda kemampuan apa yang bisa dikerahkan pada industri penerbangan?

B : Ya. Menurut saya kemampuan untuk memutuskan sesuatu dengan kepala dingin dan kemampuan beraktifitas dengan selayaknya. Ketika ada sesuatu masalah, saya optimis bisa memutuskan dengan melihat keaadaan secara teliti, kemudian berbuat sesuai dengan prosedur yang tepat seperti pada buku manualnya.

A : Apakah anda pernah mendapat pujian seperti itu dari pihak lain?

B : Ya. Ketika saya pergi ke sekolah mengemudi untuk mengambil SIM mobil, pernah dipuji oleh instruktur bahwa saya sudah bagus dalam mengambil keputusan ketika sedang mengemudi. Sebenarnya, ketika ujian praktek untuk kelulusan dari arah depan ada mobil yang tidak menghiraukan lampu merah dan pada saat hampir menabrak saya, dengan cepatnya saya membelokan mobil ke pinggir jalan, sehingga terhindar dari bahaya. Saya diapresiasi bahwa sebagai pemula sudah bisa menentukan sikap yang benar, sehingga saya lulus.

ธุรกิจการกระจายสินค้าและค้าปลีก : ร้านสะดวกซื้อ

A : สำหรับธุรกิจร้านสะดวกซื้อ คุณคิดว่าอะไรสำคัญที่สุดในการเพิ่มผลการดำเนินงานให้สูงขึ้น

B : ค่ะ คิดว่าต้องเป็นการสร้างจุดเด่นที่แตกต่างจากร้านอื่นค่ะ

A : ถ้ายกตัวอย่างบริษัทเราคืออะไรครับ ช่วยอธิบายรายละเอียดหน่อยครับ

B : ค่ะ ถ้าช่วงนี้ก็จะเห็นบริการที่ให้ลูกค้าสามารถไปรับหนังสือหรือนิตยสารที่สั่งซื้อจากทางหนังสือหรือออนเทอร์เน็ตได้ตลอด 24 ชั่วโมง ยิ่งไปกว่านั้นยังไม่เสียค่าส่งและค่าธรรมเนียมด้วย ซึ่งมีแต่บริษัทที่นี่ที่เดียว ดังนั้นคิดว่าถูกคาดว่าต้องพึงพอใจเป็นอย่างมาก

ธุรกิจการขนส่ง : การขนส่งทางอากาศ

A : คุณคิดว่าจะใช้ความสามารถอะไรของตัวเองที่จะเป็นประโยชน์ในการทำงานด้านธุรกิจการขนส่งทางอากาศครับ

B : ครับ คือความเป็นความสามารถในการตัดสินใจอย่างรอบคอบ และทักษะการทำงานที่ปรับตัวตามสถานการณ์ได้ เมื่อเกิดปัญหา ผมมั่นใจว่าสามารถประเมินสถานการณ์อย่างถูกต้อง และรับมือกับปัญหาอย่างเหมาะสมตามคู่มือปฏิบัติงาน

A : มีใครเคยประเมินคุณในประเด็นนี้ไหมครับ

B : ครับ ตอนไปเรียนขับรถยนต์เพื่อสอบใบขับขี่ ครูสอนขับรถเคยชมว่าการตัดสินใจขณะขับรถของผมทำได้เหมาะสม ตอนสอบปฏิบัติเพื่อขอจบตกลงจอบ สถานการณ์ที่รถตรงข้ามขับฝ่าสัญญาณจราจรพุ่งเข้าหา ผมตัดสินใจหักหลบไปที่ไหลทาง จึงรอดจากอุบัติเหตุมาได้ ครูสอนชมว่าทั้ง ๆ ที่ยังเป็นมือใหม่ แต่สามารถตั้งสติรับมือกับสถานการณ์ได้เป็นอย่างดี ทำให้สอบผ่านมาได้ด้วยดีครับ

Lưu thông, bán lẻ: Cửa hàng tiện ích

A : Bạn cho rằng, để tăng doanh thu trong ngành cửa hàng tiện ích, điều gì là quan trọng nhất?

B : Vâng. Tôi nghĩ là làm rõ sự khác biệt với các cửa hàng khác.

A : Chẳng hạn, nếu là công ty chúng tôi thì đó là gì? Bạn có thể giải thích cụ thể không?

B : Vâng. Gần đây thì có dịch vụ khách hàng có thể lấy tạp chí và sách đã đặt qua mạng và hiệu sách tại các cửa hàng của quý công ty trong suốt 24/24 giờ. Hơn thế nữa, chỉ quý công ty mới áp dụng miễn phí cả tiền gửi và tiền công nên tôi nghĩ mức độ hài lòng của khách hàng rất cao.

Vận tải: Hàng không

A : Bạn cho rằng năng lực bạn có thể phát huy trong ngành hàng không là gì?

B : Vâng. Tôi cho rằng đó là khả năng đánh giá một cách bình tĩnh và khả năng hành động tùy cơ ứng biến. Tôi tự tin là khi xảy ra sự cố, mình có thể đánh giá chính xác tình hình, thực hiện các biện pháp đối phó phù hợp theo đúng hướng dẫn.

A : Bạn có được người thứ ba đánh giá như vậy chưa?

B : Vâng. Khi học ở trường đào tạo lái xe để lấy bằng lái ô tô, tôi đã được giáo viên hướng dẫn khen là đánh giá tình huống trong khi lái xe chính xác. Thực tế là trong bài kiểm tra thực hành, đã xảy ra tình huống xe ngược chiều vượt đèn đỏ lao tới, khi đó, tôi đã nhanh chóng táp xe vào lề đường, tránh được tai nạn. Tôi được đánh giá là tuy mới biết lái nhưng đã xử lý bình tĩnh, khéo léo và đã đỗ kỳ thi.

　個人面接では、1つの質問に答えたら、全く別の次の質問に移るのではなく、志願者の発言を掘り下げるような質問が繰り返されることがよくあります。そのため自分の経験を具体的に語れ、そこから何を学んだかを語れるように準備しておく必要があります。他人とは違う自分だけの経験を、どのように目標を立てどのような工夫を行いどのように仲間を巻き込んだのか、具体的に語りアピールできるようにしておくといいでしょう。

　ここでは、3人の個人面接を通して、個人面接の疑似体験をします。3人の例を参考に、自分だったらどう答えるのか考え、シミュレーション会話を作って練習しましょう。

	名前(国籍)	大学の専攻	業種
1	ワン・チジン(中国)	バイオテクノロジー	種苗会社
2	ジョン・ミンス(韓国)	観光学	ホテル
3	スーザン・ミラー（カナダ）	経済学	結婚式場

Dalam wawancara perorangan, setelah menjawab satu pertanyaan, tidak langsung beralih ke pertanyaan berikutnya, terkadang ada pertanyaan lainnya mengejar apa yang diucapkan oleh peserta. Untuk itu, ceritakanlah pengalaman peribadi secara konkret, perlu dipersiapan agar kita bisa menceritakan tentang pengalaman tadi dan apa yang bisa kita pelajari darinya. Tentang pengalaman sendiri yang berbeda dengan pengalaman orang, harus disampaikan secara meyakinkan dengan memikirkan bagaimana upaya untuk merumuskan tujuannya, dan bagaimana upaya untuk melibatkan orang lainnya.

Di sini diupayakan untuk mengaplikasikan model wawancara perorangan melalui wawancara terhadap 3 orang secara individu. Hal ini untuk melatih dalam membuat percakapan simulasi dengan cara merujuk pada 3 orang yang dijadikan contohnya, lalu memikirkan jawaban yang akan disampaikan oleh kita sendiri.

	Nama (warga negara)	jurusan di universitas	jenis pekerjaan
1	Wan Chijin (Cina)	Bioteknologi	perusahaan benih tanaman
2	John Mins (Korea)	ilmu pariwisata	Hotel
3	Susan Miller (Kanada)	ilmu manajemen	Wedding Venue

ในการสัมภาษณ์เดี่ยว มักมีการตั้งคำถามซ้ำเพื่อเจาะลึกในรายละเอียดของเรื่องที่ผู้สมัครพูดถึงไม่ใช่การถามตอบ คำถามที่ไม่เกี่ยวข้องกันไปเรื่อย ๆ ทีละคำถาม ดังนั้นจึงเป็นต้องเตรียมตัวที่จะเล่าประสบการณ์ของตัวเองอย่างละเอียด และบอกได้ว่าเรียนรู้อะไรจากสิ่งนั้น การอธิบายอย่างละเอียดเกี่ยวกับประสบการณ์ส่วนตัวที่แตกต่างจากคนอื่น มีการตั้งเป้าหมายให้กับตัวเองอย่างไร มีการปรับเปลี่ยนอย่างไรบ้าง มีการดึงเพื่อนฝูงเข้ามาเกี่ยวข้องอย่างไร จะช่วยดึงดูดความสนใจจากผู้ฟัง

ในที่นี้จะลองฝึกบทสนทนาการสัมภาษณ์เดี่ยวโดยการสัมภาษณ์ผู้สมัคร 3 คน จากนั้นดูบทสนทนานี้เป็นตัวอย่าง แล้วลองแต่งบทสนทนาจำลองสถานการณ์โดยพิจารณาว่าจะถ้าเป็นตัวเองจะตอบอย่างไร แล้วฝึกพูดบทสนทนานั้น

	ชื่อ (สัญชาติ)	วิชาเอกที่มหาวิทยาลัย	ประเภทงาน
1	จิจิง หวาง (จีน)	เทคโนโลยีชีวภาพ	บริษัทเพาะชำพืช
2	จอห์น มินส์ (เกาหลี)	การท่องเที่ยว	โรงแรม
3	ซูซาน มิลเลอร์ (แคนาดา)	เศรษฐศาสตร์	สถานที่จัดงานแต่งงาน

Trong phỏng vấn cá nhân, không phải cứ trả lời xong một câu hỏi thì sẽ chuyển sang câu hỏi hoàn toàn khác mà thường thì các câu hỏi sẽ được lặp lại nhằm khai thác thêm phát ngôn của ứng viên. Vì vậy, cần chuẩn bị để có thể kể lại một cách cụ thể các kinh nghiệm của mình và các bài học rút ra từ đó. Sẽ rất tốt nếu bạn có thể thể hiện được bản thân bằng cách kể lại một cách cụ thể các kinh nghiệm của riêng bạn, không giống với bất kỳ ai khác, như bạn đã xây dựng mục tiêu như thế nào, bạn đã tốn công sức ra sao và làm thế nào để lôi cuốn được đồng đội cùng tham gia.

Ở đây, thông qua phỏng vấn cá nhân của ba người, các bạn sẽ trải nghiệm mô phỏng phỏng vấn cá nhân. Hãy tham khảo ví dụ của ba người, suy nghĩ xem nếu là mình thì sẽ trả lời thế nào rồi soạn hội thoại mô phỏng để luyện tập.

	Họ và tên (quốc tịch)	Chuyên ngành học	Ngành
1	Wang Chi Jing (Trung Quốc)	Công nghệ sinh học	Công ty giống cây trồng
2	John Mins (Hàn Quốc)	Du lịch	Khách sạn
3	Susan Miller (Canada)	Kinh tế học	Hội trường đám cưới

simulation 1 種苗会社
しゅびょうがいしゃ

応募者：ワン・チジン [中国]
おうぼしゃ

ワ　ン：[ノック×３回]

面接官：はい。どうぞ、お入りください。

ワ　ン：失礼いたします➡①。東都農工大学のワン・チジンと申します。本日はどう
とうとのうこう
　　　　ぞよろしくお願いいたします。

面接官：ワン・チジンさんですね。どうぞそちらにおかけください。

ワ　ン：はい。失礼いたします➡②。[座る]

面接官：ワンさんは中国の方ですね。中国のどちらの出身ですか？

ワ　ン：はい。大連の出身です。
だいれん

面接官：大連ですね。日本在住はどのくらいですか？

ワ　ン：はい、５年になりました。日本語学校時代に２年、大学に入ってから３年です。

面接官：５年、ですね。では、まず、あなたの日本語能力について教えてください。

ワ　ン：はい。日本語学校の時にN1に合格しました➡③。ですが、やはり、大学一
　　　　年の頃は講義を聞き取るのが大変でした。今はそういうこともほとんどあり
こうぎ
　　　　ません。特に語彙力や読解力には自信があります。アルバイトやボランティ
ごいりょく どっかいりょく
　　　　アをする中で自然な会話力も身についたと思います。

面接官：では、ワンさんの大学の専攻を教えてください。
せんこう

ワ　ン：はい、専攻はバイオテクノロジーです。
せんこう

面接官：具体的にはどんなことを勉強したんですか。
ぐたいてき

☝POINT

➡① 「失礼いたします」はドアを開けて入室する時の挨拶です。退室してドアを閉める時にも、同
　　様に「失礼いたします」と挨拶します。

➡② 席を勧められたら、「失礼いたします」と言って椅子に座ります。席を勧められる前に何も言
　　わずに座るのは失礼なマナーです。

➡③ 日本語能力試験やBJTビジネス日本語テストに合格していれば、合格したレベルを必ず伝
　　えます。上の二つの試験は日本語能力を測る基準として企業に知られています。

↻ **Wawancara perorangan ❸:** / **การสัมภาษณ์เดี่ยว ❸:** / **Phỏng vấn cá nhân ❸:**
Latihan percakapan lengkap / **บทสนทนาเต็ม** / **Luyện tập đoạn hội thoại hoàn chỉnh**
perusahaan benih tanaman / **บริษัทเพาะชำพืช** / **Công ty giống cây trồng**

A=Pewawancara B=Wan Chijin (Cina)	A=ผู้สัมภาษณ์ B= ชิจิง หวาง (จีน)	A=Người phỏng vấn B=Wang Chi Jing (Trung Quốc)

perusahaan benih tanaman / **บริษัทเพาะชำพืช** / **Công ty giống cây trồng**

B : [ketukan 3 kali]
A : Ya. Silahkan!
B : Permisi. Saya Wan Chijin dari Universitas Teknologi Pertanian Touto. Terima kasih dipanggil wawancara hari ini.
A : Oh, dengan Wan Chijin ya. Silahkan duduk!
B : Baik. Permisi. [duduk]
A : Wan ini dari Cina ya. Cinanya sebelah mana?
B : Ya, dari Dalian.
A : Dalian ya. Berapa lama berada di Jepang?
B : Ya, 5 tahun. 2 tahun saya di sekolah bahasa Jepang dan 3 tahun di universitas.
A : 5 tahun ya. Baik, pertama-tama jelaskan bagaimana kemampuan berbahasa Jepang anda?
B : Ya. Waktu di sekolah bahasa Jepang saya lulus N1. Tetapi begitu masuk universitas ternyata masih sulit untuk memahami kuliah. Tetapi kalau sekarang sama sekali tidak ada masalah. Khususnya untuk penguasaan kosakata dan kemampuan membaca saya lebih percaya diri. Ketika saya kerja sambilan dan ikut kegiatan volentir pun saya merasa sudah bisa berbicara secara alami.
A : Baik, tolong beritahu jurusan anda di universitas.
B : Ya. Jurusan saya bioteknologi.
A : Konkretnya anda belajar tentang apa?

B : [เคาะประตู 3 ครั้ง]
A : ครับ เชิญเข้ามาได้
B : สวัสดีครับ ผมชื่อชิจิง หวาง เป็นนักศึกษามหาวิทยาลัยอุตสาหกรรม การเกษตรโตโตขอบคุณมากครับที่ให้โอกาสผม เข้ารับการสัมภาษณ์ในวันนี้
A : คุณชิจิง หวาง นะครับ เชิญนั่งครับ
B : ครับ ขออนุญาตครับ [นั่งลง]
A : คุณหวางเป็นชาวจีนใช่ไหมครับ มาจากเมืองไหนครับ
B : เมืองต้าเหลียนครับ
A : เหรอครับ อยู่ญี่ปุ่นนานแค่ไหนแล้วครับ
B : อยู่มา 5 ปีแล้วครับ อยู่ 2 ปี ตอนเรียนที่โรงเรียนสอนภาษาญี่ปุ่น และอยู่อีก 3 ปีหลังจากเข้ามาในมหาวิทยาลัยครับ
A : 5 ปีแล้วเหรอครับ ก่อนอื่นช่วยบอกหน่อยว่าความสามารถทาง ภาษาญี่ปุ่นของคุณอยู่ระดับไหน
B : ครับ ผมสอบผ่านวัดระดับภาษาญี่ปุ่นระดับ N1 ตอนเรียนที่โรงเรียนสอนภาษาญี่ปุ่น อย่างไรก็ตาม การฟังบรรยายที่มหาวิทยาลัยตอนปี 1 ก็ยังยากอยู่ครับ แต่ตอนนี้ไม่แทบไม่มีปัญหาแบบนั้น แล้ว ผมมั่นใจเป็นพิเศษในความสามารถด้าน คำศัพท์และทักษะการอ่านครับ นอกจากนี้ก็ยังมีทักษะการสนทนาที่เป็น ธรรมชาติ โดยได้ฝึกฝนจากการทำงานพิเศษ และการเป็นอาสาสมัครครับ
A : วิชาเอกของคุณหวางที่มหาวิทยาลัยละครับ
B : ครับ ผมเรียนวิชาเอกเทคโนโลยีชีวภาพครับ
A : ช่วยอธิบายรายละเอียดหน่อยครับว่าเรียน เกี่ยวกับอะไร

B : (Gõ cửa 3 lần)
A : Vâng, mời vào.
B : Tôi xin phép. Tôi là Wang Chi Jing, sinh viên trường Đại học Nông nghiệp và Công nghệ Touto. Hôm nay rất mong được ông giúp đỡ ạ.
A : Anh Wang Chi Jing nhỉ. Mời anh ngồi.
B : Vâng. Tôi xin phép. (Ngồi xuống)
A : Anh Wang là người Trung Quốc nhỉ. Anh là người vùng nào của Trung Quốc?
B : Vâng. Tôi là người Đại Liên ạ.
A : Đại Liên à. Anh ở Nhật bao lâu rồi?
B : Vâng. Đã được 5 năm rồi ạ. Tôi học ở trường tiếng Nhật 2 năm, từ lúc vào đại học đến giờ được 3 năm.
A : 5 năm nhỉ. Vậy, trước hết hãy cho tôi biết về năng lực tiếng Nhật của anh.
B : Vâng. Tôi đã đỗ N1 khi còn học ở trường tiếng Nhật. Tuy nhiên, khi còn là sinh viên năm thứ nhất, nghe giảng là cả một khó khăn. Bây giờ hầu như không còn như vậy nữa rồi. Đặc biệt, tôi tự tin ở vốn từ vựng và khả năng đọc hiểu của mình. Tôi cho rằng trong khi làm thêm và làm tình nguyện, tôi cũng đã có thêm khả năng hội thoại một cách tự nhiên.
A : Còn bây giờ hãy cho tôi biết về chuyên ngành học.
B : Vâng. Chuyên ngành của tôi là công nghệ sinh học.
A : Cụ thể anh đã học gì?

➡①
"失礼いたします" adalah salam yang digunakan ketika membuka pintu lalu masuk ruangan. Waktu akan keluar dengan membuka pintu pun digunakan salam ini.

「失礼いたします」 เป็นสำนวนทักทายตอนเปิดประตูเข้าห้อง ตอนจะออกจากห้องและจะเปิดประตู ก็จะทักทายว่า 「失礼いたします」 เช่นเดียวกัน

"失礼いたします" (Tôi xin phép) là câu chào khi mở cửa bước vào phòng. Cả khi rời khỏi phòng, đóng cửa lại cũng chào "失礼いたします" giống như vậy.

➡②
Jika dipersilahkan duduk, duduklah dengan mengucapkan salam "失礼いたします". Sebelum dipersilahkan duduk, kita duduk tanpa mengucapkan salam apapun itu sangat tidak sopan.

เมื่อผู้สัมภาษณ์เชิญให้นั่ง ควรพูดว่า 「失礼いたします」 แล้วจึงนั่ง การนั่งก่อนที่จะได้รับการเชิญโดยไม่กล่าวอะไร เป็นการเสียมารยาท

Khi được mời ngồi, hãy nói "失礼いたします" (Tôi xin phép) rồi mới ngồi xuống ghế. Không nói gì và tự tiện ngồi xuống trước khi được mời là hành động thất lễ.

➡③
Kalau sudah lulus dalam Tes Kemampuan berbahasa Jepang atau tes BJT, sebutkan level berapa. Kedua jenis tes di atas diketahui sebagai alat ukur standar tentang kemampuan berbahasa Jepang untuk perusahaan.

หากสอบผ่านการสอบวัดระดับภาษาญี่ปุ่น หรือการสอบวัดระดับทักษะการใช้ภาษาญี่ปุ่นเชิงธุรกิจ BTJ ควรแจ้งระดับที่สอบผ่านให้ผู้สัมภาษณ์ทราบ ทั้งนี้การสอบทั้งสองประเภทนั้น เป็นที่จัดดีในวงการธุรกิจว่าเป็นข้อสอบมาตรฐานที่ใช้วัด ระดับความสามารถทางภาษาญี่ปุ่น

Nếu bạn đỗ kỳ thi năng lực tiếng Nhật và kỳ thi tiếng Nhật thương mại BJT, thì nhất định phải nói rõ cấp độ mình đã đỗ. Hai kỳ thi nói trên được các doanh nghiệp biết đến như tiêu chuẩn đánh giá năng lực tiếng Nhật.

ワ　ン：はい。主に野菜の品種改良です。特に、レタスの水耕栽培などに取り組んできました。

面接官：そうですか。では、勉強以外で何か頑張ってきたことはありますか。

ワ　ン：はい。大学周辺の地域でですが、高齢化で人手不足になった農家のお手伝いをボランティアで3年間続けてきました。

面接官：へえ、高齢者のお手伝いですか。お手伝いというのはどんなことをするんですか。

ワ　ン：大きいのは、6月の田植えや秋の稲刈りなどです。他にも、雑草取りや麦の種まきなど、定期的にたびたびお手伝いをしてきました。あ、お祭りの準備にも参加しました。

面接官：そのボランティア活動から得たことはありますか？

ワ　ン：はい、あります。例えば、機械化された効率的な農作業を実体験できたことや日本の高齢化の問題を実感したことです。親の農業を継ぐ子どもが減ったのは、中国でも同じですが、切実な問題だと思います。

面接官：確かにそうですね。では、次に、ワンさんが弊社を志望する理由を教えてください。

ワ　ン：はい。まず、仕事として野菜の品種改良に携わるには種苗会社が一番だと思ったことです。また、大学の専攻の関係で御社の社員の方と接する機会が多く、いろいろ教えていただく中で、御社の業務内容に大きな魅力を感じたことです。社員の皆さんの専門知識が豊富であることに驚きましたし、自分もそうなりたいと思いました。専門知識とボランティアの経験を活かして、ぜひ日本の農業生産の今後に貢献したいと思っています。

Wawancara perorangan ❸: / การสัมภาษณ์เดี่ยว ❸: / Phỏng vấn cá nhân ❸:
Latihan percakapan lengkap / บทสนทนาเต็ม / Luyện tập đoạn hội thoại hoàn chỉnh
perusahaan benih tanaman / บริษัทเพาะชำพืช / Công ty giống cây trồng

Unit 3-4

B : Ya. Umumnya tentang pengembangan jenis-jenis sayuran. Khususnya, pengolahan tanaman hidroponik daun salada.

A : Begitu ya. Selain belajar, kesuksesan apa yang anda alami?

B : Ya. Di daerah sekitar kampus saya mengikuti kegiatan volentir selama tiga tahun untuk membantu para petani yang kekurangan tenaga karena para manula.

A : Wah… membantu para manula. Apa yang anda lakukan?

B : Umumnya membantu menanam di bulan Juni, kemudian memotong padi di musim gugur. Yang lainnya yaitu membersihkan gulma pada tanaman padi di sawah (ngarambet), menebar benih gandum, dan lain-lain. Saya membantunya secara berkala. Oh iya, saya juga ikut serta dalam mempersiapkan kegiatan festival daerah.

A : Adakah sesuatu yang anda peroleh dari kegiatan volentir tersebut?

B : Ya, ada. Misalnya, saya bisa menggunakan mesin yang efektif untuk industri pertanian, dan bisa memahami dan merasakan masalah usia tua di Jepang. Berkurangnya generasi muda yang meneruskan industri pertanian sama dengan di Cina juga, tetapi hal ini merupakan masalah serius.

A : Jelas begitu ya. Selanjutnya, beritahu kami mengapa anda berminat ke perusaan ini?

B : Ya. Pertama-tama, untuk mengembangkan benih sayuran sebagai bidang pekerjaan sangatlah cocok di perusahan benih tanaman ini. Kemudian, bidang spesialisasi yang saya pelajari di universitas banyak kaitannya dengan para karyawan di perusahaan ini, saya banyak belajar dari mereka, sehingga saya sangat tertarik dengan pekerjaan yang ada di perusahaan ini. Saya sangat terkesan dengan pengetahuan dan keahlian para karyawan di sini, sehingga saya juga ingin seperti mereka. Saya ingin menerapkan pengetahuan kepakaran saya dan pengalaman sebagai volentir dalam berkontribusi pada produk pertanian Jepang.

B : ครับ ส่วนใหญ่เรียนเกี่ยวกับการปรับปรุงพันธุ์ผักครับ โดยผมพยายามเป็นพิเศษกับการปลูกผักกาดแก้วแบบไฮโดรโปนิกส์

A : เหรอครับ นอกจากการเรียนมีอะไรที่ได้พยายามทำหรือไม่ลาครับ

B : ครับ พื้นที่รอบ ๆ มหาวิทยาลัยมีการเปลี่ยนแปลงไปสู่สังคมสูงวัย ทำให้เกษตรกรขาดคนทำงาน ผมจึงไปเป็นอาสาสมัครช่วยงานอยู่ 3 ปี

A : ไปช่วยงานผู้สูงอายุเหรอครับ... ช่วยอะไรบ้างครับ

B : งานใหญ่ก็คือการปลูกข้าวในเดือนมิถุนายน และการเกี่ยวข้าวช่วงฤดูใบไม้ร่วงครับ นอกจากนี้ก็จะไปช่วยถอนหญ้า หว่านเมล็ดข้าวสาลีเป็นประจำครับ ออ นอกจากนี้ก็เข้าร่วมการเตรียมจัดงานเทศกาลด้วยครับ

A : คุณได้อะไรจากการทำกิจกรรมอาสาสมัครเหล่านั้นบ้างไหมครับ

B : ครับ ได้อะไรหลายอย่าง เช่นได้ลองทำการเกษตรที่มีประสิทธิภาพจากการใช้เครื่องจักร ได้สัมผัสจริงถึงปัญหาการเปลี่ยนแปลงไปสู่สังคมผู้สูงวัยของประเทศญี่ปุ่น ที่ประเทศจีนก็เช่นเดียวกัน การที่เด็กรุ่นใหม่ไม่ต้องการสืบทอดการทำเกษตรกรรมต่อจากพ่อแม่ เป็นปัญหาสำคัญที่มองข้ามไม่ได้

A : ใช่ครับ เอาละ ต่อไปคุณช่วยบอกเหตุผลที่ต้องการเข้าทำงานในบริษัทเราหน่อยครับ

B : ครับ อย่างแรกคือ บริษัทเพาะชำพืชเหมาะสมที่สุด หากต้องการทำงานที่เกี่ยวข้องกับการปรับปรุงพันธุ์ผัก นอกจากนี้การเรียนเรื่องเฉพาะด้านที่มหาวิทยาลัยทำให้ผมมีโอกาสได้พบปะกับพนักงานของบริษัทนี้ จากการได้พูดคุยหลายๆ อย่าง ทำให้ผมรู้สึกสนใจกับการทำงานของที่นี่ครับ ผมรู้สึกทึ่งที่พนักงานทุกคนมีความรู้เฉพาะด้านเป็นอย่างดี และก็อยากเป็นแบบนั้นบ้างครับ ผมคิดว่าอยากใช้ความรู้เฉพาะด้าน และประสบการณ์การเป็นอาสาสมัคร ให้เป็นประโยชน์ต่อการเกษตรกรรมของญี่ปุ่นต่อไป

B : Vâng. Tôi chủ yếu học về cải tạo giống rau. Đặc biệt, tôi đã nỗ lực trong việc trồng thủy canh rau diếp.

A : Tôi hiểu rồi. Thế ngoài việc học, anh có nỗ lực làm gì không?

B : Tôi đã 3 năm liền làm tình nguyện viên ở khu vực gần trường đại học, giúp đỡ các gia đình nông dân thiếu số.

A : Ồ, giúp đỡ người cao tuổi à…. Giúp đỡ những việc gì vậy?

B : Vâng, chủ yếu là trồng cây vào tháng 6 và thu hoạch vào mùa thu. Ngoài ra, tôi cũng thường giúp đỡ định kỳ những việc như nhổ cỏ, gieo hạt lúa mì. À, tôi cũng tham gia vào cả việc chuẩn bị cho lễ hội nữa.

A : Anh có học được gì từ hoạt động tình nguyện đó không?

B : Vâng, có ạ. Chẳng hạn, tôi đã được trải nghiệm thực tế làm nông nghiệp cơ giới hóa cho hiệu quả cao và cảm nhận được vấn đề già hóa dân số ở Nhật Bản. Con cái nối tiếp nghề nông của cha mẹ đang ít đi cũng giống như ở Trung Quốc và tôi nghĩ đây là một vấn đề rất nghiêm trọng.

A : Đúng là như vậy thật. Còn bây giờ hãy cho tôi biết lý do anh ứng tuyển vào công ty chúng tôi.

B : Vâng. Trước hết, vì tôi cho rằng để làm công việc liên quan đến cải tạo giống rau thì công ty giống cây trồng là tốt nhất. Ngoài ra, do chuyên ngành học, tôi có nhiều cơ hội tiếp xúc với nhân viên của quý công ty và trong quá trình được họ chỉ dẫn nhiều điều, tôi đã cảm thấy sức hấp dẫn lớn với nội dung nghiệp vụ của quý công ty. Tôi ngạc nhiên khi thấy các nhân viên của quý công ty có kiến thức chuyên môn phong phú và mong muốn mình cũng được như vậy. Tôi muốn vận dụng những kiến thức chuyên môn và kinh nghiệm làm tình nguyện viên để đóng góp cho tương lai sản xuất nông nghiệp của Nhật Bản.

面接官：そうですか。ところで、弊社のような日本企業で働く時に、一番大切なこと
　　　　は何だと思いますか?

ワ　ン：はい。私は、日本企業では個人の力が求められるのはもちろんですが、それ
　　　　以上に集団で力を発揮することが強く求められていると思います。
　　　　　　　　　　　　　　　　はっき

面接官：では、ワンさんが弊社で働くことになった場合、自分の力を発揮するために、
　　　　　　　　　　　　　へいしゃ　　　　　　　　　　　　　　　　　　　　　　　　　　　　はっき
　　　　専門知識以外には何が必要だと思いますか?

ワ　ン：専門知識以外で…ですか? はい。業務における「報・連・相」➡④の理解と
　　　　　　　　　　　　　　　　　　　　ぎょうむ　　　　ほう れん そう
　　　　実践だと思います。また、業務遂行のための「PDCA サイクル」➡⑤も重要だ
　　　　じっせん　　　　　　　　　　　　　すいこう
　　　　と思います。

面接官：なるほど。それは業務以外でも大切だと思いますが、ワンさんはこれまで
　　　　　　　　　　　ぎょうむ
　　　　そのような実践はしてきましたか?
　　　　　　　　　じっせん

ワ　ン：はい。先ほどお話ししたボランティアサークルのリーダーをする中で自分な
　　　　りに実践してきました。農家の高齢者の方たちとサークルのメンバーがうま
　　　　　じっせん　　　　　　　　　　こうれいしゃ
　　　　く協働していくには、そういったルールや手法を知って実践することが大
　　　　きょうどう　　　　　　　　　　　　　　　　しゅほう
　　　　切だと思いますので。

面接官：そうですか。ワンさんは、サークルのリーダーとして周囲からどう見られ
　　　　　　　　　　　　　　　　　　　　　　　　　　　　　　しゅうい
　　　　ていたと思いますか?

ワ　ン：はい。情報をわかりやすく伝えるという点では評価されていたと思います。
　　　　　　　　　　　　　　　　　　　　　　　　　　ひょうか
　　　　農家の方の話をメモを取りながらきちんと聞き、重要な作業の日程や行程
　　　　　　　　　　　　　　　　　　　　　　　　　　じゅうよう　さぎょう　　　　こうてい
　　　　などがメンバーに正確に伝達できるように心がけました。そのために日本語
　　　　の勉強にも力を入れましたし、敬意が伝わるように高齢者への話し方にも気
　　　　　　　　　　　　　　　　けいい　　　　　　　　こうれいしゃ
　　　　をつけました。

☝POINT

➡④ ビジネスでスムーズな業務のためのコミュニケーション三原則と言われています。報は報告、
　　連は連絡、相は相談を表します。

➡⑤ 業務の効率的な遂行のためのサイクルのことです。P は plan 、D は do、C は check、A は
　　action、を表します。

Wawancara perorangan ❸: **การสัมภาษณ์เดี่ยว ❸:** **Phỏng vấn cá nhân ❸:** **Unit 3-4**
Latihan percakapan lengkap / **บทสนทนาเต็ม** / **Luyện tập đoạn hội thoại hoàn chỉnh**
perusahaan benih tanaman **บริษัทเพาะชำพืช** **Công ty giống cây trồng**

A : Begitukah? Ngomong-ngomong, menurut anda apa yang paling penting untuk bekerja di dalam perusahaan Jepang seperti perusaan kami ini?

B : Ya. Menurut saya di dalam perusahaan Jepang kemampuan individu sudah tentu diperlukan, tetapi yang paling diperlukan adalah mengerahkan segenap kemampuan secara kolektif.

A : Kalau begitu, jika Wang jadi bekerja di perusahaan kami ini, untuk mengerahkan segenap kemampuan, selain ilmu yang menjadi kepakaran anda, apa lagi yang diperlukan?

B : Selain ilmu kepakaran saya, ya? Ya. Saya kira pemahaman dan realisasi dari [HOU--REN--SOU]. Lalu, Untuk merealisasikan tugasnya [Organisasi PDCA] juga penting.

A : Betul juga. Hal itu semua diperlukan di luar bidang tugas, terus sampai sekarang ini anda pernah merealisasikannya?

B : Ya. Seperti yang tadi saya katakan, bahwa sebagai pimpinan dalam organisasi kegiatan volentir saya telah merealisasikannya. Antara kaum manula dan keluarga petani dan anggota organisasi terjalin kerja sama yang baik, karena memahami aturan dan metodenya, dan saya bisa merealisasikannya.

A : Begitu. Wan ketika menjadi pemimpin dalam organisasi, bagaimana penilaian yang lainnya?

B : Ya. Saya dinilai bagus dalam menyampaikan informasi dan mudah dipahami. Saya selalu mendengarkan perbincangan para petani sambil mencatatnya, rencana kegiatan, dan tingkat kemajuan, semuanya selalu diusahakan agar bisa disampaikan pada anggota dengan baik. Untuk itu, saya juga berupaya untuk selalu belajar bahasa Jepang, dan selalu berhati-hati ketika berbicara dengan orang tua agar tetap menyampaikannya dengan bahasa yang sopan.

A : เหรอครับ
แล้วคุณคิดว่าอะไรสำคัญที่สุดสำหรับการทำงานในบริษัทญี่ปุ่นอย่างบริษัทเรา

B : ครับ แน่นอนว่าการทำงานในบริษัทญี่ปุ่นทุกคนต้องแสดงความสามารถของตัวเองยิ่งไปกว่านั้นคือต้องรู้จักการทำงานเป็นทีมเพื่อให้งานสำเร็จครับ

A : กรณีเข้ามาทำงานที่บริษัทเราคุณหวางคิดว่าอะไรเป็นสิ่งจำเป็นที่จะทำให้ตัวเองแสดงความสามารถได้อย่างเต็มที่นอกเหนือจากความรู้เฉพาะด้าน

B : นอกเหนือจากความรู้เฉพาะด้าน...หรือครับผมคิดว่าความเข้าใจและการปฏิบัติตามแนวทาง 「報・連・相」 ครับ นอกจากนี้"วงจร PDCA" ก็สำคัญเพื่อทำให้งานสำเร็จครับ

A : ใช่ครับ
เรื่องเหล่านี้สำคัญไม่ใช่เฉพาะในการทำงานที่ผ่านมาคุณหวางเคยใช้แนวทางเหล่านี้อย่างไรบ้างไหม

B : ครับ ผมได้ลองปฏิบัติตามแนวทางนี้ตอนเป็นหัวหน้าชมรมอาสาสมัครซึ่งได้กล่าวไปแล้วเมื่อสักครู่เพราะผมคิดว่าการที่เกษตรกรซึ่งเป็นผู้สูงวัยกับสมาชิกชมรม จะรวมมือกันได้เป็นอย่างดีสิ่งสำคัญคือจำเป็นต้องรู้และปฏิบัติตามกฎและวิธีการนั้น

A : เหรอครับ
คุณหวางคิดว่าคนรอบข้างมองคุณอย่างไรในฐานะที่เป็นหัวหน้าชมรม

B : ครับ ผมคิดว่าทุกคนพอใจกับการที่ผมถ่ายทอดข้อมูลต่าง ๆ ให้เข้าใจง่ายผมตั้งใจฟังที่เกษตรกรพูดพร้อม ๆ กับจดโน้ตและพยายามถ่ายทอดข้อมูลเกี่ยวกับงานสำคัญเช่นตารางเวลา และวิธีการดำเนินงานให้สมาชิกฟังอย่างถูกต้อง ซึ่งทำให้ผมต้องพยายามเรียนภาษาญี่ปุ่นและระมัดระวังวิธีการพูดต่อผู้สูงวัยซึ่งต้องแสดงความเคารพ

A : Vậy à. Thế anh cho rằng khi làm việc ở doanh nghiệp Nhật Bản như công ty chúng tôi, điều quan trọng nhất là gì?

B : Vâng. Tôi cho rằng ở các doanh nghiệp Nhật Bản ngoài yêu cầu năng lực cá nhân còn có yêu cầu cao hơn là phát huy năng lực tập thể.

A : Vậy trong trường hợp làm việc ở công ty chúng tôi, anh cho rằng để phát huy năng lực của bản thân, ngoài kiến thức chuyên môn ra còn cần gì nữa?

B : Ngoài chuyên thức chuyên môn ra... ạ? Vâng. Tôi cho rằng là hiểu và thực hiện "報・連・相" trong công việc. Ngoài ra, tôi cho rằng 「PDCA サイクル」 để thực hiện công việc cũng rất quan trọng.

A : Tôi hiểu rồi. Tôi nghĩ những điều đó cần thiết cả ở ngoài công việc nữa, từ trước đến giờ anh đã từng thực hiện những điều đó chưa?

B : Vâng. Tôi đã thực hiện theo cách của mình trong quá trình làm chủ tịch câu lạc bộ tình nguyện tôi đã nói lúc trước. Vì tôi cho rằng để những người nông dân cao tuổi và các thành viên câu lạc bộ hợp tác một cách suôn sẻ, việc hiểu và thực hiện các quy tắc, phương pháp đó là điều cần thiết.

A : Vậy à. Với tư cách là chủ tịch câu lạc bộ, anh được mọi người đánh giá thế nào?

B : Vâng. Tôi được đánh giá cao ở khả năng truyền đạt thông tin dễ hiểu. Tôi đã luôn chú tâm vừa nghe kỹ vừa ghi chép những điều các bác nông dân nói, để có thể truyền đạt chính xác cho các thành viên về lịch trình, công đoạn làm việc quan trọng. Để làm được điều đó, tôi cũng đã dồn sức vào việc học tiếng Nhật, cần thận trong cách nói với người cao tuổi để luôn thể hiện được lòng kính trọng.

➜④ Dalam bisnis ada tiga prinsip komunikasi untuk kelancaran menjalan tugas. ' 報 ' adalah 'laporan', ' 連 ' adalah 'menghubungi', dan ' 相 ' adalah 'konsultasi'.

「報・連・相」 เป็นหลักการพื้นฐาน 3 ข้อเพื่อให้การสื่อสารในการปฏิบัติงานด้านธุรกิจเป็นไปอย่างราบรื่น 「報」 หมายถึงการรายงาน 「連」 หมายถึงการแจ้งให้ทราบ 「相」 หมายถึงการปรึกษาหารือ

Đây được cho là ba nguyên tắc giao tiếp giúp công việc thuận lợi trong kinh doanh. 報 là 報告 (báo cáo), 連 là 連絡 (liên lạc), 相 là 相談 (trao đổi).

➜⑤ Organisasi yang bisa mendukung pekerjaan secara efektif. P = plan, D = do, C = check, dan A= action.

หมายถึงวงจรการทำงานให้ลุล่วงอย่างมีประสิทธิภาพ P คือการวางแผน (plan) D คือการปฏิบัติ (do) C คือการตรวจสอบ (check) A คือการปรับปรุงการดำเนินงาน (action)

Là quy trình để công việc diễn ra một cách hiệu quả. P là plan, D là do, C là check, A là action.

面接官： なるほど、いろいろ考えてやってきたわけですね。では、弊社に入社したと
して、プロジェクトワークであなたが最大限に力を発揮できるのはどのよう
なことだと思いますか？

ワ　ン： はい。品種改良に関する専門知識を業務に活かせることが一番だと思いま
す。同時に、ボランティアリーダーとして学外のいろいろな人と話をする機
会が多かったので、人間関係調整役のような業務でも力が発揮できると思
います。

面接官： そうですか…。分かりました。では、面接はここまでということで、ご苦労
様でした。今後の予定については別室で担当の者が説明しますので、控え室
で待っていてください。

ワ　ン： はい。本日はありがとうございました。どうぞよろしくお願いいたします。➡⑥
［椅子から立ち上がる］　失礼いたします。

POINT

➡⑥ 面接を終えたあとは、感謝の気持ちをこめてお礼を言いましょう。この時、言葉だけではな
く丁寧にお辞儀をすることも忘れないようにします。

Wawancara perorangan ❸: / การสัมภาษณ์เดี่ยว ❸: / Phỏng vấn cá nhân ❸:
Latihan percakapan lengkap / บทสนทนาเต็ม / Luyện tập đoạn hội thoại hoàn chỉnh
perusahaan benih tanaman / บริษัทเพาะชำพืช / Công ty giống cây trồng

Unit
3-4

A : Tentu ya. Sudah dipertimbangkan segalanya ya. Jika anda diterima di perusahaan ini, apa yang bisa anda kerahkan dalam suatu proyek nantinya?

B : Ya, tentunya hal-hal yang dapat menerapkan pengetahuan kepakaran saya terhadap perbaikan berbagai jenis produk. Bersamaan dengan itu, karena saya memperoleh banyak kesempatan untuk berkomunikasi dengan berabagai kalangan sewaktu menjadi pimpinan kegiatan volentir di luar kuliah, saya bisa mengerahkan kemampuan yang berhubungan dengan interaksi dengan yang lain ke dalam pekerjaan saya.

A : Itu ya. Baiklah. Wawancaranya cukup sampai sini. Terima kasih banyak. Rencana berikutnya akan dijelaskan di ruangan yang lain oleh petugas nanti, silahkan tunggu di ruangan kosong.

B : Ya. Terima kasih atas segalanya.

[Berdiri dari kursi] Permisi.

A : แสดงว่าคุณทำอะไรโดยพิจารณาอย่างถี่ถ้วน
สินะครับ เอาล่ะ ถ้าคุณได้เข้ามาทำงานที่บริษัทนี้
คุณคิดว่าจะใช้ความสามารถอะไรได้อย่างเต็ม
ที่ในการดำเนินงานโครงการครับ

B : ครับ ผมคิดว่าสิ่งแรกคือการนำความรู้
เฉพาะด้านเกี่ยวกับการปรับปรุงพันธุ์ผัก
ไปใช้ให้เป็นประโยชน์ในการทำงานครับ
และเนื่องจากผมได้มีโอกาสพูดคุยกับผู้คน
หลากหลายภายนอกมหาวิทยาลัยในฐานะ
หัวหน้าอาสาสมัคร
จึงคิดว่าสามารถทำหน้าที่เป็นผู้สร้างความ
สัมพันธ์ระหว่างบุคคลได้เป็นอย่างดี

A : เหรอครับ เอาล่ะ จบการสัมภาษณ์เท่านี้
ขอบคุณครับ
กำหนดการต่อจากนี้จะมีผู้รับผิดชอบมาแจ้งให้
ทราบที่ห้องภายในอื่น กรุณานั่งคอยที่ห้องรับรอง
สักครู่ครับ

B : ครับ ขอบพระคุณเป็นอย่างสูงที่ให้โอกาสผม
เข้ารับการสัมภาษณ์ในวันนี้

[ลุกจากเก้าอี้] ขออนุญาตครับ

A : Tôi hiểu rồi, vậy là anh đã suy nghĩ rất nhiều khi hành động nhỉ. Vậy, nếu vào làm ở công ty chúng tôi, anh nghĩ mình có thể phát huy tối đa năng lực trong việc gì đối với công việc của dự án?

B : Vâng. Tôi cho rằng điều đầu tiên là có thể áp dụng những kiến thức chuyên môn về cải tạo giống vào công việc. Đồng thời, với tư cách là người đứng đầu câu lạc bộ tình nguyện viên, tôi đã có nhiều cơ hội trò chuyện với nhiều người ở ngoài trường học nên tôi nghĩ mình còn có thể phát huy năng lực ở cả những công việc như điều hòa các mối quan hệ giữa mọi người.

A : Vậy à... Tôi hiểu rồi. Buổi phỏng vấn của chúng ta hôm nay đến đây là kết thúc, cám ơn anh đã tới. Người phụ trách sẽ giải thích về kế hoạch trong thời gian tới tại một phòng khác nên anh hãy đợi ở phòng chờ.

B : Vâng. Rất cám ơn ông đã dành thời gian cho tôi ngày hôm nay. Tôi rất mong được ông giúp đỡ. (Đứng lên khỏi ghế) Tôi xin phép.

➡⑥ Setelah selesai wawancara ucapkan rasa terima kasih dari lubuk hati. Untuk itu, bukan hanya dengan kata-kata tetapi jangan lupa membukukan badan yang sopan.

หลังจบการสัมภาษณ์ ควรกล่าวขอบคุณอย่างจริงใจ โดยนอกจากคำพูดแล้วควรโค้งคำนับอย่างสุภาพด้วย

Sau khi kết thúc buổi phỏng vấn, hãy nói lời cám ơn bằng tất cả sự biết ơn của mình. Lúc này, ngoài lời nói cũng đừng quên cúi chào cẩn thận.

ジョン　：［ノック×3回］

面接官：どうぞ、お入りください。

ジョン　：失礼いたします。世界平和大学、ジョン・ミンスと申します。よろしくお願
せかいへいわ だいがく
いいたします。

面接官：はい。どうぞおかけください。

ジョン　：はい。失礼いたします。［座る］
すわ

面接官：では、まず最初に当ホテルを志望される動機をお話しください。
しぼう どうき

ジョン　：はい。私は日本に来る前に韓国の大学で観光を学びました。そこで、観光に
かんこく
は大きな楽しみが3つあると考えました。その3つとは、宿泊、観光、食事、
しゅくはく
です。中でも、宿泊は旅の拠点になると考え、ホテルへの就職を決めまし
きょてん しゅうしょく
た。御社は旅を創造する形で、観光と食事にも様々な提案をされていると思
おんしゃ そうぞう さまざま ていあん
います。旅のプロデュースを学んできた私は、新たに外国人の視点での貢献
あら してん こうけん
ができるのではないかと考え、御社を志望いたしました。
しぼう

面接官：そうですか。具体的にどのようなことをお考えですか。

ジョン　：はい。韓国では名所を巡るような観光ではなく、体験型の観光が注目を集め
かんこく めぐ たいけんがた
ています。そこで、お寿司、お蕎麦、キャラクター弁当、といったものの調
すし そば
理体験をしたり、着物の着付け体験をして写真を撮ったり、花火をしたりな
きつ と
どを、旅の行程に入れてはどうかと考えました。また、韓国人は体を動かす
こうてい
ことが好きですし、トレッキングのマップを韓国語版や英語版で作成して提
かんこくごばん えいごばん
供したりすることで、活動派の観光客に忘れられない旅を提案できるので
きょう かつどうは
はないかと考えます。外国人観光客を取り込むことができれば、地域産業も
発展するのではないかと考えます。
はってん

Wawancara perorangan ❸:　การสัมภาษณ์เดี่ยว ❸:　Phỏng vấn cá nhân ❸:
Latihan percakapan lengkap ／ บทสนทนาเต็ม ／ Luyện tập đoạn hội thoại hoàn chỉnh
Hotel　　　　　　　โรงแรม　　　　　　　Khách sạn

Unit
3-4

Unit
3-4
就職面接・・個人面接❸　通し練習

A=Pewawancara B=John Mins (Korea)　　A=ผู้สัมภาษณ์ B= จอห์น มินส์ (เกาหลี)　　A=Người phỏng vấn B= John Mins (Hàn Quốc)

Hotel

B : [ketukan 3 kali]

A : Silahkan, masuk!

B : Permisi. John Mins dari Universitas Sekai Heiwa. Terima kasih atas kesempatan wawancara.

A : Ya. Silahkan duduk!

B : Ya. Permisi. [duduk]

A : Baik, pertama-tama ceritakan alasan anda berminat ke hotel ini!

B : Ya. Saya sebelum datang ke Jepang, belajar tentang pariwisata pada universitas di Korea. Dari situ saya berpikir bahwa dalam pariwisata itu ada tiga hal yang menyenangkan. Ketiga hal itu adalah penginapan, wisata, dan makanan. Di dalamnya pun saya menganggap bahwa penginapan merupakan inti dari wisata, sehingga saya memutuskan untuk bekerja di hotel. Perusahaan anda ini membuat suatu progam wisata, wisata dan makanan pun disajikan berbagai macam. Saya yang pernah belajar tentang desain pariwisata, beranggapan sebagai orang yang pertama mungkin bisa berkontribusi, sehingga melamar ke sini.

A : Begitu ya. Konkretnya bagaimana?

B : Ya. Kalau di Korea, wisata itu bukan masalah tempat terkenal, tetapi banyaknya objek yang dapat dialami dan diperhatikan. Untuk itu, pengalaman membuat osushi, osoba, karakter bentou, pengalaman memakai kimono kemudian diambil fotonya, kembang api, dan sebagainya dimasukan ke dalam paket wisata. Kemudian, orang Korea itu suka berjalan sehingga kita membuat peta perjalanan dalam bahasa Korea atau bahasa Inggris, kemudian membagikannya, hal ini akan menjadikan pengalaman wisata yang tidak mudah dilupakan bagi mereka. Kalau kita bisa mendatangkan banyak turis asing akan mengembangkan pariwisata daerah juga.

โรงแรม

B : [เคาะประตู 3 ครั้ง]

A : เชิญเข้ามาได้ครับ

B : ขออนุญาตครับ ผมชื่อจอห์น มินส์ เป็นนักศึกษามหาวิทยาลัยสันติภาพโลก ขอบคุณเป็นอย่างสูงให้โอกาสผมเข้ารับการสัมภาษณ์ในวันนี้

A : เชิญนั่งครับ

B : ครับ ขออนุญาตครับ [นั่งลง]

A : เอาละ ก่อนอื่นช่วยบอกเหตุผลที่คุณต้องการทำงานที่โรงแรมของเราหน่อยครับ

B : ครับ ก่อนมาญี่ปุ่น ผมเรียนการท่องเที่ยวที่มหาวิทยาลัยในเกาหลี ทำให้เข้าใจว่าการท่องเที่ยวมีเรื่องที่น่าสนุกอยู่ 3 อย่าง ได้แก่ ที่พัก การท่องเที่ยว และอาหาร ใน 3 อย่างนี้ ผมคิดว่าที่พักเป็นสิ่งสำคัญที่สุดในการเดินทาง จึงตัดสินใจที่จะทำงานโรงแรม นอกจากนี้บริษัทของคุณยังให้บริการด้านการท่องเที่ยว และอาหารเพื่อช่วยสรรสร้างการเดินทาง ผมได้เรียนเกี่ยวกับการออกแบบการท่องเที่ยว และคิดว่าด้วยมุมมองใหม่ ๆ ของชาวต่างชาติน่าจะเป็นประโยชน์ต่อการทำงานที่นี่ จึงสมัครเข้าทำงานบริษัทนี้ครับ

A : เหรอครับ ช่วยอธิบายให้ละเอียดหน่อยครับว่าหมายถึงอะไร

B : ครับ ปัจจุบันที่เกาหลี นิยมการท่องเที่ยวเชิงประสบการณ์ ไม่ใช่การตระเวนชมสถานที่ท่องเที่ยวที่มีชื่อเสียง ผมจึงคิดว่าน่าจะลองใส่กิจกรรมที่จะเป็นประสบการณ์ เช่นการลองทำซูชิ โซบะ หรือข้าวกล่องเคียราเบน การลองใส่ชุดกิโมโนและถ่ายรูป การลองจุดพลุดอกไม้ไฟเข้าไปในโปรแกรมการท่องเที่ยว นอกจากนี้ คนเกาหลีชอบออกกำลังกาย ผมจึงคาดว่าทำแผนที่เดินป่าฉบับภาษาเกาหลี หรือภาษาอังกฤษ น่าจะดึงดูดลูกค้าที่ชอบทำกิจกรรม ด้วยโปรแกรมการท่องเที่ยวที่สร้างความประทับใจ และถ้าได้ลูกค้าชาวต่างชาติ อุตสาหกรรมท้องถิ่นก็จะพัฒนาตามไปด้วย

Khách sạn

B : (Gõ cửa x 3 lần)

A : Mời vào.

B : Tôi xin phép. Tôi là John Mins, sinh viên trường Đại học Hòa bình thế giới. Rất mong được ông giúp đỡ.

A : Vâng. Mời anh ngồi.

B : Vâng. Tôi xin phép. (Ngồi xuống)

A : Vậy, trước hết, hãy cho tôi biết lý do anh có nguyện vọng vào làm việc tại khách sạn của chúng tôi.

B : Vâng. Trước khi đến Nhật, tôi đã học du lịch tại trường đại học của Hàn Quốc. Tôi cho rằng, du lịch có ba niềm vui lớn. Ba niềm vui đó là lưu trú, tham quan, ẩm thực. Trong đó, tôi cho rằng lưu trú sẽ là điểm quan trọng nhất của du lịch nên đã quyết định làm việc trong ngành khách sạn. Tôi cho rằng với hình thức sáng tạo du lịch, quý công ty đang đưa ra nhiều ý tưởng trong cả tham quan và ẩm thực. Tôi nghĩ rằng, người đã học về xây dựng các chương trình du lịch như tôi có thể có những đóng góp mới từ góc nhìn của một người nước ngoài nên đã ứng tuyển vào quý công ty.

A : Vậy à, cụ thể anh có suy nghĩ gì?

B : Vâng. Ở Hàn Quốc, không phải là du lịch thăm các danh lam thắng cảnh mà là du lịch trải nghiệm đang thu hút sự chú ý. Vì vậy, tôi nghĩ có thể đưa vào hành trình của chuyến đi những trải nghiệm làm các món ăn như Sushi, mỳ Soba, cơm hộp hình các nhân vật hay trải nghiệm mặc áo Kimono rồi chụp ảnh, đốt pháo hoa v.v... Ngoài ra, người Hàn Quốc thích vận động cơ thể nên tôi nghĩ với việc soạn bản đồ du lịch mạo hiểm bằng tiếng Hàn Quốc và tiếng Anh cung cấp cho khách du lịch, chúng ta có thể để xuất một chuyến du lịch khó quên cho những khách du lịch ưa hoạt động. Tôi cho rằng nếu có thể thu hút được khách du lịch nước ngoài, ngành nghề địa phương cũng phát triển.

面接官： そうですか。地域産業というと、例えば何か考えがありますか。

ジョン： はい。例えば体を動かすような体験型の観光は、温泉やお食事などをより楽
しんでもらえるきっかけになると思います。また調理体験などでは今までお
土産とならなかったような、例えば「おにぎりメーカー」や「お弁当箱」、あ
るいは「茶道具」、といったものが、その存在を知ってもらうことで新たな
ニーズにつながるのではないかと思います。

面接官： なるほど。では、あなたがこの地域に韓国人を多く呼び込めると思う理由は
何ですか。

ジョン： はい。現在、韓国人観光客に人気がある日本の観光地は、東京、そして大阪、
となっています。しかし、旅慣れた観光客はすでに数回来日し、大都市では
味わえない観光を望んでいるように感じています。以前は都会でショッピン
グを楽しんだ観光客は現在、別府や由布院などといった地方の自然と温泉が
ある町に流れ出しているようです。韓国人にとって穴場と呼べる地域は日本
にはたくさんあり、こちらもその一つに食い込めると思います。韓国の旅行
会社と提携を結び、この地域をPRしていけば新たな温泉の名所になり得る
と考えています。

A : Begitu ya? Industri ke daerah itu contohnya seperti apa?

B : Ya. Misalnya, dengan wisata dalam bentuk pengalaman berjalan untuk menggerakan badan tadi mereka akan menikmati pemandian air panas, makanan, dan sebagainya. Kemudian dengan pengalaman membuat sesuatu, mereka akan mendapatkan sesuatu yang selama ini tidak bisa diperoleh seperti alat pembuat onigiri, kotak bento, alat pembuat teh, dan sebagainya. jika semua hal itu diketahuinya, maka akan menjadi kabar baru bagi semuanya.

A : Tentunya begitu ya. Alasan apa yang membuat anda berpikir bisa mendapatnga orang Korea yang banyak ke daerah ini?

B : Ya. Sekarang , tempat wisata yang paling populer bagi orang Korea adalah Tokyo, kemudian Osaka. Tetapi, orang yang biasa berwisata sudah berkali-kali datang ke Jepang, sehingga mereka menginginkan pariwisata yang tidak bisa dinikmati di kota Osaka. Dulu para turis menikmati belanja di kota-kota besar, tetapi sekarang mereka mulai menyukai tempat yang lebih alami dan ada pemandian air panasnya seperti Beppu dan Yufuin. Di Jepang banyak daerah tersembunyi yang menarik bagi orang Korea, ini pun bisa menjadi salah satu daya tarik. Jika kita mau bekerja sama dengan industri pariwisata Korea, bisa memperomosikan daerah tersebut sebagai objek wisata yang baru.

A : ทีว่าอุตสาหกรรมท้องถิ่น หมายถึงอะไรบ้างครับ

B : ครับ ตัวอย่างเช่นการท่องเที่ยวเชิงประสบการณ์ ที่ต้องออกกำลังกาย จะช่วยให้นักท่องเที่ยวอยากลงแช่บ่อน้ำพุร้อน และรับประทานอาหารอร่อย ส่วนประสบการณ์การลองทำอาหาร ก็จะช่วยให้สินค้าที่เดิมคนไม่ค่อยซื้อเป็นของฝาก เช่น "อุปกรณ์ทำข้าวปั้น" "กล่องอาหาร" หรือ "อุปกรณ์ชงชา" เป็นที่รู้จักมากขึ้น ซึ่งจะเชื่อมโยงไปยังตลาดลูกค้าใหม่

A : น่าสนใจครับ เอาล่ะ เหตุผลอะไรที่ทำให้คุณคิดว่าสามารถดึงดูด ชาวเกาหลีให้เข้ามาท่องเที่ยวในพื้นที่นี้

B : ครับ ปัจจุบันนี้สถานที่ท่องเที่ยวในญี่ปุ่นชี่ เป็นที่นิยมสำหรับชาวเกาหลี ได้แก่ โตเกียว โอซาก้า แต่คนที่ท่องเที่ยวจนชินจะเคยมา ญี่ปุ่นหลายรอบ ซึ่งผมคิดว่าคนกลุ่มนี้ต้องการ ท่องเที่ยวแบบที่แตกต่างไปจากการท่องเที่ยว ในเมืองใหญ่ นักท่องเที่ยวที่เคยสนุกสนาน กับการช้อปปิ้งในเมืองใหญ่ เริ่มหลั่งไหลออกไป ยังเมืองที่มีธรรมชาติและบ่อน้ำพุร้อนในต่าง จังหวัดเช่นเบปปุ และยุฟุอิน ที่ญี่ปุ่นยังมี สถานที่ท่องเที่ยวดี ๆ ซึ่งยังไม่เป็นที่รู้จักสำหรับชาวเกาหลี ซึ่งผมคิดว่าที่นี่ก็สามารถเข้าเป็นหนึ่งในนั้น หากทำความร่วมมือกับบริษัทท่องเที่ยวใน ประเทศเกาหลี และให้ช่วยประชาสัมพันธ์ พื้นที่นี้ ก็มีความเป็นไปได้ที่จะกลายเป็น แหล่งน้ำพุร้อนที่มีชื่อเสียงแห่งใหม่

A : Thế à? Anh cho rằng ngành nghề địa phương là những ngành gì?

B : Vâng. Chẳng hạn, du lịch trải nghiệm kiểu vận động cơ thể sẽ trở thành lý do để khách du lịch tận hưởng hơn nữa suối nước nóng và các bữa ăn. Ngoài ra, trong trải nghiệm chế biến món ăn, những thứ từ trước đến giờ không trở thành quà lưu niệm như "dụng cụ làm cơm nắm", "hộp đựng cơm hộp" hay "dụng cụ pha trà", sẽ gắn liền với nhu cầu mới nhờ mọi người biết được sự tồn tại của chúng.

A : Tôi hiểu rồi. Vậy lý do mà anh cho rằng có thể thu hút nhiều người Hàn Quốc đến địa phương này là gì?

B : Vâng. Hiện nay, những điểm du lịch của Nhật Bản hấp dẫn khách du lịch Hàn Quốc là Tokyo và Osaka. Nhưng, tôi cảm thấy những khách hay đi du lịch đều đã tới Nhật Bản vài lần và đang mong muốn một chuyến du lịch mà nếu ở các thành phố lớn sẽ không thể thưởng thức được. Dường như các du khách trước đây vốn yêu thích việc mua sắm ở thành phố nay đang đổ về những thị trấn ở các vùng quê có cảnh đẹp thiên nhiên và suối nước nóng như Bebbu, Yufuin... Đối với người Hàn Quốc, những khu vực được gọi là nơi tham quan lý tưởng thì người biết đến có rất nhiều ở Nhật Bản và tôi cho rằng vùng đất này cũng chính là một trong những nơi như thế. Nếu hợp tác với công ty du lịch Hàn Quốc, quảng bá khu vực này thì đây có thể trở thành danh thắng suối nước nóng mới.

面接官：　そうですか。では、今、在籍している世界平和大学で、一番取り組んでい
らっしゃることは何ですか。

ジョン：　はい。私は大学2年から、友人たちと一緒に留学生新聞を発行しています。
日本での生活のアドバイスや、私たち留学生の好みに合う大学周辺のおいし
いお店情報やアルバイトでの失敗談や心が温まる体験談などを、日本語と韓
国語と英語の3ヶ国語併記で、年に4回ですが、発行してきました。1回に
1000部発行し、大学だけでなく、最寄り駅や公民館などにも置かせていた
だき、地域の方々にも読んでいただいています。

面接官：　それは面白そうですね。どうして新聞を作ろうと思ったんですか。

ジョン：　はい。2年生になり後輩もできましたので、自分たちの体験を伝えたいと思
いました。また留学生の目線から見た日本社会を日本の方にも知っていただ
きたいと考えたからです。

面接官：　そうですか。分かりました。では、どんなことでもいいですから、あなた自
身について自己PR➡⑦してください。

ジョン：　はい。私はひと言で言うと、楽しいことが大好きな人間です。大学で留学生
新聞を書くのもこの楽しさの共有のためです。将来、御社で様々な旅のご
提案をさせていただきたいのも楽しさを多くの人と共有したいからです。楽
しいことが待っていると思えば、苦労も苦労だとは思いません。これからも
学ぶべきことは多くありますが、ぜひ御社で多くの人々に喜んでもらえる仕
事がしたいと考えています。

面接官：　そうですか。分かりました。ではこれで終わります。

ジョン：　本日はありがとうございました。どうぞよろしくお願いいたします。

　　　　　［椅子から立ち上がる］　失礼いたします。

✍POINT

➡⑦ 自己PRは長くならないように端的に述べます。長くても1分以内にまとめます。

Wawancara perorangan ❸: การสัมภาษณ์เดี่ยว ❸: Phỏng vấn cá nhân ❸: **Unit**
Latihan percakapan lengkap / บทสนทนาเต็ม / Luyện tập đoạn hội thoại hoàn chỉnh **3-4**
Hotel โรงแรม Khách sạn

A : Begitu? Sekarang, selama berada di universitas Sekai Heiwa, ikut dalam suatu kegiatan?

B : Ya, saya ketika tingkat 2 pernah menerbitkan koran untuk mahasiswa asing bersama teman-teman. Ini dapat digunakan sebagai bimbingan tentang kehidupan di Jepang, memberikan informasi tentang toko yang enak yang ada di sekitar kampus pada mahasiswa asing, konsultan bagi mereka yang bermasalah dalam kerja sambilan, secara bersahaja. Ini diterbitkan dalam 3 bahasa, yaitu bahasa Jepang, Korea, dan bahasa Inggris, 4 kali terbit dalam setahun. sekali terbit kami membuat 1 0 0 0 eksemplar, bukan hanya di dalam kampus, disebarkan pula di statsion dan tempat umum. Orang di daerah sekitarnya pun ikut membacanya.

A : Itu menarik ya. Mengapa berniat untuk membuat koran?

B : Ya. Karena sejak tingkat 2, kami sudah punya adik kelas dan ingin menyampaikan pengalaman sendiri pada mereka. Kemudian, kami menginginkan agar orang Jepang mengetahui bagaimana pandangan mahasiswa asing terhadap Jepang.

A : Begitukah. Baiklah. Apapun boleh, silahkan kemukakan tentang ekpresi diri anda!

B : Ya. Saya merupakan sosok yang suka dengan kesenangan. Menulis koran di kampus juga merupakan bagian dari kesenangan saya. Ke depan, jika saya bekerja di perusahaan anda ini, saya ingin menyampaikan kesenangan saya kepada khalayak melalui kegiatan memandu wisata. Kalau kita berpikir bahwa kesenangan menanti kita, maka yang namanya kesusahan itu tidak akan terasa. Mulai saat ini juga masih banyak yang harus saya pelajari, sedapat mungkin saya ingin membuat orang lain bergembira di perusahaan ini.

A : Begitu ya. Baiklah. Kita akhiri wawancara.

B : Terima kasih untuk wawancara hari ini. Mohon bantuannya.

[berdiri]

Permisi.

A : เหรอครับ เอาล่ะ ที่มหาวิทยาลัยสันติภาพโลกซึ่งกำลังศึกษาอยู่ สิ่งที่คุณพยายามทำมากที่สุดในตอนนี้คืออะไร ครับ

B : ครับ ผมได้ร่วมกับเพื่อน ๆ จัดทำหนังสือพิมพ์สำหรับนักศึกษาต่างชาติ ตั้งแต่ตอนอยู่ชั้นปีที่ 2 โดยตีพิมพ์คำแนะนำ เกี่ยวกับการใช้ชีวิตในญี่ปุ่น ข้อมูลร้านอาหาร อร่อย ๆ บริเวณรอบมหาวิทยาลัยที่เขาเกิน รสนิยมนักศึกษาต่างชาติอย่างพวกเรา เรื่องเล่าความผิดพลาดในการทำงานพิเศษ เรื่องเล่าประสบการณ์ที่น่าประทับใจ ฯลฯ โดยตีพิมพ์ 3 ภาษา คือภาษาญี่ปุ่น ภาษาเกาหลี และภาษาอังกฤษ ปีละ 4 ครั้ง แต่ละครั้งตีพิมพ์ 1000 ฉบับ ไม่เฉพาะในมหาวิทยาลัย แต่ยังวางตามที่ต่าง ๆ เช่นสถานีรถไฟใกล้ ๆ หรือศูนย์ชุมชน เพื่อให้ประชาชนในพื้นที่ได้อ่านด้วย

A : น่าสนใจนะครับ ทำไมคุณจึงจะทำหนังสือพิมพ์พ่ะครับ

B : ครับ พอขึ้นชั้นปีที่ 2 ก็จะมีรุ่นน้อง เลยคิดว่าอยากถ่ายทอดประสบการณ์ของตัวเอง นอกจากนี้ยังอยากให้คนญี่ปุ่นรับรู้เกี่ยวกับ สังคมญี่ปุ่นที่มองจากสายตาของคนต่างชาติครับ

A : เหรอครับ เอาล่ะ กรุณานำเสนอตัวเองสักนิด เรื่องอะไรก็ได้ครับ

B : ครับ ผมเป็นมนุษย์ที่พูดง่าย ๆ ก็คือชอบความสนุกสนาน การเขียนหนังสือพิมพ์สำหรับนักศึกษาต่างชาติ ที่มหาวิทยาลัย ก็เพื่อแบ่งปันความ สนุกสนานร่วมกัน อนาคตที่อยากนำเสนอ รูปแบบการท่องเที่ยวที่หลากหลายที่บริษัทนี้ ก็เพราะอยากร่วมแบ่งปันในความสนุกสนานกับ ผู้คนมากมาย ถ้าคิดว่ามีเรื่องสนุกรออยู่ ความยากลำบากก็จะไม่เป็นความยากลำบาก อีกต่อไป ต่อจากนี้ยังมีเรื่องที่ต้องเรียนรู้อีกมากมาย แต่ผมอยากทำงานที่บริษัทนี้ เพื่อจะสร้างความสุขให้กับผู้คนมากมาย

A : ครับ จบการสัมภาษณ์แค่นี้ครับ

B : ขอบคุณเป็นอย่างสูงที่ให้โอกาสผมเข้ารับการ สัมภาษณ์ในวันนี้ครับ

[ลุกจากเก้าอี้]

ขออนุญาตครับ

A : Tôi hiểu rồi. Vậy, hiện nay anh đang nỗ lực làm gì nhất ở trường Đại học Hòa bình thế giới, nơi mình đang theo học?

B : Vâng. Từ năm thứ hai, tôi cùng các bạn phát hành báo lưu học sinh. Một năm bốn lần, chúng tôi phát hành những nội dung như lời khuyên về cuộc sống ở Nhật, thông tin các cửa hàng ngon quanh trường hợp với sở thích của lưu học sinh chúng tôi, những câu chuyện thất bại trong công việc làm thêm cùng những trải nghiệm ấm áp tình cảm v.v., bằng ba thứ tiếng là tiếng Nhật, tiếng Hàn và tiếng Anh. Mỗi lần chúng tôi phát hành 1000 bản, được đặt ở trường đại học cũng như ở ga gần trường, nhà văn hóa khu vực và được nhiều người ở trong khu vực đọc.

A : Có lẽ thú vị nhỉ. Tại sao anh lại nghĩ tới việc làm báo?

B : Vâng. Lên năm thứ hai, chúng tôi cũng có các em sinh viên khóa dưới nên muốn truyền đạt lại những trải nghiệm của mình cho họ. Ngoài ra, chúng tôi cũng muốn người Nhật biết được xã hội Nhật Bản qua con mắt của lưu học sinh.

A : Vậy sao. Tôi hiểu rồi. Bây giờ hãy PR bất kỳ điều gì về bản thân anh.

B : Vâng. Nói một cách ngắn gọn thì tôi là người rất thích những điều vui vẻ. Tôi viết báo lưu học sinh ở trường cũng là để chia sẻ niềm vui này. Tôi mong muốn được đề xuất ý tưởng về các tua du lịch tại quý công ty trong tương lai cũng chính vì muốn chia sẻ niềm vui với nhiều người. Cứ nghĩ đến những niềm vui đang đón đợi là tôi lại cảm thấy vất vả và không còn là vất vả nữa. Còn nhiều điều tôi cần phải học thêm, nhưng tôi rất muốn làm công việc mang niềm vui đến cho nhiều người ở quý công ty.

A : Vậy à. Tôi hiểu rồi. Vậy chúng ta kết thúc ở đây.

B : Hôm nay tôi rất cám ơn ông ạ. Tôi rất mong được ông chỉ dạy thêm.

(Đứng lên khỏi ghế)

Tôi xin phép.

就職面接‥個人面接 ❸ 通し練習

Unit 3-4

➡⑦ Untuk ekspresi diri upayakan jangan terlalu panjang, sampaikan poin pentingnya saja. Paling panjang juga satu menit. การนำเสนอตัวเอง ควรพูดอย่างกระชับไม่เยิ่นเย้อ โดยสรุปให้อยู่ภายในเวลา 1 นาที Nói ngắn gọn để việc PR bản thân không trở nên dài dòng. Dài lắm cũng chỉ nên tóm tắt trong vòng một phút.

ミラー：[ノック×３回]

面接官：はい、どうぞ、お入りください。

ミラー：失礼いたします。世界平和大学、スーザン・ミラーと申します。どうぞよろ
　　　　せかいへいわだいがく
　　　　しくお願いいたします。

面接官：はい。どうぞおかけください。

ミラー：ありがとうございます。失礼いたします。[座る]

面接官：では、面接を始めたいと思います。では、早速ですが、わが社を志望される
　　　　　　　　　　　　　　　　　　　　　　さっそく
　　　　理由について60秒ぐらいでお話しいただけますか。

ミラー：はい。私はブライダル業界に就職したいと考えています。理由としては、結
　　　　婚は人生の新たな出発を応援する場であり、非常にやりがいのある仕事だと
　　　　　　　　　　あら　　　　おうえん　ば
　　　　感じているからです。その中で特に私はウェディング・プランナーを志望し
　　　　　　　　　　　　　　　　　　　　　　　　　　　　　　　　　しぼう
　　　　ています。非常に責任のある仕事ですが、私は人に喜んでもらうことが好き
　　　　　　　　　　せきにん
　　　　ですので、責任を果たした後に喜びが得られると考えています。そしてウェ
　　　　　　　　　　　は
　　　　ディングプランナーとして仕事をする際、お客様のご希望をできる限り全力
　　　　でサポートできる環境で働きたいと考えました。ゲストハウス・ウェディ
　　　　　　　　　　　　かんきょう
　　　　ングという形を取られている御社の最高の施設で最高のサービスを提供し
　　　　　　　　　　　　　　　　おんしゃ　　　　しせつ　　　　　　　　　　ていきょう
　　　　たいと思います。このような理由から御社を志望しました。

面接官：はい。ありがとうございました。ミラーさんはウェディング・プランナーを
　　　　志望しているということですが、このウェディング・プランナーに必要だと
　　　　思う能力を３つ挙げるとしたら、どのような能力でしょうか。
　　　　　　　　　　あ

ミラー：はい。ウェディング・プランナーは結婚式全体をプロデュースするため、
　　　　様々な能力が必要とされます。中でもお客様のご要望を具体的に聞きだすヒ
　　　　　　　　　　　　　　　　　　　　　　ようぼう
　　　　アリング力、そしてプロとしての立場からお客様に喜んでいただくための提
　　　　　　　　　　　　　　　　　　　　　　　　　　　　　　　　　　　てい
　　　　案力、それから他のスタッフとチームとして動くため、コーディネーション
　　　　あん
　　　　力だと思います。ただ、こうした能力以上に必要なのは、何よりもお客様に
　　　　幸せを提供したいという気持ち、真心だと思っています。
　　　　　　　　　　　　　　　　　　　まごころ

Wawancara perorangan ❸: / การสัมภาษณ์เดี่ยว ❸: / Phỏng vấn cá nhân ❸:
Latihan percakapan lengkap / บทสนทนาเต็ม / Luyện tập đoạn hội thoại hoàn chỉnh
Hotel / โรงแรม / Khách sạn

Unit
3-4

A=Pewawancara B=Susan Miller (Kanada)

Wedding Venue

B : [ketukan 3 kali]

A : Ya, silahkan masuk!

B : Permisi. Susan Miller dari Universitas Sekai Heiwa. Senang berjuma dengan anda.

A : Ya. Silahkan masik!

B : Ya, Silahkan duduk!

A : Baik kita mulai wawancaranya. Langsung saja ya, kemukakan dalam 60 detik tentang alasan anda mendaftar ke perusahaan ini!

B : Ya. Saya ingin bekerja pada bidang Bridal. Alasannya adalah karena pernikahan itu merupakan sarana untuk menyokong kehidupan baru, merupakan pekerjaan yang sangat berarti. Khususnya berminat pada bidang wedding planner. Ini merupakan pekerjangan yang memiliki tanggung jawab luar biasa, tetapi saya suka membuat orang bergembira, sehingga saya dengan pekerjaan ini dapat membuat suatu kebahagiaan bagi mereka. Kemudian, saya ingin bekerja dilingkungan yang dapat menyokong saya untuk mengerahkan kemampuan untuk memenuhi harapan pelanggan, dari seorang wedding planner. Dengan fasilitas terbaik perusahaan anda untuk membuat wedding guesthouse, saya ingin memberikan pelayanan yang lebih optimal. Dengan alasan inilah saya melamar perusahaan anda.

A : Baik. Terima kasih banyak. Anda berminat pada wedding planner ya. Tiga hal yang diperlukan dalam bidang wedding planner itu kemampuan apa?

B : Ya. Yang namanya wedding planner itu merupakan pengelolaan resepsi pernikahan secara keseluruhan, sehingga diperlukan beberapa kemampuan. Di dalamnya tentunya kemampuan untuk mendengar keinginan secara konkret dari para pelanggannya, kemampuan meyakinkan para pelanggannya dari kita sebagai seorang profesional, selanjutnya kemampuan mengkoordinasi seluruh staf sebagai satu tim secara keseluruhan. Hanya, dengan kemampuan semua ini yang paling utama adalah tekad dan hasrat untuk mengantar para pelanggan mencapai kebahagiaan.

A=ผู้สัมภาษณ์ B= ซูชาน มิลเลอร์ (แคนาดา)

สถานที่จัดงานแต่งงาน

B : [เคาะประตู 3 ครั้ง]

A : ครับ เชิญเข้ามาได้

B : ขออนุญาตครับ ดิฉันชื่อซูชาน มิลเลอร์ เป็นนักศึกษามหาวิทยาลัยสันติภาพโลก ขอบคุณเป็นอย่างสูงที่ให้โอกาสดิฉันเข้ารับการสัมภาษณ์ในวันนี้

A : เชิญนั่งครับ

B : ขอบคุณค่ะ ขออนุญาตค่ะ[นั่งลง]

A : เอาละ ขอเริ่มการสัมภาษณ์เลยนะครับ ก่อนอื่นช่วยบอกเหตุผลที่คุณต้องการเข้าทำงานในบริษัทเราให้ฟังภายในเวลาประมาณ 60 วินาทีได้ไหมครับ

B : ค่ะ ดิฉันคิดว่าอยากทำงานที่เกี่ยวข้องกับธุรกิจแต่งงาน เหตุผลก็คืองานแต่งนี้เป็นโอกาสที่ให้กำลังใจคนที่กำลังจะเริ่มสิ่งใหม่ในชีวิต จึงคิดว่าเป็นงานที่มีคุณค่ามาก โดยเฉพาะอย่างยิ่งอยากทำงานเป็นนักวางแผนงานแต่งงานซึ่งเป็นงานที่ต้องรับผิดชอบมาก แต่ดิฉันชอบทำให้คนอื่นยินดี จึงคิดว่าตัวเองจะมีชีวมากเวลาเมื่อได้ทำหน้าที่อย่างสมบูรณ์ ในการทำงานเป็นนักวางแผนงานแต่งงาน ดิฉันคิดว่าอยากทำงานในสภาพแวดล้อมที่สามารถตอบสนองความต้องการของลูกค้าได้อย่างเต็มที่และเต็มความสามารถ ดิฉันคิดว่าอยากนำเสนอบริการที่ดีที่สุด ณ สถานที่ที่ดีที่สุดของบริษัทนี้ ซึ่งสามารถจัดงานแต่งงานแบบเกสต์เฮ้าส์เวดดิ้งได้ ซึ่งเป็นเหตุผลที่ดิฉันอยากทำงานในบริษัทนี้

A : ขอบคุณครับ คุณบอกว่าอยากเป็นนักวางแผนงานแต่งงาน ถ้าเช่นนั้นคุณคิดว่านักวางแผนงานแต่งงานควรมีทักษะด้านไหนบ้าง กรุณายกตัวอย่าง 3 ข้อ

B : ค่ะ นักวางแผนงานแต่งงานคือผู้ควบคุมการจัดงานแต่งงานโดยรวมทั้งหมด จึงจำเป็นต้องมีทักษะหลายด้าน โดยเฉพาะอย่างยิ่งทักษะการซักถามความประสงค์ของลูกค้าอย่างละเอียด ทักษะการนำเสนอบริการในฐานะมืออาชีพเพื่อทำให้ลูกค้ารู้สึกมั่นใจ และทักษะการประสานงานกับพนักงานคนอื่น ๆ เพื่อทำงานเป็นทีม อย่างไรก็ดี สิ่งสำคัญยิ่งกว่าทักษะเหล่านี้ คือความจริงใจ และความรู้สึกที่อยากนำส่งความสุขสู่ลูกค้า

A=Người phỏng vấn B= Susan Miller (Canada)

Hội trường đám cưới

B : (Gõ cửa x 3 lần)

A : Vâng, xin mời vào.

B : Tôi xin phép ạ. Tôi là Susan Miller, sinh viên trường đại học Sekai heiwa. Rất mong được ông giúp đỡ.

A : Vâng, mời cô ngồi.

B : Cám ơn ông. Tôi xin phép ạ. (Ngồi xuống)

A : Chúng ta sẽ bắt đầu buổi phỏng vấn luôn nhé. Hãy nói trong vòng 60 giây lý do cô có nguyện vọng làm việc ở công ty chúng tôi.

B : Vâng. Tôi muốn làm việc trong ngành đám cưới. Lý do là vì tôi cảm thấy đám cưới là nơi cổ vũ cho khởi đầu mới của đời người, và đó là công việc vô cùng có ý nghĩa. Trong đó, tôi đặc biệt mong làm người tổ chức đám cưới. Đó là công việc đòi hỏi trách nhiệm cao nhưng tôi thích công việc làm mọi người vui nên tôi nghĩ rằng nếu mình làm tròn trách nhiệm thì sẽ có được niềm vui. Và khi làm việc trong vai trò là người tổ chức đám cưới, tôi muốn được làm việc trong môi trường mà ở đó mình có thể hỗ trợ tối đa cho mong muốn của khách hàng. Tôi muốn cung cấp dịch vụ hoàn hảo nhất tại cơ sở hạ tầng hoàn hảo nhất của quý công ty với lựa chọn hình thức đám cưới tại nhà khách (guesthouse wedding). Từ những lý do trên, tôi đã ứng tuyển vào quý công ty.

A : Vâng. Cám ơn cô. Cô có nguyện vọng làm người tổ chức đám cưới, vậy hãy nêu ra ba năng lực cô coi là cần thiết đối với người tổ chức đám cưới.

B : Vâng. Người tổ chức đám cưới là người lên kế hoạch cho toàn bộ đám cưới nên cần có nhiều năng lực. Trong số đó, cần thiết hơn cả là năng lực lắng nghe để nghe được cụ thể mong muốn của khách hàng, năng lực để xuất trên phương diện là người chuyên nghiệp để khách hàng được vui và năng lực kết nối để làm việc với các nhân viên khác như một đội. Tuy nhiên, tôi cho rằng điều quan trọng hơn cả những năng lực đó chính là sự thành tâm mong muốn được mang lại hạnh phúc cho khách hàng.

面接官：そうですか。では、ミラーさんは人に喜んでもらうことが好きだと言うことですが、今まで一番人に喜ばれたと感じたのはどんなことですか。

ミラー：はい。私の中で一番だと思えることをお話しさせていただきます。実は姉が去年、妊娠して出産したのですが、妊娠した時に、聴診器をプレゼントして、姉夫婦に喜んでもらえたことです。義理の兄は、聴診器を姉のお腹にあてては、赤ちゃんの成長を確認していたそうです。子どもが大きくなったらこの聴診器を見せるのが楽しみだと言ってくれました。私が聴診器を選んだことで、それが家族の絆や命を感じる時間につながったのだと思い、大変嬉しかったです。

面接官：そうですか。ところで、ミラーさんはどうして日本に留学したのですか。

ミラー：はい。日本は歌舞伎や神社のような伝統的な文化と、最先端の科学技術、そして、ゲームやアニメといったポップカルチャー、それに分刻みで正確に走る鉄道網など、いろいろな側面が融合した不思議で面白い国だと子どもの頃から思っていました。こうした純粋な日本に対する興味から高校時代に日本語の勉強を始めたのですが、そこで日本人の留学生と友達になりました。彼女との交流の中で日本をもっと知りたいという気持ちが強くなり、日本留学を決めました。

面接官：なるほど、そうですか。ところで、ミラーさんは経済学専攻ですね。どうして経済学を専攻したのですか。

ミラー：はい。高校生の時、将来は社会や経済のことがきちんと分かる教養のある大人になりたいと思いました。そのためには経済学が一番いいと考えたからです。大学時代にファイナンシャルプランナーの資格も取得しました。

Wawancara perorangan ❸: การสัมภาษณ์เดี่ยว ❸: Phỏng vấn cá nhân ❸:
Latihan percakapan lengkap / บทสนทนาเต็ม / Luyện tập đoạn hội thoại hoàn chỉnh
Wedding Venue สถานที่จัดงานแต่งงาน Hội trường đám cưới

Unit 3-4

A : Begitu ya. Miller ini suka membahagiakan orang yah. Selama ini yang paling membahagiakan orang itu seperti apa?

B : Ya. Bagi saya yang paling membahagiakan akan saya ceritakan. Sebenarnya, kakak perempuan saya tahun lalu hamil dan melahirkan. Waktu dia hamil, saya memberi kado stethoscope, kaka saya sangat gembira. Suaminya menggunakan alat itu dengan meletakkannya di perut kakak saya, untuk mengecek pertumbuhan janin di dalamnya. Mereka mengatakan bahwa kalau anaknya sudah besar dia tak sabar ingin memperlihatkan alat ini. Dengan memberi kado stethoscope tadi, ternyata dapat meningkatkan tali ikatan keluarga dan menambah kebahagiaan keluarga mereka merupakan sesuatu yang mengharukan dan membahagiakan saya.

A : Begitu. Ngomong-ngomong, mengapa Miller kuliah di Jepang?

B : Saya sejak kecil suka dengan Jepang. Saya suka budaya tradisonal Jepang seperti kabuki dan jinza, juga suka budaya modern seperti game, animasi, dan juga suka jalur kereta, dan sebagainya bahkan pernah berpikir merupakan negara yang unik. Dari minat sederhana terhadap Jepang tadi, sejak SMA saya mulai belajar bahasa Jepang, saat itu berkenalan dengan seorang mahasiswa asing dari Jepang. Semenjak berkoresponden dengan dia, minat saya terhadap Jepang semakin tinggi, akhirnya saya memutuskan untuk kuliah di Jepang.

A : Oh begitu ya. Ngomong-ngomong, anda ini jurusan ilmu ekonomi ya? Kenapa memilih jurusan ini?

B : Ya. Waktu SMA saya ingin menjadi seorang terpelajar yang memahami tentang ekonomi dan sosial. Untuk itu, saya pikir belajar ilmu ekonomi lebih penting. Di universitas saya juga mendapat sertifikat tentang pinancial planner.

A : เหรอครับ
คุณมิลเลอร์บอกว่าชอบทำให้คนอื่นยินดี
อยากถามว่าที่ผ่านมา
เรื่องที่คุณทำให้คนอื่นยินดีมากที่สุดคืออะไรครับ

B : ค่ะ ขอเล่าเรื่องที่เคยทำให้คนอื่นยินดีมากที่สุด
นะค่ะ คือพี่สาวดิฉันตั้งท้องและคลอดเมื่อปีที่แล้ว
ตอนพี่สาวท้อง ดิฉันได้ให้เครื่องฟังหัวใจเป็น
ของขวัญ
ซึ่งสร้างความยินดีแก่ที่สาวและพี่เขยเป็นอย่างมาก
ได้ยินว่าเขาใช้เครื่องฟังหัวใจแตะที่ท้องของ
พี่สาวเพื่อตรวจสอบการเติบโตของทารก
พี่สาวบอกอยากดีใจว่าถ้าหลานโตแล้วจะให้ดู
เครื่องฟังหัวใจนี้ ดิฉันรู้สึกดีมากที่การเลือก
เครื่องฟังหัวใจเป็นของขวัญ
นำไปสู่ช่วงเวลาที่พวกเขาได้รู้สึกถึงสายสัมพันธ์
ของครอบครัว และการมีชีวิต

A : เหรอครับ เอาล่ะ
อยากถามว่าทำไมคุณมิลเลอร์ถึงมาเรียนต่อ
ที่ญี่ปุ่นครับ

B : ค่ะ เพราะดิฉันรู้สึกมาตั้งแต่เด็กแล้วว่า
ญี่ปุ่นเป็นประเทศที่น่าสนใจ และมีอะไร
น่าประหลาดใจผสมผสานกันอยู่
ทั้งวัฒนธรรมดั้งเดิมเช่นละครคาบูกิ ศาลเจ้า
วิทยาศาสตร์เทคโนโลยีที่ล้ำสมัย
วัฒนธรรมสมัยนิยมเช่นเกม แอนิเมชั่น
รวมถึงโครงข่ายรถไฟฟ้าที่แต่ละขบวนวิ่งตรง
ตามเวลาทุกนาที
จากความสนใจที่มีต่อประเทศญี่ปุ่น
ทำให้เริ่มเรียนภาษาญี่ปุ่นตอนมัธยมปลาย
และได้เป็นเพื่อนกับนักศึกษาต่างชาติชาวญี่ปุ่น
ซึ่งจากการพูดคุยแลกเปลี่ยนกันทำให้รู้สึกอยาก
รู้จักประเทศญี่ปุ่นมากยิ่งขึ้น
จึงตัดสินใจมาเรียนต่อที่ญี่ปุ่น

A : เหรอครับ
คุณมิลเลอร์เรียนเอกเศรษฐศาสตร์ใช่ไหมครับ
ทำไมเลือกเรียนเอกนี้ครับ

B : ค่ะ ตอนอยู่มัธยมปลายคิดว่าอนาคตอยากโตเป็น
ผู้ใหญ่ที่มีความรู้เกี่ยวกับสังคมและเศรษฐกิจ
อย่างดี จึงคิดว่าการเรียนเศรษฐศาสตร์น่าจะดีที่สุด
ตอนเรียนมหาวิทยาลัยสอบได้วุฒิบัตร
นักวางแผนทางการเงิน

A : Tôi hiểu rồi. Cô nói là thích được làm người khác vui, vậy từ trước đến giờ điều gì mà cô cảm thấy là làm được người khác vui nhất?

B : Vâng. Tôi xin được kể về câu chuyện mà tôi cho là mình đã làm người khác vui nhất. Chị gái tôi năm ngoái đã mang thai và sinh em bé, lúc chị ấy mang thai, tôi đã tặng một ống nghe khiến vợ chồng anh chị rất vui. Anh rể tôi nói rằng, họ đã đặt ống nghe lên bụng chị tôi để kiểm tra sự phát triển của em bé. Họ cũng nói rằng rất hào hứng đến lúc cho em bé xem ống nghe khi bé lớn lên. Tôi đã rất vui khi nghĩ rằng, chính việc chọn tặng ống nghe của mình đã mang đến khoảng thời gian để gia đình cảm nhận được mối liên kết và sự sống.

A : Tôi hiểu rồi. À, thế tại sao cô lại du học ở Nhật Bản?

B : Vâng. Từ nhỏ, tôi đã thấy Nhật Bản là một đất nước kỳ lạ và thú vị, đủ học nhiều yếu tố như văn hóa truyền thống như kịch Kabuki, đến thờ với khoa học kỹ thuật hiện đại nhất, còn văn hóa đại chúng hiện đại như trò chơi điện tử, phim hoạt hình và mạng lưới đường sắt chính xác đến từng phút v.v... Từ mối quan tâm giản dị này đối với Nhật Bản, tôi đã bắt đầu học tiếng Nhật khi học trung học phổ thông và tôi đã kết bạn với một lưu học sinh người Nhật. Trong quá trình tiếp xúc với cô ấy, tôi càng muốn biết về Nhật Bản nhiều hơn và tôi đã quyết định du học Nhật Bản.

A : Ra là vậy. Cô học chuyên ngành kinh tế học nhỉ? Tại sao cô lại học chuyên ngành này?

B : Vâng. Khi còn là học sinh trung học phổ thông, tôi đã muốn sau này mình trở thành một người lớn có giáo dục hiểu rõ về xã hội và kinh tế. Tôi nghĩ kinh tế học là lựa chọn tốt nhất để đạt được điều đó. Tôi đã lấy được chứng chỉ chuyên gia tư vấn tài chính khi còn học đại học.

面接官：そうですか。では、あなたは5年後、10年後にどうなっていたいですか。

ミラー：はい。5年後は、ウェディング・プランナーとして多くの方に喜ばれ、自分でも自信を持って働ける自立した存在になっていたいと思います。10年後は、後輩を育てつつ新たな課題に挑戦し続けるウェディング・プランナーでいたいと思います。
こうはい　　　　　　　　　　　　か だい　ちょうせん

面接官：そうですか。では、成長を続けるためには何が必要だと思いますか。

ミラー：成長を支え合い、競い合い、認め合うことができる仲間の存在だと思います。
　　　　　　　ささ　　　　きそ　　　　みと　　　　　　　　　なか ま
そういった仲間意識がある職場環境が組織および個人の成長を可能にすると思います。
い しき　　　しょく ば かんきょう　そ しき

面接官：ところで、他にはどんな企業を受けていますか。
　　　　　　　　　　　　　　き ぎょう

ミラー：はい。今まで20社ほどの説明会に参加し、ブライダル関係とアミューズメントパークの10社を受験しました。どの企業も人に幸せを提供するという点で魅力を感じました。
じゅけん
み りょく

面接官：そうですか。すでに内定したところは、どこかありますか。
　　　　　　　　　　　　　　ないてい

ミラー：いえ、まだありません。一社、数日前に最終面接を受けましたが、結果はまだいただいていません。ただ、私としては御社が第一志望です。
すうじつまえ
おんしゃ

面接官：そうですか。では、最後に何か聞きたいことはありますか。

ミラー：はい。今、ブライダル産業は多角化の傾向にあると言われていますが、新しいアイデアやサービスを企画するのは御社ではどういった部署でしょうか。
た かく か　　けいこう
き かく　　　　　　　　　　　　　　　　　　　　　　ぶ しょ

Wawancara perorangan ❸: / การสัมภาษณ์เดี่ยว ❸: / Phỏng vấn cá nhân ❸:
Latihan percakapan lengkap / บทสนทนาเต็ม / Luyện tập đoạn hội thoại hoàn chỉnh
Wedding Venue / สถานที่จัดงานแต่งงาน / Hội trường đám cưới

Unit 3-4

Indonesian column

A : Begitu. Setelah 5 atau 1 0 tahun anda ingin jadi bagaimana?

B : Ya. Setelah 5 tahun saya menjadi seorang yang mandiri, bisa bekerja dengan penuh percaya diri, dan bisa memberikan kebahagiaan pada orang banyak. Setelah 1 0 tahun saya ingin menjadi seorang wedding planner yang handal mampu bersaing dan bisa mendidik para yunior.

A : Begitu. Untuk terus berkembang apa yang diperlukan?

B : Teman yang bisa jadi tumpuan, saling pengertian, dan bisa bersaing. Jika memiliki teman seperti itu saya yakin akan tumbuh dan berkembang, baik secara individu maupun secara organisasi.

A : Ngomong-ngomong, Anda mendaftar diperusahaan lain yang bagaimana?

B : Ya, sampai saat ini saya mengikuti berbagai promosi lebih dari 2 0 perusahaan. Saya mengikuti tes bidang bridal dan bidang taman hiburan sebanyak 1 0 perusahaan. Di perusahaan mana pun memiliki daya tarik karena semuanya berusaha untuk membuat orang bahagia.

A : Begitu? Apakah sudah ada sesuatu hasil secara formal?

B : Tidak, belum ada. Satu perusahaan sudah saya ikuti tes terakhir berupa wawancara. Tetapi hasilnya belum keluar. Tapi bagi saya perusahaan ini yang menjadi pilihan pertama.

A : Begitu. Baik, terakhir, ada sesuatu yang ingin ditanyakan?

B : Ya. Sekang ini industri bradel itu dikatakan ada kecenderungan berkembang ke berbagai arah, untuk mengembangkan rencana usaha baru atau ide-ide baru, kalau di perusahaan ini masuk bagian apa?

Thai column

A : เหรอครับ ถ้าเช่นนั้นหลังจากนี้อีก 5 ปี หรือ 10 ปี คุณอยากเป็นอะไรครับ

B : ค่ะ คิดว่า 5 ปีหลังจากนี้อยากทำให้หลาย ๆ คนมีความสุขในฐานะนักวางแผนงานแต่งงาน เป็นคนที่ทำงานได้อย่างมั่นใจและอยู่ได้ด้วยตัวเอง 10 ปีหลังจากนี้อยากเป็นนักวางแผนงานแต่งงาน ที่ยังคงลองท้าทายกับโจทย์ใหม่ ๆ ต่อไป พร้อม ๆ กับการช่วยอบรมรุ่นน้อง

A : เหรอครับ ถ้าเช่นนั้นคิดว่าอะไรที่จำเป็นสำหรับการจะ พัฒนาต่อไปครับ

B : คิดว่าการมีเพื่อน ๆ ที่ช่วยสนับสนุนกัน แข่งขันกัน ยอมรับซึ่งกันและกันค่ะ สภาพแวดล้อมการทำงานที่ทุกคนตระหนักถึง ความเป็นเพื่อนที่จะส่งเสริมซึ่งกันและกัน จะช่วยให้หน่วยงานและบุคลากรพัฒนาไปด้วย กันได้

A : นอกจากที่นี่แล้ว คุณสมัครบริษัทไหนอีกบ้างครับ

B : ค่ะ ที่ผ่านมาได้เข้าร่วมสัมมนาแนะนำบริษัท ประมาณ 20 บริษัท และเข้าสอบ 10 บริษัท ที่เกี่ยวกับธุรกิจงานแต่งงาน และส่วนสนับ ไม่ว่าบริษัทไหนก็น่าสนใจเหมือนกันตรงที่มี แนวความคิดนำส่งความสุขให้แก่ผู้คน

A : เหรอครับ แล้วได้รับการตอบรับให้เข้าทำงานจากที่ไหน บ้างหรือยังครับ

B : ยังค่ะ มีหนึ่งบริษัทที่ได้เข้าสัมภาษณ์รอบสุดท้าย เมื่อไม่กี่วันก่อน แต่ยังไม่รู้ผลค่ะ แต่สำหรับดิฉันที่นี่เป็นที่ที่อยากเข้ามากที่สุดค่ะ

A : เหรอครับ สุดท้ายนี้มีอะไรอยากถามไหมครับ

B : ค่ะ ตอนนี้ธุรกิจงานแต่งงานมีแนวโน้มที่จะมี ความหลากหลายมากขึ้น ที่บริษัทนี้แผนกที่ทำงานวางแผนไอเดียหรือการ บริการใหม่ ๆ คือแผนกไหนคะ

Vietnamese column

A : Thế à. Vậy, 5 năm sau, 10 năm sau, cô muốn trở thành người như thế nào?

B : Vâng. 5 năm sau, tôi muốn mang đến niềm vui cho nhiều người trong vai trò là người tổ chức đám cưới và trở thành một người độc lập có thể tự tin làm việc. 10 năm sau, tôi muốn vẫn là người tổ chức đám cưới vừa đào tạo thế hệ đàn em, vừa tiếp tục thử sức với những nhiệm vụ mới.

A : Tôi hiểu rồi. Thế cô cho rằng để tiếp tục trưởng thành thì điều gì là cần thiết?

B : Tôi cho rằng đó chính là những người đồng nghiệp vừa có thể hỗ trợ nhau trưởng thành, vừa cạnh tranh với nhau, vừa công nhận lẫn nhau. Tôi nghĩ rằng, môi trường làm việc có ý thức đồng nghiệp như vậy có thể giúp tập thể và cá nhân phát triển.

A : Ngoài công ty chúng tôi, cô còn thi tuyển vào những công ty nào khác nữa?

B : Vâng. Cho đến nay, tôi đã tham gia buổi giới thiệu của khoảng 20 công ty và đã thi tuyển vào 10 công ty liên quan tới tổ chức đám cưới và công viên giải trí. Ở công ty nào tôi cũng cảm thấy sức hấp dẫn ở việc mang lại hạnh phúc cho mọi người.

A : Vậy sao? Cô đã ký hợp đồng với nơi nào chưa?

B : Vẫn chưa ạ. Mấy hôm trước tôi vừa có buổi phỏng vấn cuối cùng ở một công ty nhưng vẫn chưa có kết quả. Tuy nhiên, với tôi, quý công ty là nguyện vọng số một.

A : Tôi hiểu rồi. Vậy, cuối cùng cô có muốn hỏi gì không?

B : Vâng. Hiện nay, mọi người cho rằng ngành đám cưới có xu hướng đa dạng hóa, vậy ở quý công ty, bộ phận nào là bộ phận lên kế hoạch cho những ý tưởng và dịch vụ mới ạ?

面接官： そうですね。企画営業課というところが中心になってやっていますけど、
　　　　　き かくえいぎょう か

　　　　 新しいアイデアやお客様の声といったものはすぐに企画営業課に上げるよう

　　　　 にしています。若い女性の発想はこの業界では大事ですからね。みんな自由
　　　　　　　　　　　　　　はっそう

　　　　 に活発に提案していますし、採用されることも多いですよ。
　　　　　かっぱつ　　　　　　　　　さいよう

ミラー： そうですか。女性が活躍できる業界ということですね。私も頑張りたいです。
　　　　　　　　　　　　かつやく

面接官： ぜひ頑張ってください。では、これで面接を終わります。ご苦労様でした。
　　　　　　　　　　　　　　　　　　　　　　　　　　　　　　　　く ろうさま

ミラー： はい。本日はありがとうございました。どうぞよろしく願いいたします。

　　　　 ［椅子から立ち上がる］　失礼いたします。
　　　　　い す

Wawancara perorangan ❸:　การสัมภาษณ์เดี่ยว ❸:　Phỏng vấn cá nhân ❸:
Latihan percakapan lengkap / บทสนทนาเต็ม / Luyện tập đoạn hội thoại hoàn chỉnh
Wedding Venue　สถานที่จัดงานแต่งงาน　Hội trường đám cưới

Unit
3-4

A : Iya ya. Yang jelas di sini ada Devisi Perencanaan dan Oprasional, untuk ide baru atau usulan dari para pelanggan biasanya di devisi ini. Curahan wanita muda khususnya dalam industri ini sangat penting ya. Mereka semuanya dapat memberi usulan secara bebas, dan banyak juga yang sudah ditindaklanjutinya.

B : Begitukah. Industri yang bisa memberdayakan wanita ya. Saya juga akan berusaha.

A : Berusahalah. Baiklah, kita akhiri wawancaranya. Terima kasih banyak.

B : Ya, Terima kasih atas wawancara hari ini. Mohon bantuannya.

　[berdiri] Permisi.

A : ส่วนใหญ่เป็นงานของแผนกวางแผนจะจัดจำหน่าย ไอเดียใหม่หรือข้อเสนอแนะจากลูกค้าจะถูกส่ง ไปที่แผนกนี้ทันที เพราะไอเดียของผู้หญิงสาวสมัยนี้สำคัญมาก สำหรับธุรกิจนี้ ทุกคนจะนำเสนอความคิดอย่างอิสระและ กระตือรือล้น และหลาย ๆ ไอเดียก็ถูกนำไปใช้ด้วย

B : เหรอคะ แสดงว่าเป็นวงการที่ผู้หญิงจะแสดง ความสามารถได้เต็มที่ใช่ไหมคะ ดิฉันก็จะพยายามค่ะ

A : ครับ จบการสัมภาษณ์เท่านี้ครับ ขอบคุณครับ

B : ขอบคุณเป็นอย่างสูงที่ให้โอกาสดิฉันเข้ารับการ สัมภาษณ์ในวันนี้ค่ะ

　[ลุกจากเก้าอี้] ขออนุญาตค่ะ

A : Vâng. Ban Kế hoạch kinh doanh đang làm điều này là chính, những ý tưởng mới hay ý kiến của khách hàng sẽ được đưa lên Ban Kế hoạch kinh doanh. Những ý tưởng của các cô gái trẻ rất quan trọng trong ngành này. Mọi người đang thoải mái, tích cực đề xuất và cũng có nhiều ý kiến được áp dụng.

B : Thế ạ. Nghĩa là đây là ngành nữ giới có thể phát triển được đúng không ạ. Tôi cũng muốn phấn đấu.

A : Nhất định hãy cố gắng nhé. Buổi phỏng vấn đến đây là kết thúc. Cám ơn cô.

B : Vâng. Rất cám ơn ông đã dành thời gian cho tôi hôm nay. Tôi rất mong được ông giúp đỡ.

　(Đứng dậy, đứng bên cạnh ghế) Tôi xin phép.

Unit 3-4
就職面接‥個人面接 ❸ 通し練習

171

Case 1

質問に対する自分なりの答えを作り、音声に合わせて実際の面接シミュレーションをしましょう。

Mari latihan simulasi wawancara konkret dengan membuat jawaban sendiri terhadap pertanyaan, kemudian sesuaikan dengan rekaman!

คำถามต่อไปนี้ขอให้ลองคิดคำตอบเอง แล้วลองฝึกโต้ตอบกับเสียงที่ได้ยินเสมือนอยู่ในสถานการณ์จริง

Hãy soạn những câu trả lời phù hợp với mình đối với các câu hỏi, tiến hành mô phỏng buổi phỏng vấn thực tế.

あなた ： ［ノック×3回］

面接官 ： どうぞ、お入りください。

あなた ： _____。

面接官 ： どうぞ、そちらにおかけください。

あなた ： _____。

面接官 ： では、まず最初に、当社を志望される動機をお話しください。

あなた ： _____
_____。

面接官 ： そうですか。具体的にどのようなことをお考えですか。

あなた ： _____
_____。

面接官 ： なるほど。では、今在籍している大学で、あなたが最も真剣に取り組んでいらっしゃることは何ですか。

あなた ： _____
_____。

面接官 ： そうですか。分かりました。では、どんなことでもいいですから、あなた自身について自己PRしてください。

あなた ： _____
_____。

面接官 ： そうですか。分かりました。ではこれで終わります。

あなた ： _____。

Case 2

あなた ： ［ノック×３回］

面接官 ： はい、どうぞ、お入りください。
めんせつかん

あなた ： _____。

面接官 ： はい。どうぞおかけください。

あなた ： _____。

面接官 ： では、面接を始めます。早速ですが、わが社を志望される理由について一
さっそく　　　　　　　　　しぼう
分程度でお願いします。

あなた ： _____
_____。

面接官 ： そうですか。ところで、あなたが日本に留学した理由を教えていただけます
か。

あなた ： _____。

面接官 ： あなたが感じる、日本の良いところと悪いところはどんなところだと思い
ますか。

あなた ： _____。

面接官 ： そうですか。では、あなたは５年後、10年後にどうなっていたいと思いま
すか。

あなた ： _____。

面接官 ： ところで、弊社以外にはどのような企業を受けていますか。
へいしゃ い がい　　　　　　　　　き ぎょう

あなた ： _____。

面接官 ： そうですか。すでに内定したところは、どこかありますか。
ないてい

あなた ： _____。

面接官 ： そうですか。では、これで面接を終わります。ご苦労様でした。
く ろうさま

あなた ： _____。

My Page ◆ マイページ case3 55

Case 3

あなた　：［ノック×3回］_____。

面接官　：はい。では、どうぞそちらにおかけください。
めんせつかん

あなた　：_____。

面接官　：日本在住はどのくらいですか？

あなた　：_____。

面接官　：そうですか。では、まず、あなたの日本語能力について教えてください。
のうりょく

あなた　：_____。

面接官　：はい、では、次にあなたの長所と短所について教えてください。
ちょうしょ　たんしょ

あなた　：_____

　　　　　_____

　　　　　_____。

面接官　：では、あなたの大学の専攻を教えてください。
せんこう

あなた　：_____。

面接官　：具体的にはどんなことを勉強したんですか。
ぐたいてき

あなた　：_____

　　　　　_____。

面接官　：そうですか。では、勉強以外で何か頑張ってきたことはありますか。
がんば

あなた　：_____

　　　　　_____。

面接官　：そうですか。では、弊社を志望する理由を教えてください。
へいしゃ　しぼう

あなた　：_____

　　　　　_____。

面接官 ： そうですか。ところで、弊社のような日本企業で働く時に、一番大切なこと
　　　　　は何だと思いますか？

あなた ： _____
　　　　　_____。

面接官 ： なるほど。では、あなたはそのような働き方の中で、自分の力を発揮し、会
　　　　　社に貢献できると思いますか？

あなた ： _____
　　　　　_____。

面接官 ： あなたが自分の力を発揮するために、専門知識以外には何が必要だと思いま
　　　　　すか？

あなた ： _____
　　　　　_____。

面接官 ： なるほど。それはとても大切だと思いますが、あなたはこれまでそのような
　　　　　実践はしてきましたか？

あなた ： _____。

面接官 ： なるほど、いろいろ考えてやってきたわけですね。では、弊社に入社したと
　　　　　して、その経験をどのように生かせると思いますか？

あなた ： _____
　　　　　_____。

面接官 ： そうですか、わかりました。では、面接はここまでということで、ご苦労様
　　　　　でした。今後の予定については別室で担当の者が説明しますので、控え室で
　　　　　待っていてください。

あなた ： _____。

この課の表現・ことば Kosakata dan ungkapan pada bab ini
คำศัพท์ สำนวนในบทนี้ / Những cách nói, từ ngữ trong bài

〈動〉 = verba ／ คำกริยา ／ Động từ 〈名〉 = nomina ／ คำนาม ／ Danh từ 〈表〉 = ungkapan ／ สำนวน ／ Cách nói

〈動〉	～に努める bekerja pada… ／ ทำหน้าที่ ～ ／ Nỗ lực ～	p.80
	新たなスキルの向上に努めます。	
〈表〉	違和感を覚える mengingat kejanggalan ／ รู้สึกแปลกใจ ／ Thấy lạ, cảm thấy không thoải mái	p.90
	来日直後は日本の習慣に違和感を覚えました。	
〈表〉	エネルギーを注ぐ mengerahkan enegri ／ ทุ่มเทให้กับ ～ ／ Dốc sức lực, dồn năng lượng	p.92
	新規事業の推進にエネルギーを注ぎます。	
〈動〉	～を取得する memperoleh… ／ ทำ...ได้มาซึ่ง ～ ／ Đạt được ～, lấy được ～	p.92
	ウェディングプランナーの資格を取得しました。	
〈表〉	最後までやり抜く mengerjakannya sampai tuntas ／ พยายามจนถึงที่สุด ทำจนสำเร็จลุล่วง ／ Làm cho tới cùng, làm đến cùng	p.102
	辛くても最後までやり抜くことが大切です。	
〈表〉	～ように心がけている memperhatikan agar… ／ พยายามทำ ～ ／ Chú tâm để ～, lưu tâm để ～	p.102
	毎日8時間は寝るように心がけています。	
〈動〉	～を活かす menerapkan… ／ ใช้ให้เป็นประโยชน์ ／ Vận dụng, áp dụng, phát huy	p.128
	私の語学力を貿易業務に活かしたいです。	
〈表〉	～に魅力を感じる merasa tertarik pada… ／ รู้สึกว่าน่าสนใจ ／ Cảm thấy sức hấp dẫn ở ～	p.134
	市場開発業務に魅力を感じます。	
〈動〉	～を務める bertindak sebagai… ／ ทำหน้าที่ ～ ／ Làm ～	p.142
	ゼミの幹事を務めています。	
〈動〉	～に関わる berkaitan dengan… ／ เกี่ยวข้องกับ ～ ／ Tham gia vào ～	p.144
	新事業立ち上げに関わる業務が希望です。	
〈表〉	責任を果たす memikul tanggung jawab ／ ทำหน้าที่อย่างสมบูรณ์ ／ Làm tròn trách nhiệm	p.164
	一社員としての責任を果たすべく努力します。	

困ったときの答え方・フレーズ集

Kumpulan frasa, cara menjawab saat kesulitan
รวมสำนวน วิธีการตอบคำถามเมื่อเจอกับปัญหา
Tập hợp các cụm từ và các cách trả lời khi gặp khó khăn tuyển

面接で

● すぐに答えられないとき（時間稼ぎ）

Waktu tidak bisa menjawab langsung ／ เมื่อไม่สามารถตอบคำถามได้ในทันที (การถ่วงเวลา) ／ Khi không trả lời được ngay (kéo dài thời gian) (mengulur waktu)

「えー、そうですね…」

「あ、はい、私の場合には…」

「いろいろなケースが考えられますが…、そうですね。例えば…」

「うまく説明できるかどうか分かりませんが…」

● 質問が聞き取れなかったとき

Waktu pertanyaan tidak terdengar ／ เมื่อได้ยินคำถามไม่ชัดเจน ／ Khi không nghe được câu hỏi

「すみません…、もう一度お願いできますでしょうか。」

「申し訳ありません。コンプラ…？　恐れ入りますが、もう一度お願いできますで

しょうか。」（※コンプライアンスという言葉が聞き取れなかったとき）

● 質問の内容が理解できなかったとき

Waktu isi pertanyaan tidak dipahami ／ เมื่อไม่เข้าใจเนื้อหาในคำถาม ／ Khi không hiểu nội dung câu hỏi

「申し訳ありませんが、○○と言うのは、例えばどのようなことでしょうか。」

● グループ面接で、自分の言いたいことを前の人が言ってしまったとき

Waktu apa yang ingin dikatakan sudah keduluan oleh orang lain dalam diskusi kelompok
เมื่อมีคนอื่นพูดเรื่องที่ตัวเองต้องการพูดไปก่อนแล้ว ในการสัมภาษณ์กลุ่ม
Trong phỏng vấn nhóm, khi người nói trước nói mất điều mình muốn nói

「○○さんと同じ意見なんですが、…」

「○○さんもおっしゃいましたように、…」

「私も○○さんの意見と同様に、…」

電話で

●途中で電話が切れてしまったとき

Waktu telepon tiba-tiba terputus ／ เมื่อสายโทรศัพท์หลุดระหว่างการสนทนา ／ Khi điện thoại bị ngắt giữa chừng

「先ほど○○様とお話ししていましたが、お電話が途中で切れてしまいました。

恐れいりますが、○○様をお願いできますでしょうか。」

●電話に出られず、折り返すとき

Waktu tidak bisa menjawab telepon dan menelepon balik ／ เมื่อโทรศัพท์กลับไปหลังจากไม่ได้รับสาย ／
Khi gọi lại vì không nghe được điện thoại

「ご担当の○○様からお電話いただきました○○大学（※所属）の○○（※名前）と申します。恐れいりますが、○○様はいらっしゃいますでしょうか。」

●折り返したものの、担当者が不在なとき

Waktu menelepon balik tetapi tidak ada di tempat ／ เมื่อโทรศัพท์กลับไปแล้ว ผู้รับผิดชอบไม่อยู่ ／
Khi đã gọi lại nhưng người phụ trách không có mặt

「恐れいりますが、○○から電話があったと、ご担当の○○様にお伝えいただけませんでしょうか。」

「ご担当の○○様は、いつ頃お戻りになりますでしょうか。」

面接の前に

●会場に遅れそうなとき

Waktu akan terlambat dalam suatu pertemuan ／ เมื่อดูท่าว่าจะไปไม่ทันนัด ／ Khi có khả năng bị muộn

「申し訳ありません、3時に面接の予定のワンと申します。電車の事故（※遅れる理由）がありまして、○○分ほど遅れてしまいそうなんですが…」

●遅れて受付する、または遅れて入室するとき

Salam pada saat registrasi atau masuk ruangan dengan terlambat
การทักทายเมื่อไปถึงสายและจะติดต่อฝ่ายประชาสัมพันธ์ หรือเมื่อไปถึงสายและจะเข้าห้อง
Câu chào khi đăng ký muộn hoặc vào phòng muộn

「遅くなって申し訳ありません。」

著者紹介

斎藤仁志　（さいとうひとし）　ふじやま国際学院・校長

深澤道子　（ふかざわみちこ）　カイ日本語スクール・講師

酒井理恵子（さかいりえこ）　　カイ日本語スクール・講師

中村雅子　（なかむらまさこ）　カイ日本語スクール・講師

協力　山口聖孝：キャリアデベロップアドバイザー（CDA）

シャドーイング 日本語を話そう
就職・アルバイト・進学面接編　音声ダウンロード付
インドネシア語・タイ語・ベトナム語訳版

2016 年 11 月 25 日　初版（CD付き）
2023 年　6 月 2 日　第 1 刷（音声ダウンロード付き）

著者	斎藤仁志・深澤道子・酒井理恵子・中村雅子
発行	株式会社 くろしお出版
	〒102-0084　東京都千代田区二番町 4-3
	TEL 03-6261-2867　FAX 03-6261-2879
	URL https://www.9640.jp
	E-mail kurosio@9640.jp
印刷所	シナノ書籍印刷株式会社
装丁	スズキアキヒロ
イラスト	須山奈津希
翻訳者	Dedi Sutedi（テディ・ステディ）（インドネシア語）
	ยุพกา ฟุกุชิม่า（スィリポンパイブーン・ユパカー）（タイ語）
	Nguyễn Thanh Vân（グエン・タィン・ヴァン）（ベトナム語）
音声	VOICE PRO

音声について
Berkas Audio/เกี่ยวกับไฟล์เสียง/**File âm thanh**

音声はこちらからダウンロードして、
練習してください。

Silakan unduh berkas audionya sini dan gunakan untuk berlatih.
กรุณาดาวน์โหลดไฟล์เสียงจากที่นี่เพื่อนำไปฝึกฝน
Có thể tải file âm thanh dùng để luyện tập tại đây.

■音声ダウンロードページ

https://www.9640.jp/shadowing-interview/

■パスワード

mensetsu55

⚠ 無断でウェブにアップロードすることは違法です。
Mengunggah ke web tanpa izin adalah tindakan ilegal.
การนำไปอัพโหลดทางเว็บไซต์โดยไม่ได้รับอนุญาตเป็นการกระทำที่ผิดกฎหมาย
Hành vi upload trên mạng mà không được sự đồng ý là phạm pháp.